# प्लास्टिकचे अस्तरीकरण असलेल्या शेततळ्यातील मत्स्यपालन

अंकुश लाला कांबळे

शिवाजी दादाभाऊ अरगडे

प्रकाशक: नोशन प्रेस, चेन्नई, तमिळनाडू

ई-मेल: publish@notionpress.com

वेबसाइट: notionpress.com

लेखक: अंकुश लाला कांबळे आणि शिवाजी दादाभाऊ अरगडे

टिप: या पुस्तकातील सामग्री प्रकाशनासाठी आवश्यक परवानगी आणि श्रेय देण्याचा पूर्ण प्रयत्न करण्यात आला आहे. तरीही, कोणत्याही अनुचित पुनरुत्पादनाबद्दल आम्ही दिलगिरी व्यक्त करतो; कृपया अशा बाबींबाबत आम्हाला कळवा. ही माहिती लेखकांच्या अनुभवांवर आधारित असून, तिच्या वापरामुळे होणाऱ्या कोणत्याही नुकसानीसाठी लेखक/प्रकाशक जबाबदार राहणार नाही. माहितीचा वापर स्वतःच्या जबाबदारीवर करावा. तसेच, या पुस्तकातील माहिती फक्त मार्गदर्शनासाठी असून, तिचा कायदेशीर उपयोग करता येणार नाही. कोणताही निर्णय घेण्यापूर्वी मात्स्यिकी तज्ञांचा सल्ला घेणे आवश्यक आहे.



वर्ष: २०२५

आवृत्ती: १ ली

पृष्ठे: २०४

ISBN: 979-8-89906-024-3

किंमत: रु.५००/-

आभार प्रदर्शन: आवश्यक सुविधा उपलब्ध करून दिल्याबद्दल लेखक ICAR-CIFE, मुंबई येथील संचालकांचे मन:पूर्वक आभार व्यक्त करतात.

छायाचित्रांचे श्रेय: या पुस्तकामध्ये समाविष्ट केलेली छायाचित्रे महाराष्ट्रातील प्लास्टिकचे अस्तरीकरण असलेल्या शेततळ्यांच्या सर्वेक्षणादरम्यान (2021-2024) शेतकऱ्यांच्या सौजन्याने गोळा करण्यात आली आहेत. आम्ही संबंधित शेतकऱ्यांचे मन:पूर्वक आभार मानतो की त्यांनी त्यांच्या कार्याचे दस्तऐवजीकरण करण्यास व ही छायाचित्रे पुस्तकात समाविष्ट करण्यास परवानगी दिली.

# लेखकांबद्दल थोडक्यात

**डॉ. अंकुश लाला कांबळे** हे भा.कृ.अनु.प - केंद्रीय मात्स्यिकी शिक्षण संस्था, मुंबई येथे मात्स्यिकी अर्थशास्त्र, विस्तार आणि सांख्यिकी विभागात वरिष्ठ शास्त्रज्ञ म्हणून कार्यरत आहेत. महाराष्ट्रातील कृषी महाविद्यालय, पुणे येथून बी.एस्सी. (कृषी), तसेच भा.कृ.अनु.प - भारतीय कृषी संशोधन संस्था, नवी दिल्ली येथून कृषी अर्थशास्त्रात स्नातकोत्तर व डॉक्टरेट पदवी मिळवलेल्या डॉ. अंकुश यांच्या कडे शेतकऱ्यांसोबत काम करण्याचा एक दशकाहून अधिक अनुभव आहे. त्यांच्या प्रकाशनांमध्ये संशोधन पत्रिका, पुस्तकाचे अध्याय, लोकप्रिय लेख, आणि तांत्रिक बुलेटिन्स यांचा समावेश आहे आणि ते अनेक पदव्युत्तर व पी.एच.डी. विद्यार्थ्यांना सक्रियपणे मार्गदर्शन करतात. त्यांनी विविध कार्यक्रमांमधून ग्रामीण भागातील लोकांमध्ये ज्ञान आणि तंत्रज्ञान पसरवण्याचे उल्लेखनीय काम केले आहे. विशेषतः आदिवासी शेतकऱ्यांमध्ये, सकारात्मक सामाजिक-आर्थिक बदल घडवण्यास त्यांचे मोलाचे योगदान आहे. त्यांच्या उपक्रमांमध्ये पिके आणि कृषी साधनांचे प्रदर्शन आयोजित करणे, शैक्षणिक आणि प्रशिक्षण कार्यक्रमांचे समन्वय करणे, सल्ला देणे, शेतकऱ्यांचे गट तयार करणे आणि गटाच्या माध्यमातून विक्रीस मदत करणे यांचा समावेश आहे. त्यांच्या बहुपरकारी प्रयत्नांचा उद्देश महाराष्ट्रातील शाश्वत कृषी पद्धतींचा प्रसार आणि शेतकरी समुदायांचे सशक्तीकरण करणे आहे.

**डॉ. शिवाजी दादाभाऊ अरगडे**, वरिष्ठ शास्त्रज्ञ हे भा.कृ.अनु.प - केंद्रीय मात्स्यिकी शिक्षण संस्था, मुंबई येथे २०१७ पासून कार्यरत आहेत. कृषी विस्तार क्षेत्रातील त्यांचे शैक्षणिक आणि संशोधन कार्य उल्लेखनीय आहे. त्यांनी बी.एस्सी. (कृषी) पदवी २००७ मध्ये डॉ. पंजाबराव देशमुख कृषी विद्यापीठ, अकोला येथून, एम.एस्सी. (कृषी विस्तार) २०१० मध्ये आचार्य एन. जी. रंगा कृषी विद्यापीठ, हैदराबाद येथून, आणि पीएच.डी. (कृषी विस्तार) २०१४ मध्ये भा.कृ.अनु.प - राष्ट्रीय डेअरी संशोधन संस्था, करनाल येथून पूर्ण केली. त्यांनी २०१६ मध्ये इंदिरा गांधी राष्ट्रीय मुक्त विद्यापीठ, नवी दिल्ली येथून महिला आणि जेन्डर अभ्यासात पदव्युत्तर डिप्लोमा मिळवला. त्यांनी २०१४ मध्ये भा.कृ.अनु.प - केंद्रीय कृषीरत महिला संस्था, भुवनेश्वर (ओडिशा) येथे शास्त्रज्ञ म्हणून कार्यास प्रारंभ केला. त्यांना ICAR-JRF, UGC-JRF, आणि ARS परीक्षेत प्रथम क्रमांक मिळाला. तसेच, ICAR-NDRI सर्वोत्तम डॉक्टोरल थीसिस पुरस्कार व सुवर्ण पदक मिळाले. कृषी विस्तार, जेन्डर समानता आणि सहकारी व्यवस्थेत त्यांनी संशोधन आणि शैक्षणिक मार्गदर्शनाद्वारे महत्त्वपूर्ण योगदान दिले आहे.

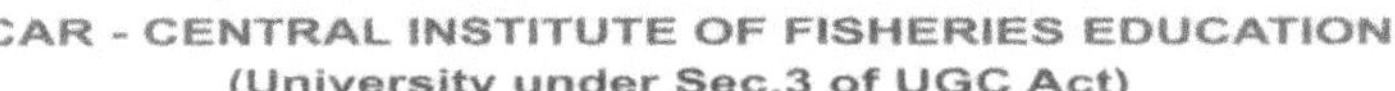

भारतीय कृषि अनुसंधान परिषद

# भा.कृ.अनु.प.-केन्द्रीय मात्स्यिकी शिक्षा संस्थान, मुंबई
(वि.अ.आ. अधिनियम धारा-३ के अंतर्गत विश्वविद्यालय)

## ICAR - CENTRAL INSTITUTE OF FISHERIES EDUCATION
(University under Sec.3 of UGC Act)

कृषि एवं किसान कल्याण मंत्रालय, भारत सरकार, Ministry of Agriculture and Farmers Welfare, Govt. of India

डा. रविशंकर सी.एन.
निदेशक/कुलपती
**Dr. Ravishankar C.N.**
**Director/Vice Chancellor**

## प्रस्तावना

मला "प्लास्टिकचे अस्तरीकरण असलेल्या शेततळ्यातील मत्स्यपालन" या पुस्तकाची ओळख करून देताना अत्यंत आनंद होत आहे. हवामान बदलामुळे शेतीसमोर नवनवीन आव्हाने निर्माण होत आहेत, त्यामुळे शाश्वत आणि नवोपक्रमशील उपाय शोधणे आवश्यक आहे. हे पुस्तक अशाच एका महत्त्वाच्या संधीवर प्रकाश टाकते. प्लास्टिकचे अस्तरीकरण असलेल्या शेततळ्यांचा केवळ सिंचनासाठीच नव्हे, तर मत्स्यशेतीसाठीही उपयोग करण्याबाबत हे पुस्तक मार्गदर्शन करते. या दुहेरी उपयोगामुळे शेतकऱ्यांचे उत्पादन वाढू शकते, उत्पन्नात वाढ होऊ शकते आणि ग्रामीण विकासाला चालना मिळू शकते. परंपरागतपणे, प्लास्टिकचे अस्तरीकरण असलेली शेततळी पाणी साठवण्यासाठी उपयुक्त मानली जातात. मात्र, त्यांचा मत्स्यशेतीसाठी होणारा उपयोग अद्याप पुरेशा प्रमाणात झालेला नाही. हे पुस्तक याच मुद्द्यावर भर देते. प्लास्टिक अस्तरीकरण असलेल्या तळ्यातील मत्स्यशेती कशी परिवर्तनकारी ठरू शकते, याविषयी सखोल मार्गदर्शन येथे विविध प्रकरणामध्ये टप्प्याटप्प्याने देण्यात आले आहे. प्लास्टिकचे अस्तरीकरण असलेल्या शेततळ्यातील मत्स्यशेतीची सध्याची स्थिती, विविध प्रकारची तळी आणि त्यांचे प्रभावी व्यवस्थापन यासंबंधी सविस्तर माहिती येथे देण्यात आली आहे. योग्य मास्यांची निवड, खाद्य तयारी, पाण्याची गुणवता नियंत्रण, काढणी व बाजार व्यवस्थापन यांसारख्या महत्त्वाच्या बाबींवर सविस्तर माहिती दिली आहे. शेतकऱ्यांच्या सामान्य प्रश्नांची उत्तरे तसेच जबाबदारीने तिलापिया पालन करण्यासाठी स्पष्ट दिशादर्शन येथे उपलब्ध आहेत. वैज्ञानिक संशोधन आणि प्रत्यक्ष शेतीतील अनुभव यांचा मेळ घालून, हे पुस्तक शेतकरी, संशोधक आणि धोरणकर्त्यांसाठी एक मौल्यवान मार्गदर्शक ठरणार आहे.

प्लास्टिकचे अस्तरीकरण असलेल्या शेततळ्यात मत्स्यशेतीचा अवलंब करून, शेतकरी उत्पन्नाचे विविधिकरण करू शकतात आणि उपलब्ध संसाधनांचा अधिक प्रभावी वापर करू शकतात. ही पद्धत केवळ अन्नसुरक्षेला बळकटी देत नाही, तर बदलत्या हवामानाशी जुळवून घेण्यास ग्रामीण भागातील शेतकऱ्यांना मदत करू शकते. हे पुस्तक सिंचन आणि मत्स्यशेती या दोन्ही दृष्टीने प्लास्टिक अस्तरीकरण असलेल्या शेततळ्यांच्या संपूर्ण क्षमतेचा लाभ घेण्यासाठी महत्त्वाचे साधन ठरेल. या नाविन्यपूर्ण आणि शाश्वत शेती पद्धतीचा अधिकाधिक शेतकऱ्यांनी अवलंब करावा, अशी माझी अपेक्षा आहे.

(रविशंकर सी. एन)

दिनांक: २०.०३.२०२५
ठिकाण: मुंबई

पंच मार्ग, ऑफ यारी रोड, वर्सोवा, अंधेरी (पश्चिम), मुंबई-400061, भारत
**Panch Marg, Off Yari Road, Versova, Andheri (West), Mumbai-400061, India**
कार्यालय दूरभाष/Office Tel.: +91-22-26361446/7/8 मोबाइल फ़ोन/Mobile phone: (+91) 9446474368
Email: director@cife.edu.in Website: https://www.cife.edu.in

# अनुक्रमणिका

# १. प्रस्तावना

जगभरात जलवायु परिवर्तन ही पावसावर अवलंबून असलेल्या कृषी पद्धतींसाठी एक मोठी समस्या बनली आहे. महाराष्ट्र, जे पश्चिम भारतातील एक प्रमुख कृषी राज्य आहे, याचा सर्वाधिक फटका सोसत आहे. राज्यातील 82% पेक्षा जास्त nशेती पावसाच्या पाण्यावर अवलंबून असल्याने, अनियमित पाऊस शेतकऱ्यांना मोठ्या संकटात टाकत आहे. गेल्या काही दशकांत, दुष्काळाची तीव्रता आणि वारंवारिता वाढल्यामुळे पिक उत्पादन घटले आहे. हवामान बदल आणि तापमान वाढ यामुळे पावसाच्या अंदाजाची अचूकता कमी झाली आहे, ज्यामुळे शेतकऱ्यांना त्यांच्या पिकांचे योग्य नियोजन करणे कठीण झाले आहे. परिणामी, लाखो शेतकरी, जे नियमित पावसावर अवलंबून असतात त्यांचे जीवनमान धोक्यात आहे.

महाराष्ट्रात पाणी टंचाईच्या वाढत्या प्रश्नाला तोंड देण्यासाठी सरकार आणि स्थानिक संस्थांनी अनेक उपाययोजना राबवल्या आहेत किंबहुना राबवत आहेत. यापैकी एक महत्वाची योजना म्हणजे शेततळे. ही शेततळी अनेक दशकांपासून शेतांवरती बांधली जात आहेत. दशकांपासून बांधली जात असलेली शेततळी प्रामुख्याने पावसाळ्यात पावसाचे पाणी संकलित करण्यासाठी शेताच्या खालच्या भागात खोदली जात होती. या शेततळ्यांमुळे भूजल पुनर्भरणा होण्यास मदत होत होती तसेच मृदा संवर्धन राखण्यास योगदान मिळत होते. परंतु, या प्रकारच्या तळ्यातून पाणी पाझरत असल्यामुळे शेतकऱ्यांना रब्बी किंवा उन्हाळी पिकांसाठी पाणी उपलब्ध राहत नसे. यामुळे या प्रकारच्या शेततळ्यांचा फारसा प्रभाव पाणी साठवण्यासाठी होत नव्हता. या आव्हानांमुळे शेतकऱ्यांना पाणी साठविण्यासाठी नाविन्याची आवश्यकता जाणवत गेली. त्यासाठी शेततळ्यांच्या व्यवस्थापनात नवीन तंत्रज्ञान आणि पद्धतींचा वापर करून त्यांची पाणी साठविण्याची क्षमता वाढवणे अत्यंत आवश्यक होते. शास्त्रीय पद्धतींचा वापर करून शेततळ्यातून पाण्याची गळती आणि वाष्पीभवन कमी करणे आवश्यक होते.

त्याचाच परिणाम म्हणून, पाणी टंचाईच्या वाढत्या प्रश्नाला तोंड देण्यासाठी शेतकऱ्यांनी **"प्लास्टिकचे अस्तरीकरण असलेले शेततळे"** ही नवीन पद्धत आत्मसात केली, ज्याने गेल्या दशकात महाराष्ट्रात विशेष लोकप्रियता मिळवली आहे. यामध्ये पंपांच्या साहाय्याने पृष्ठभागावरील किंवा भूगर्भातील पाणी उचलून या तळ्यांमध्ये साठवले जाते. या तळ्यांच्या तळाशी व बाजूंनी प्लास्टिकचा थर लावला जातो. या प्लास्टिक अस्तरामुळे पाण्याचे जमिनीत पाझरणे थांबते, त्यामुळे पाणी शेततळ्यात

दीर्घकाळ टिकते आणि शेतकऱ्यांना त्यांच्या पिकांसाठी आवश्यक पाणी उपलब्ध होते. पारंपारिक शेततळ्यांच्या तुलनेत, प्लास्टिक अस्तरयुक्त तळ्यांमध्ये पाणी अधिक काळ टिकते. जिथे पाण्याची टंचाई नेहमीच असते अश्या कोरडवाहू क्षेत्रांमध्ये ही तळी वरदान ठरत आहेत. २१०० च्या दशकाच्या सुरुवातीला या तंत्रज्ञानाचा शेकऱ्यांनीच शोध लावला आणि तेव्हापासून ही शेततळी पाणी साठवण्यासाठी प्रभावी पर्याय म्हणून उदयास आली आहेत.

प्लास्टिक अस्तरयुक्त शेततळ्यांचे, पाणी टंचाई कमी करण्यासाठी असलेले महत्त्व लक्षात घेत राज्य आणि केंद्र सरकारने त्यांच्या खोदकामाला प्रोत्साहन देण्यासाठी विविध योजना राबवल्या किंबहुना राबवत आहेत. महाराष्ट्र सरकारने "मागेल त्याला शेततळे" ही योजना सुरू केली, ज्यामध्ये शेतकऱ्यांना हे तंत्रज्ञान स्वीकारण्यासाठी प्रोत्साहित केले जात आहे. तसेच, केंद्र सरकारने राष्ट्रीय बागावाणी अभियान (NHM), महात्मा गांधी राष्ट्रीय ग्रामीण रोजगार हमी योजना (MGNREGA), राष्ट्रीय कृषी विकास योजना (RKVY), आणि प्रधानमंत्री कृषी सिंचाई योजना (PMKSY) यांसारख्या विविध कार्यक्रमांच्या माध्यमातून या उपक्रमाला पाठिंबा दिला आहे. या प्रयत्नांमुळे शेतकऱ्यांना त्यांच्या शेतांवरती जलस्रोत सुरक्षित करण्यात आणि बदलत्या हवामानाच्या परिस्थितीत कृषी उत्पादन क्षमता वाढविण्यात महत्त्वाची मदत झाली आहे.

प्लास्टिकचे अस्तरीकरण असलेल्या शेततळ्यांचा प्रसार करण्यासाठी सरकारी योजनांनी अत्यंत महत्त्वाची भूमिका बजावली आहे. या योजनांच्या माध्यमातून शेततळ्यांच्या खोदकामासाठी आणि प्लास्टिक शीट खरेदीसाठी अनुदान दिले जाते. ज्यामुळे हे जलसंचय तंत्रज्ञान शेतकऱ्यांसाठी अधिक सुलभ झाले आहे. २०१९ मध्ये महाराष्ट्रातील कृषी विभागाच्या अहवालानुसार, "मागेल त्याला शेततळे" या योजनेअंतर्गत ३ लाखांहून अधिक शेततळ्यांचे बांधकाम पूर्ण झाले आहे. शिवाय, इतर सरकारी योजनांतर्गतही हजारो शेततळी बांधली गेली आहेत, आणि अनेक शेतकरी स्वतःच्या खर्चाने शेततळी बांधत आहेत. प्लास्टिक अस्तरयुक्त शेततळ्यांचा व्यापक प्रसार झाल्यामुळे शेती क्षेत्रातील वारंवार उद्भवणारी पाणीटंचाई दूर करण्यात मोठा हातभार लागला आहे. यामुळे सिंचनासाठी अधिक विश्वासार्ह जलस्रोत उपलब्ध झाले असून, महाराष्ट्रातील कृषी उत्पादन क्षमतेत आणि शाश्वततेत या तंत्रज्ञानाने महत्त्वपूर्ण योगदान दिले आहे.

महाराष्ट्रात या प्रकारच्या शेततळ्यांची संख्या गेल्या काही वर्षांत मोठ्या प्रमाणात वाढली आहे. या तळ्यांचा उपयोग मुख्यतः पिकांना पाणी देण्यासाठी, शेतकऱ्यांच्या घरगुती गरजा पूर्ण करण्यासाठी

आणि पशुधनासाठी पाणी पुरवण्यासाठी केला जात आहे. या तळ्यांमध्ये मछलीपालन आणि इतर जलशेतीच्या नवीन संधी निर्माण झाल्या आहेत. यामुळे शेतीतील जोखीम कमी होऊन शेतकऱ्यांचे उत्पन्न स्थिर राहू शकते. अजूनही ही शेततळी मत्स्यपालनासाठी पूर्णपणे उपयोगात आणली गेली नाहीत, याचा अर्थ असा की या क्षेत्रात अजूनही मोठी संधी उपलब्ध आहे. या संधीचा सखोल अभ्यास करून आपण मत्स्यपालनाच्या क्षेत्रात मोठी प्रगती साधू शकतो. परिणामी, या पुस्तकामद्धे प्लास्टिक अस्तरयुक्त शेततळ्यांचा सखोल अभ्यास करण्यात आला आहे. तसेच या तळ्यांमध्ये मत्स्यपालन करणे कितपत शक्य आहे, याचा विचार मांडण्यात आला आहे. तसेच, हे पुस्तक शेतकऱ्यांना या 'प्लास्टिकचे अस्तरीकरण असलेल्या शेततळ्यातील मत्स्यपालन' पद्धतीचा प्रभावी वापर करून आपली शेती अधिक शाश्वत आणि उत्पन्न अधिक स्थिर कसे करू शकतात, याबाबतही विस्तृत मार्गदर्शन केले आहे.

या पुस्तकामध्ये महाराष्ट्रातील प्लास्टिक अस्तरयुक्त शेततळ्यांचे सखोल वर्णन केले आहे. यात तळ्यांची सध्याची स्थिती, त्यामध्ये मत्स्यपालनाची शक्यता, आणि उत्तम मत्स्यपालन व्यवस्थापन पद्धतींचा समावेश आहे. हे पुस्तक शेतकऱ्यांना मत्स्यपालन कसे करू शकतात आणि त्यातून कसे अधिक उत्पन्न मिळवू शकतात याची पूर्ण माहिती देते. हे पुस्तक सुरुवातीला महाराष्ट्रातील कृषी क्षेत्रात या तळ्यांचे महत्त्व समजून सांगते. नंतर महाराष्ट्रातील प्लास्टिक अस्तरयुक्त शेततळ्यांची सध्याची स्थिती वर्णन करते, ज्यात पाणी साठवण आणि सिंचनामध्ये शेततळ्यांची भूमिका स्पष्ट केली आहे. तिसऱ्या प्रकरणात, या तळ्यांमध्ये मत्स्यपालनाचे उपयोग, फायदे, आणि मर्यादा यांचा अभ्यास केला आहे. ज्यामुळे शेतीच्या उत्पन्नात विविधता आणण्याची संधी निर्माण झाली आहे. पुस्तकात विविध प्रकारच्या शेततळ्यांचे वर्गीकरण केले आहे आणि यशस्वी मत्स्यपालनासाठी सविस्तर उत्तम व्यवस्थापन पद्धती दिल्या आहेत. याव्यतिरिक्त, या तळ्यांसाठी उपयुक्त जलद वाढणाऱ्या गोड्या पाण्यातील मासळीच्या प्रजातींची ओळख करून दिली आहे आणि, तसेच विशिष्ट मासळी खाद्याच्या पोषणविषयक पैलूंवर चर्चा केली आहे. जबाबदार तिलापिया पालनावर एक विशेष प्रकरण आहे, ज्यामुळे शाश्वत मत्स्यपालनाच्या पद्धतींमध्ये वाढीव आवड निर्माण होते. पुस्तकात शेतकऱ्यांच्या सामान्य शंका आणि त्यांचे व्यावहारिक उपाय यावरही चर्चा केली आहे, आणि अधिक वाचनासाठी व्यापक ग्रंथसूचीने या पुस्तकाचा समारोप केला आहे.

# २. महाराष्ट्रातील प्लास्टिक अस्तरयुक्त शेततळ्यांची वर्तमान स्थिती

प्लास्टिक अस्तर असलेल्या शेततळ्यांमध्ये मत्स्य पालनाच्या विशिष्ट बाबींची माहिती घेण्यापूर्वी महाराष्ट्रातील शेततळ्यांची सद्यस्थिती समजून घेणे अत्यंत आवश्यक आहे. या स्थितीचा संपूर्ण आढावा घेण्यासाठी, लेखकांनी विविध हितधारकांसोबत सखोल चर्चा केल्या. या हितधारकांमध्ये शेततळे धारक शेतकरी, कृषी विज्ञान केंद्रांचे (KVKs) तज्ज्ञ, कृषी आणि मत्स्यव्यवसाय अधिकारी तसेच प्रगत मत्स्यपालन शेतकरी यांचा समावेश आहे. याशिवाय, मत्स्य बीज आणि खाद्य पुरवठादार, वैज्ञानिक, प्राध्यापक आणि उत्खनन यंत्रांचे ऑपरेटर यांच्यासह विविध क्षेत्रातील लोकांशी सखोल चर्चा करण्यात आली. या हितधारकांशी प्रत्यक्ष भेटी, फोन कॉल, व्हॉट्सअॅप गट चर्चा, ईमेल संवाद आणि गुगल फॉर्म्स यांसारख्या विविध माध्यमांचा वापर करून सतत संपर्क साधत महाराष्ट्रातील शेततळ्यांची सखोल माहिती गोळा करण्यात आली.

मागील काही काळापासून महाराष्ट्रातील शेतीमध्ये मोठे बदल होत आहेत, आणि त्याचाच एक भाग म्हणजे राज्यभरात शेततळ्यांची संख्या मोठ्या प्रमाणात वाढली आहे. ही तळी सुरुवातीला फळबागांना वर्षभर पाणीपुरवठा सुनिश्चित करण्यासाठी आणि दुष्काळाचा मुकाबला करण्यासाठी तयार केली गेली होती, पण आता ती शेतकऱ्यांसाठी बहुउपयोगी साधने बनली आहेत. सिंचन, पशुपालन, घरगुती पाणीपुरवठा आणि मत्स्यपालन यासाठी शेततळ्यांचा उपयोग केला जात आहे. शेततळे आता टिकाऊ शेती पद्धतींचा एक महत्त्वाचा भाग बनले आहेत. या प्रकरणात शेततळ्यांच्या खोदकामाच्या विविध पैलूंवर तसेच त्यांचा वापर आणि शेततळे मालकांच्या सामाजिक-आर्थिक परिस्थितीवर चर्चा करण्यात आलेली आहे. तसेच शेततळ्यांचा उद्देश, त्यांचा कोणत्या कारणांसाठी उपयोग केला जात आहे, त्यांचे महाराष्ट्रातील भौगोलिक वितरण, आकाराची माहिती, आणि पाण्याचा प्रभावी वापर कसा केला जातो, याबद्दल सविस्तर माहिती दिली गेली आहे.

**शेततळी बांधण्याचे उद्देश:** सद्यस्थितीत महाराष्ट्रातील शेततळ्यांचा वापर पिकांना पाणी देण्यापूरता मर्यादित राहिलेला नाही. सुरुवातीला, या तळ्यांचा उपयोग फळबागांना वर्षभर पाणी पुरवठा करण्यासाठी केला जात होता, पण आता त्यांचा उपयोग व्यापक झाला आहे. आज, शेतकरी या तळ्यातील पाण्यावर अधिक अवलंबून आहेत, ते वर्षभर तलावातील पाण्यावर अवलंबून राहून विविध पिकांची लागवड करत आहेत. याशिवाय, तळ्यातील पाण्याचा उपयोग पशुपालनासाठी आणि घरगुती वापरासाठीही केला जात आहे. अनेक शेतकऱ्यांनी या तळ्यात मत्स्यपालन सुरू केले आहे. त्यामुळे,

महाराष्ट्रात शेततळे एक बहुपर्यायी उपाय बनले आहेत, ज्यामुळे सिंचन, पशुपालन, घरगुती पाणी पुरवठा आणि मत्स्यपालन यांसारख्या अनेक गोष्टी साधता येत आहेत.

**महाराष्ट्रातील शेततळ्यांची संख्या:** महाराष्ट्र शासनाने २०१६ साली सुरू केलेल्या 'मागेल त्याला शेततळे' (Magel Tyala Shet-tale - MTS) या योजनेअंतर्गत राज्यभरात एकूण २४६१७१ शेततळी बांधण्यात आली आहेत (MTS, 2019). मागेल त्याला शेततळे योजने व्यतिरिक्त, राष्ट्रीय फलोत्पादन अभियान (NHM), राष्ट्रीय कृषी विकास योजना (RKVY), महात्मा गांधी राष्ट्रीय ग्रामीण रोजगार हमी योजना (MGNREGA), प्रधानमंत्री कृषी सिंचन योजना (PMKSY), पोक्का-नानाजी देशमुख कृषी संजीवनी प्रकल्प, फलोत्पादनाच्या एकात्मिक विकासासाठीचे मिशन (MIDH), आणि वैयक्तिक निधी अशा विविध कार्यक्रमांद्वारे महाराष्ट्रात शेततळी बांधण्यात आली आहेत. मागेल त्याला शेततळे योजना ही फक्त शेततळ्यासाठीच असल्यामुळे या योजने अंतर्गत बांधल्या गेलेल्या शेततळ्यांची आकडेवारी सहजा सहजी उपलब्ध आहे. मात्र, आमच्या अंदाजानुसार, या विविध योजनांद्वारे सद्यस्थितीत महाराष्ट्रात एकूण 3 लाखांहून अधिक शेततळी बांधण्यात आली आहेत.

**महाराष्ट्रातील शेततळ्यांचे वितरण:** महाराष्ट्रातील शेततळ्यांचे मत्स्यव्यवसाय विभागांनुसार केलेले वितरण पाहता, औरंगाबाद विभागात २६.९% म्हणजेच सर्वाधिक शेततळी आहेत. त्यानंतर नाशिक विभागात १९.५% आणि पुणे विभागात १६.७% शेततळी आहेत. अमरावती आणि लातूर विभागात अनुक्रमे १४.५% आणि १३.०% शेततळी आहेत. नागपूर विभागात ८.२% आणि कोकण विभागात सर्वात कमी १.२% शेततळी आहेत. महाराष्ट्रातील जिल्ह्यानुसार शेततळ्यांचे वितरण केले असता, औरंगाबाद जिल्ह्यात सर्वात जास्त म्हणजे १३.३% शेततळी असून, नाशिकमध्ये ९.८% आणि अहमदनगरमध्ये ७.६% शेततळी आहेत. सोलापूर आणि सांगली या दोन्ही जिल्ह्यांत ६.२% शेततळी आहेत, तर जालना आणि बीडमध्ये अनुक्रमे ५.५% आणि ५.१% शेततळी आहेत. यवतमाळमध्ये ४.९% आणि लातूर व उस्मानाबादमध्ये सुमारे ३.५% ते ४.७% शेततळी आहेत. पुणे जिल्हा शहरी असतानाही २.७९% शेततळी आहे. नांदेड, हिंगोली आणि अकोला जिल्ह्यांमध्ये १.८% ते २.७% शेततळी आहेत. किनारी आणि उत्तरी जिल्ह्यांमध्ये कमी प्रमाणात शेततळी आहेत. रायगड, पालघर, आणि ठाणे जिल्ह्यांमध्ये १% पेक्षा कमी शेततळी आहेत. महाराष्ट्रात जिथे अस्थिर पाऊस आणि वारंवार पाणीटंचाईचा सामना करावा लागतो अश्या राज्याच्या मध्यवर्ती भागात शेततळी अधिक

प्रमाणात आढळतात. औरंगाबाद, नाशिक, अहमदनगर, सोलापूर, सांगली, बीड, जालना या जिल्ह्यांमध्ये जास्त शेततळी आहेत.

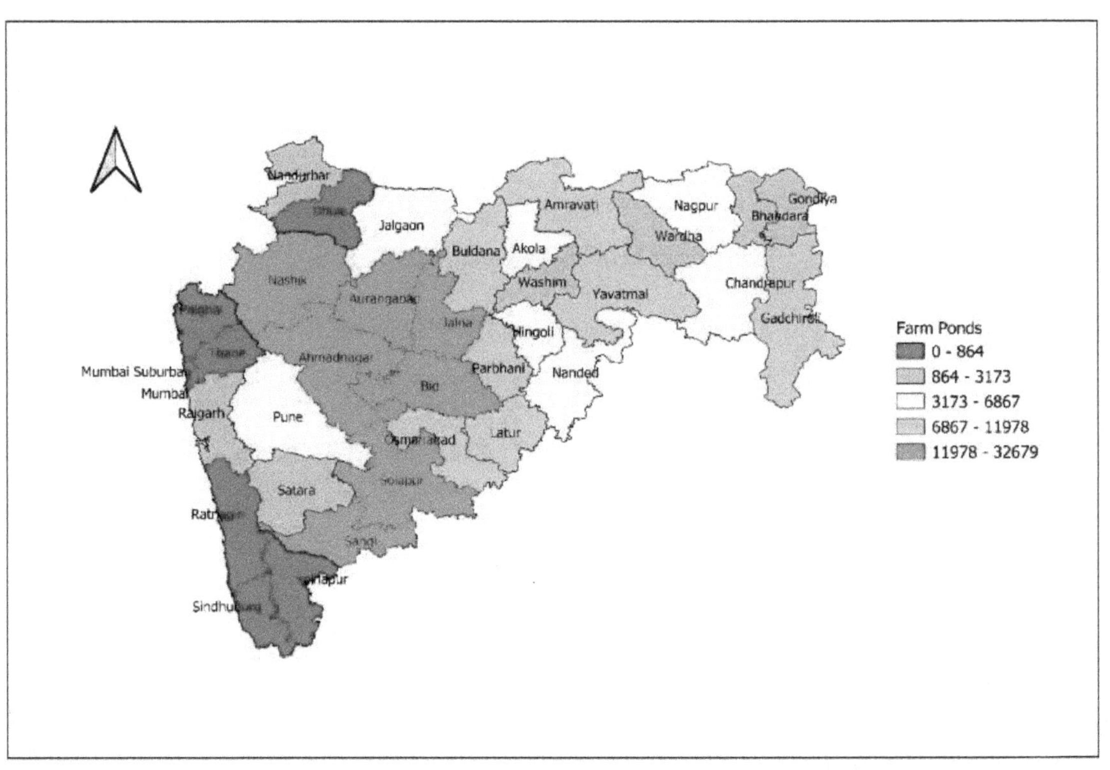



चित्र 1. महाराष्ट्रातील शेततळ्यांचे जिल्हानिहाय वितरण

**महाराष्ट्रातील शेततळ्यांखालील संभाव्य जलक्षेत्र:** महाराष्ट्रातील शेततळ्यांखालील संभाव्य जलक्षेत्राचा विचार करता, शेततळ्यांचा सरासरी आकार ०.५१ एकर आहे, ज्यामुळे राज्यभरात एकूण संभाव्य जलक्षेत्र १५५२०० एकरांपेक्षा जास्त आहे. ही शेततळी प्रामुख्याने पिकांच्या सिंचनासाठी बांधली गेली असली तरी, मत्स्यपालनाद्वारे या जलस्रोतामध्ये कृषी उत्पन्नात विविधता आणण्याची संधी उपलब्ध झाली आहे. शेतकऱ्यांकडे असलेल्या खासगी पाणीसाठ्यांचा मत्स्यपालनासाठी वापर केल्यास, त्यांना अतिरिक्त उत्पन्नाचा लाभ होऊ शकतो. विद्यमान कृषी पद्धतींमध्ये मत्स्यपालन समाविष्ट करून, महाराष्ट्रातील शेतकरी केवळ आपले उत्पन्न वाढवू शकतात असे नाही तर उपलब्ध जलस्रोतांचा प्रभावी वापर करून शाश्वत आणि विविध कृषी पद्धतींना प्रोत्साहन देखील दिले जाऊ शकते.

**शेततळ्यांची मालकी:** विविध योजनांमध्ये शेततळी वैयक्तिक आणि समूहाने बांधण्याची मुभा असूनही महाराष्ट्रात मुख्यतः वैयक्तिक मालकीची शेततळी अधिक प्रमाणात आढळतात. काही

शेततळी शेतकऱ्यांच्या समूहाने एकत्र बांधली गेली असली तरी, हे समूह बहुधा कुटुंबातील सदस्यांचीच आहेत. ही मालकीची रचना शेतकऱ्यांना उत्पादन आणि व्यवस्थापनाच्या निर्णयांमध्ये मोठा अवसर प्रदान करतात. वैयक्तिक आणि कुटुंबकेंद्रित मालकीमुळे निर्णय प्रक्रिया सोपी होते, ज्यामुळे शेतकरी बदलत्या कृषी आणि बाजारपेठेच्या परिस्थितीशी वेगाने जुळवून घेऊ शकतात, आणि त्यांच्या शेततळ्यांची उत्पादनक्षमता व नफा वाढवू शकतात.

**शेततळे बांधण्याचा खर्च:** महाराष्ट्रातील शेततळ्यांच्या निर्मितीच्या खर्चात विविधता आढळून येते, निर्माणाचा आकार आणि विशेषता अनुसार हजारों रुपयांपासून कित्तेक लाखों रुपयांपर्यंत खर्च करून शेततळी बनवली गेली आहेत. शेतकऱ्यांना सरकारच्या विविध योजनांमध्ये तळे खोदण्यासाठी, प्लास्टिक अस्तरीकरणासाठी तसेच फेन्सिंग बांधण्यासाठी सब्सिडी देण्यात येते. परंतु शेतकरी शेततलाव सरकारी आकारमानापेक्षा मोठे बांधतात व त्यामुळे त्यांना स्वतःच्या पैशांचा निवेश जास्त प्रमाणात करावा लागतो. काही शेतकरी तर सरकारी सहाय्य न घेता स्वतःच्या पैशांनी शेततळ्यांची पूर्ण निर्मिती करतात. शेततळी बांधण्यासाठी शेतकऱ्यांची प्रतिबद्धता आणि उत्साह लक्षात घेता, भविष्यात महाराष्ट्रात शेततळ्यांची संख्या मोठ्या प्रमाणात वाढण्याची शक्यता आहे.

**महाराष्ट्रातील शेततळ्यांचे आकारमान:** महाराष्ट्रातील शेततळ्यांची निर्मिती सरकारच्या विविध योजनांच्या संयोजनाने होते. त्याचबरोबर शेतकरी स्वतःच्या पैशांनी पण शेततळ्यांचे निर्माण करतात. आश्चर्यकारक म्हणजे अधिकृत कागदपत्रांतील नोंदी पेक्षा या तलावांची निर्मिती शेतकरी मोठ्या आकाराची करतात. सामान्यपणे, महाराष्ट्रातील शेततळ्यांची सरासरी लांबी १५८ फुट आहे, ज्यातून सर्वात कमी ५० फुट आणि सर्वात लांब ६०० फुट तळी आढळतात. तसेच, सरासरी रुंदी १२४ फुट आहे, ज्यामध्ये सर्वात कमी २० फुट आणि सर्वात जास्त रुंद ४८० फुटाचे तळी आढळतात. शेततळ्यांची सरासरी खोली २६ फुट आढळते, ज्यातून सर्वात कमी खोल म्हणजे ५ फुट आणि सर्वात जास्त खोल ६० फुट पर्यंत तलाव आढळतात. यावरून असे लक्षात येते की शेतकऱ्यांनी जास्तीत जास्त पाणी साठा होवा म्हणून ही तळी अधिक खोल आणि मोठी केली आहेत. परंतु सिंचनाच्या दृष्टीने हे चांगले असले तरी अधिक खोलीमुळे प्रभावीपणे मत्स्यपालन करण्यासाठी मोठा अडथळा निर्माण होतो.

**शेततळ्यांचे क्षेत्र आणि पाणी साठवण क्षमता:** महाराष्ट्रातील प्लास्टिक अस्तर असलेल्या शेततळ्यांच्या निर्मितीचे वर्ष, आकार आणि पाणी साठवण क्षमतेमध्ये मोठी विविधता आढळते.

सामान्यता या शेततळ्यांची निर्मिती सर्वाधिक २०१८ मध्ये झाली आहे, परंतु काही तळी २००१ साली बांधली गेली आहेत आणि काही २०२५ पर्यंतची आहेत. २०१८ साली MTS योजनेच्या अंमलबजावणीस सुरवात झाल्यानंतर अनेक शेततळ्यांची खोदणी करण्यात आली, पण त्यांचा इतिहास २० वर्षांपेक्षा अधिक आहे. आकाराच्या बाबतीत, या शेततळ्यांचे सरासरी क्षेत्रफळ साधारणता २२,३२७ चौ. फुट आहे, ज्यामध्ये किमान १,८०० चौ. फुट ते कमाल २,३०,४०० चौ. फुट एवढे आकार आहेत. शेततळ्यांच्या पाणी साठवण क्षमतेत मोठा फरक आढळतो. शेततळ्यांची सरासरी क्षमता ६१ लाख लिटर आहे. काही शेततळ्यांची क्षमता १ लाख लिटरहून कमी आहे, तर काही तळ्यांची क्षमता ७३९ लाख लिटरपर्यंत आढळते. त्यामुळे, शेततळ्यांमध्ये पाणी साठवण क्षमतेमध्ये मोठी विविधता दिसून येते.

**शेततळ्यांचे अस्तरिकरण:** महाराष्ट्रात सुमारे ८० टक्के शेततळी प्लास्टिकने (पॉलीथीन पेपर) अस्तरीकरण केली गेली आहेत, तर बाकीची २० टक्के तळी अस्तरविहीन आहेत. महाराष्ट्रातील माती व हवामान विचारात घेता भविष्यात अधिक शेतकरी त्यांच्या तळ्यांना प्लास्टिकने अस्तर करणे पसंत करतील असे दिसते. प्लास्टिकने अस्तर करण्याचा खर्च मोठा आहे, त्यामुळे फक्त आर्थिक दृष्ट्या सक्षम शेतकऱ्यांनाच हे परवडू शकते. ज्या शेतकऱ्यांनी मत्स्यपालनासाठी शेततळी बांधली आहेत, असे शेतकरी त्यांच्या जमिनीच्या प्रकारानुसार अस्तर न घालण्याचा निर्णय घेऊ शकतात. पण ही शेततळी मुख्यत: सिंचनासाठी वापरली जात असल्याने, अस्तर न घातलेल्या तळ्यांमधून पाणी लवकर झिरपते, त्यामुळे ती पाणी साठवण्यास कमी सक्षम असतात. म्हणून, महाराष्ट्रातील बहुतेक सर्वच शेततळी भविष्यकाळात प्लास्टिकने अस्तरली जातील असा अंदाज आहे.

**शेततळ्यांसाठी पाण्याचा स्रोत:** महाराष्ट्रातील शेततळ्यांसाठी पाण्याचे प्रमुख स्रोत विहीर, बोरवेल्स, कालवे, नद्या, गावतळी, धरणे, आणि तलाव आहेत. विहीर हा मुख्य स्रोत आहे, त्यानंतर बोरवेल्स, कालवे, नद्या आणि गावतळी इत्यादि पाण्याचे स्रोत येतात. पावसाळ्याच्या आगमनानंतर जमिनीतील भूजल पातळी वाढयाला लागते. त्यानंतर शेतकरी विहीर आणि बोरवेल्स सारख्या भूजल स्रोतांचा वापर करून त्यांच्या शेततळ्यांमध्ये पाणी भरण्यास सुरवात करतात. पावसाळा जसजसा पुढे जातो तसतशी भूजलाची पातळी वाढते, आणि शेतकरी त्यांची तळी पाण्याने भरून ठेवतात. पावसाळा संपल्यानंतर आणि जमिनीतील भूजल पातळी कमी झाल्यावर शेतकरी त्यांच्या शेततळ्यात साठवलेल्या पाण्यावर अवलंबून असतात. ज्यामुळे पाणीटंचाईच्या महिन्यांमध्ये शेतीसाठी निरंतर

पाणी पुरवठा उपलब्ध होतो. याशिवाय, काही शेतकरी त्यांच्या शेततळ्यांमध्ये वर्षभर अनुकूल पाणी स्तर राखण्यासाठी जवळच्या कालवे, नद्या, धरणे, किंवा तलावातून पाणी उचलतात.

**विविध स्रोतांमधून पाणी शेततळ्यांमध्ये कसे नेले जाते:** महाराष्ट्रात विविध स्रोतांमधून पाणी शेततळ्यांमध्ये तीन मुख्य पद्धतींनी नेले जाते: मोटर पंपाद्वारे, गुरुत्वाकर्षणद्वारे, किंवा दोन्ही पद्धतींचा वापर करून. सर्वाधिक वापरली जाणारी पद्धत म्हणजे मोटर पंपांचा वापर करून विहीर, बोरवेल्स, कालवे, नद्या, धरणे, तलाव, आणि गावातील तळ्यांमधून पाणी उचलून प्रभावी आणि नियंत्रित पद्धतीने शेततळ्यांमध्ये भरले जाते. पण काही वेळा, ज्या ठिकाणी कालवे शेततळ्यांपेक्षा उच्च उंचीवर असतात, अशा परिस्थितीत काही शेततळ्यांमध्ये पाणी गुरुत्वाकर्षणाने वाहून आणले जाते, त्यासाठी मोटर पंपांची गरज भासत नाही. ही पद्धती कमी वापरली जाते. तसेच काही शेतकरी दोन्ही पद्धतीचा वापर करतात.

मोटर पंपाने पाणी उचलून शेततळ्यात आणले जाते

**शेततळ्यांमधील पाण्याची उपलब्धता:** महाराष्ट्रातील शेततळ्यांमध्ये पाण्याची उपलब्धता अनेक घटकांवर आधारित आहे, ज्यात तळ्याचे ठिकाण, त्यावर प्लास्टिक अस्तर आहे का नाही आणि कोणत्या प्रकारच्या पिकांना सिंचन दिले जाते हे समाविष्ट आहे. सिंचन क्षेत्रांतील शेततळी, जिथे कालवे, नद्या, धरणे आणि जलाशय उपलब्ध आहेत ती संपूर्ण वर्षभर पाण्याने भरलेली असतात. पावसाच्या पाण्यावर अवलंबून असलेल्या शेततळ्यांमध्ये वर्षभर पाणी भरलेले राहत नाही. अश्या तळ्यांमधे उन्हाळ्यात पाण्याची कमतरता भासते. ते ८ ते १२ महिन्यांपर्यंत पाण्याने भरलेली

राहतात. याउलट ज्या तळ्यांना प्लास्टिक अस्तरीकरण नसते त्या तळ्यांमद्धे जास्त दिवस पाणी टिकून राहत नाही व ती तळी पावसाळ्यानंतर लगेचच अटून जतात. दुष्काळामध्ये बऱ्याचश्या शेततळ्यांमधे पाणी साठा खूपच कमी असतो किंवा नसतो पण, ज्यामुळे शेतकऱ्यांना पाणीटंचाईचा सामना करावा लागतो.

**शेततळ्यातून पिकांसाठी पाणी कसे वाहून नेले जाते:** महाराष्ट्रात शेततळ्यातून पिकांना पाणी वाहून नेहण्यासाठी तीन मुख्य पद्धतीचा वापर केला जातो. एक म्हणजे मोटर पंपाद्वारे पाणी उचलणे, दुसरे गुरुत्वाकर्षणाच्या आधारे पाणी वाहून नेहने, आणि तिसरी म्हणजे या दोन्ही पद्धतींचा वापर करून पाणी वाहने. महाराष्ट्रात अधिकांश शेत आणि शेततळी समान उंचीवर बसलेली आहेत त्यामुळे अश्या तलावामधून पाणी उचलण्यासाठी मोटर पंपांचा वापर केला जातो. पण काही शेततळी शेतांपेक्षा जास्त उंचीवर आहेत अश्या तळ्यांमधून गुरुत्वाकर्षणाच्या साह्याने पाणी वाहून नेले जाते. या तळ्यांच्या तळामद्धे पाण्याचा पाइप बसविलेला असतो किंवा वरून पाइप टाकून सायफन प्रणाली पद्धतीने पाणी वाहून नेले जाते. तसेच काही शेतकरी या दोन्ही प्रणालीचा वापर शेताला शेततलावामधून पाणी देण्यासाठी करतात.

**पाण्याची गाळणी:** महाराष्ट्रातील बहुतांश शेतकरी शेततळ्यात पाणी भरताना गाळणीचा वापर करत नाहीत. कारण ही शेततळी भरण्यासाठी महिने लागतात. पण शेतकरी शेत तलावातील पाणी शेतीला देण्याअगोदार विविध प्रकारच्या फिल्टर्सचा वापर करतात, जेणेकरून शुक्ष्म सिंचन पद्धती ब्लॉक होणार नाहीत याची काळजी घेतात. शेतकरी सॅडिमेंट फिल्टर्स, डिस्क फिल्टर्स, सँड फिल्टर्स, स्क्रीन फिल्टर्स इत्यादीचा वापर पाणी गाळण्यासाठी करतात ज्यामुळे ड्रिप किंवा मायक्रो सिंचन प्रणाली मध्ये अडथळा येत नाहीत.

**शेततळ्यातील पाण्याचा वापर करून सिंचनाच्या पद्धती:** सिंचनाच्या दोन मुख्य प्रकारांमध्ये पारंपारिक पद्धती आणि आधुनिक पद्धती येतात. पारंपारिक पद्धतीत मोकाट / पुरसिंचन (Flood irrigation), सरी (अरुंद नाली) सिंचन (Furrow irrigation), सारा सिंचन (Border Strip Irrigation), वाफा सिंचन (Check Flooding) इत्यादी येतात. या पद्धती कमी प्रभावी असतात, कारण यामुळे पाण्याचा अपव्यय जास्त होतो. आधुनिक पद्धतीत तुषार सिंचन (Sprinkler Irrigation), ठिबक सिंचन (Drip Irrigation) इत्यादींचा समावेश होतो. आधुनिक पद्धती अधिक प्रभावी असतात कारण यामुळे पाणी थेट पिकांच्या मुळांपर्यंत पोहोचवले जाते, ज्यामुळे पाण्याचा

अपव्यय कमी होतो. महाराष्ट्रातील शेतकरी शेततळ्यातील पाणी सिंचनासाठी मुख्यता ठिबक सिंचन पद्धतीचा वापर करतात कारण यामुळे पाण्याची बचत होते व उत्पादकता वाढते. पण काही वेळा शेततलाव असलेले शेतकरी पारंपारिक पद्धती जसे की सरी सिंचन, सारा सिंचन, वाफा सिंचन, पुरसिंचन आणि आधुनिक तुषार सिंचन पद्धतींचा वापर करून पिकांना पाणी देतात.

**शेततळ्यातील पाण्याचा उपयोग करून घेतली जाणारी पिके:** महाराष्ट्रात सुरवातीच्या काळात शेततळ्यांचा उपयोग प्रामुख्याने फळबागांना सिंचन देण्यासाठी केला जात होता. ज्यामध्ये द्राक्षे, डाळिंब, चिकू, केळी, पेरू, आंबा, संत्री या फळबागांचा बहुदा समावेश होता. जसजशी शेततळ्यांची संख्या वाढत गेली तसतसे शेतकरी फळबागांव्यतिरिक्त कांदा, मिरची, टोमॅटो, काकडी यासारख्या भाज्यांचे उत्पादन घेऊ लागले. तसेच ऊस, कापूस, हळद, शेंगदाणे, सुर्यफूल आणि सोयाबीन यांसारख्या नगदी पिकांचीही उत्पादन शेततळ्याचे पाणी देऊन शेतकरी घेऊ लागले आहेत. त्याचबरोबर काही शेतकरी गहू आणि ज्वारीसारख्या धान्यांना पाणी देण्यासाठीही शेततळ्यातील पाणी वापरतात. तसेच फुलांची शेती करणारे शेतकरी पण आहेत. एकंदरीत, शेततळ्यातील पाणी महाराष्ट्रातील शेतकऱ्यांसाठी अत्यंत वरदान ठरले आहे. ते विविध प्रकारची पिके घेण्यासाठी आणि शेतीची उत्पादनक्षमता सुधारण्यासाठी उपयोगी होत आहे.

**शेततळी मालकांचे सामाजिक-आर्थिक प्रोफाइल:** महाराष्ट्रातील शेततळी मालकांचे सामाजिक-आर्थिक प्रोफाइल काही विशिष्ट गोष्टी दर्शवते. ९० टक्क्यांपेक्षा अधिक शेततळी मालक पुरुष आहेत, तर महिलांची मालकी फक्त ७ टक्के आहे. शिक्षणाच्या बाबतीत या शेतकऱ्यांनी चांगले शिक्षण घेतलेले आहेत आणि अगदी कमी शेतकरी अशिक्षित आहेत. अधिकांश शेतकरी २५ ते ६० वर्ष वयोगटात येतात, म्हणजेच कष्टकरी वयोगटातील लोक शेतीत सक्रिय आहेत. प्रत्येक कुटुंबात सरासरी पाच सदस्य आहेत, जे कृषी कामामद्धे महत्वाची भूमिका बजावतात. प्रत्येक कुटुंबाची सरासरी शेतजमीन ६.४३ एकर आहे, ज्यामुळे विविध प्रकारच्या पिकांची लागवड करून उत्पन्न मिळविले जाते. आर्थिकदृष्ट्या, या शेततळी मालकांचे वार्षिक सरासरी उत्पन्न ठीकठाक आहे जे नवीन तंत्रज्ञानात गुंतवणूक करण्याची क्षमता दर्शवते. एकत्रितपणे, हा सामाजिक-आर्थिक सर्वे असे दर्शविते की हे शेतकरी शेततलावात मत्स्यपालन करण्यासाठी अनुकूल आहेत.

एकंदरीत, या अध्यायात महाराष्ट्रातील शेततळ्यांची निर्मिती, तसेच त्यांचा वापर, आणि शेततळी मालकांच्या सामाजिक-आर्थिक परिस्थितीवर प्रकाश टाकला आहे. या प्रकरणातील माहिती संशोधक,

धोरणकर्ते, विस्तार कार्यकर्ते, आणि शेतकऱ्यांसाठी अत्यंत महत्वाची आहे. यासाठी सर्वांना शेततळ्यांची सध्याची स्थिती, आव्हाने आणि संधी समजून घेणे अत्यंत आवश्यक आहे म्हणजे योग्य निर्णय घेण्यास, प्रभावी धोरणे तयार करण्यास आणि शेततळ्यांमध्ये यशस्वी मत्स्यपालन व टिकाऊ कृषी पद्धतींवर लक्ष केंद्रित करण्यास मदत होईल.

# ३. प्लास्टिक अस्तर असलेल्या शेततलावांतील मत्स्यपालन: उपयोग, फायदे, आणि मर्यादा

या प्रकरणात शेततळ्यांचे विविध उपयोग, फायदे, आणि मर्यादा यांचे विस्तृत वर्णन केले गेले आहे. यामध्ये मत्स्यपालन केलेल्या शेततळ्याच्या पाण्याचा वापर केल्यामुळे पिकांसाठी होणारे फायदे स्पष्टपणे मांडले गेले आहेत. तदनंतर या लेखात मत्स्यपालन आणि कृषी यांच्या परस्परपूरक संबंधांवरही विचार मांडला आहे. त्यापुढे शेततळ्यातील मत्स्यपालनाची तुलना पारंपारिक प्राणिज उत्पादन पद्धतींसोबत केली आहे. याशिवाय, शेततळ्यातील मत्स्यपालनाची तुलना नदीतील मत्स्यपालनाशी केली गेली आहे. शेवटी, मानवी आणि प्राण्यांच्या वापरासाठी शेततळ्याच्या पाण्याचा वापर करताना येणाऱ्या मर्यादा देखील अधोरेखित केल्या आहेत.

1) **महाराष्ट्रातील शेततळ्यांचा बहुआयामी उपयोग:** महाराष्ट्रातील शेततळी शेतकऱ्यांसाठी बहुउपयोगी साधने म्हणून उदयास येत आहेत, ज्यांचा सिंचन, पशुपालन आणि घरेलू वापराच्या पलीकडेही विविध प्रकारे उपयोग होत आहे. खाली या विविध उपयोगांचा सविस्तर आढावा घेतला आहे:

अ) **जलचर प्राणी:** या तळ्यात शेतकरी विविध उद्देशांसाठी जलचर प्राणी जसे की मासे यांची वाढ करत आहेत. माशांची वाढ व्यावसायिक उत्पादन, घरगुती वापर, ब्रूडस्टॉक साठवण आणि बियाणांची वाढ, इत्यादी गोष्टीं साठी केली जात आहे.

- **व्यावसायिक उत्पादन:** महाराष्ट्रातील काही शेतकरी शेततळ्यांमध्ये व्यावसायिक उद्देशांसाठी मत्स्य पालन करत आहेत व या मत्स्यपालनातून नफा मिळवत आहेत.

- **घरगुती वापरासाठी मासे उत्पादन:** काही शेतकरी आपल्या घरगुती आहाराच्या गरजा पूर्ण करण्यासाठी शेततळ्यात मत्स्यपालन करतात, ज्यामुळे त्यांच्या घरच्या गराजेपूर्ते मासे सहज उपलब्ध होत आहे.

- **ब्रूडस्टॉक साठवण युनिट्स:** काही शेतकरी हॅचरी चालवतात आणि या शेततळ्यांचा उपयोग "ब्रूडस्टॉक" किंवा "जनक माशांचा साठा" करण्यासाठी करत आहेत.

- **बीज वाढवणे:** महाराष्ट्रातील काही शेतकरी हॅचरीमधून बीज (माशांची पिल्ले) खरेदी करून त्यांना शेततळ्यात वाढवतात आणि बोट्कलीच्या आकारापर्यंत झाल्यावर विकून नफा कमवतात. या प्रक्रियेसाठी त्यांनी शेततळ्यात हप्पा युनिट्स बनविले आहेत.

* **स्वच्छ पाणी राखणे:** महाराष्ट्रातील काही भागांत मुसळधार पावसामुळे शेतकऱ्यांना पावसाळ्यात त्यांच्या शेततळ्याकडे जाता येत नाही. परिणामी, शेततळ्यांमध्ये मोठ्या प्रमाणात शेवाळाची निर्मिती होते व त्याच्या काढणीला खर्च जास्त लागतो. त्यामुळे, सांगलीसारख्या जिल्ह्यांतील शेतकरी शेततळ्यात मासे वाढवण्याचा पर्याय निवडतात, ज्यामुळे शेततळ्यात शेवाळ वाढीचे प्रमाण कमी होते आणि तळ्याचा अधिकाधिक उपयोग होतो.

* **सेंद्रिय पिके:** काही शेतकरी जमिनीतील सेंद्रिय कर्बाचे प्रमाण वाढवण्यासाठी शेततळ्यात मत्स्य पालन करतात. मत्स्यतलावाचे पाणी वापरल्यामुळे जमिनीतील कार्बनचे प्रमाण वाढते व जमीन सुपीक होते.

**आ) जलचर वनस्पती:** या तळ्यांमद्धे काही शेतकरी अझोला आणि डकवीड सारख्या जलचर वनस्पती वाढविण्याचा विचार करत आहेत, ज्याचा वापर जनावरांच्या चाऱ्यासाठी आणि माशांच्या खाद्यांसाठी केला जाऊ शकतो.

**2) पिकांसाठी पारंपारिक पाण्याच्या तुलनेत मत्स्यतळ्याच्या पाण्याचा वापर करण्याचे फायदे:** शेततळ्यातील मत्स्यपालन केवळ माशांचे उत्पादनच देत नाहीत तर त्याचे अनेक अप्रत्यक्ष फायदे देखील आहेत. पिकांच्या उत्पादनासाठी मत्स्यतळ्यातील पाणी हे एक मौल्यवान साधन आहे, ज्यात पारंपरिक तळ्यांच्या पाण्याच्या तुलनेत अधिक फायदे आढळतात.

**अ) पोषक तत्त्वांची समृद्धता:** शेततळ्यात माशांच्या विसर्जनामुळे नायट्रोजन, फॉस्फरस, पोटॅशियम आणि इतर सूक्ष्म पोषक तत्वे पाण्यात मिसळतात. ही पोषक तत्वे वनस्पतींच्या वाढीसाठी अत्यावश्यक असतात आणि हे पाणी सिंचनासाठी वापरल्यास पीक उत्पादनात लक्षणीय वाढ होऊ शकते.

**आ) पिकांची जोमदार वाढ:** मत्स्य तलावाच्या पाण्याचा वापर शेतीसाठी केल्यास त्याचा पिकांना मोठा फायदा होतो कारण या पाण्यात पोषकतत्वे मुबलक प्रमाणात असतात. या पाण्यात आवश्यक मुख्य आणि सूक्ष्म पोषक तत्वे मुबलक प्रमाणात असतात जे वनस्पतींच्या निरोगी

वाढीसाठी अत्यंत महत्त्वपूर्ण भूमिका निभावतात. ज्यामुळे पीक वाढ जलद होते व पीक जोमदार येते.

**इ) जमिनीची सुधारणा:** मत्स्य विसर्जनातील सेंद्रिय घटक जमिनीच्या संरचनेत सुधारणा करतात, ज्यामुळे मातीतील पाणी धरून ठेवण्याची क्षमता वाढते. यामुळे कोरड्या काळातही वनस्पतींना सतत पुरेसा ओलावा मिळतो, ज्यामुळे पीक वाढ जोमदार होते. हे विशेषत: कोरडया किंवा दुष्काळग्रस्त भागांमध्ये उपयुक्त ठरते, जिथे महाराष्ट्रातील बहुतांश शेततळी स्थित आहेत.

**ई) मुबलक सेंद्रिय कर्ब:** माशांच्या विसर्जनात असलेले सेंद्रिय घटक जमिनीतील सूक्ष्मजंतूंच्या वाढीस उत्तेजित करतात. हे सूक्ष्मजंतू सेंद्रिय घटकांचे विघटन करण्याचे काम करतात, त्यामुळे पिकांना पोषक तत्वांची उपलब्धता वाढते तसेच जमिनीत हवा खेळती राहते. यामुळे जमिनीतील मुळांचा भाग निरोगी राहतो व जोमदार पीक वाढीसाठी सर्वोत्तम परिस्थिती निर्माण होते.

**उ) जमिनीच्या गुणधर्मात सुधारणा:** एकंदरीत सेंद्रिय कर्ब जमिनीतील पोषक तत्वे वाढवतात, पाणी धरण्याची क्षमता सुधारते, जमिनीची रचना चांगली करतात, सूक्ष्मजीव वाढवतात आणि कालांतराने सुपीक माती निर्माण होऊन जमिनीची उत्पादकता वाढते.

**ऊ) रासायनिक खतांची कमी आवश्यकता:** मत्स्य तळ्यातील पाण्यात असलेल्या पोषक तत्वांमुळे जमिनीची वर खतांची गरज कमी होते, ज्यामुळे शेतकऱ्यांच्या रासायनिक खतांच्या खर्चात बचत होते तसेच अत्यधिक रासायनिक खतांच्या वापरामुळे पर्यावरणाची हानि कमी होते.

**ऋ) उच्च उत्पादकता, उत्पादन आणि उत्पन्न:** माशांचे विसर्जनयुक्त पाणी पिकांना आवश्यक पोषक तत्वे पुरवून जमिनीची उत्पादकता वाढवते. यामुळे पिकांचे उत्पादन अधिक प्रमाणात होते, ज्याचा परिणाम शेतकऱ्यांच्या उत्पन्नात वाढ म्हणून दिसून येते.

**ऌ) सबसिडीची बचत:** भारत सरकार शेतकऱ्यांना अनुदानित खत पुरवून शेती उत्पादन वाढवण्याचा प्रयत्न करते. मात्र, माशांच्या तळ्यातील पाणी शेतीसाठी वापरल्याने पिकांना आवश्यक पोषक तत्वे मिळतात. यामुळे शेतकऱ्यांना रासायनिक खतांची आवश्यकता कमी होते. परिणामी, खतांच्या मागणीत घट होऊन सरकारचा अनुदानाचा भार कमी होऊ शकतो. हे शाश्वत शेती पद्धतींच्या दिशेने एक पाऊल आहे.

**ऍ) मानवाच्या आरोग्यासाठी चांगले:** रासायनिक खते आपल्या अन्नाला प्रदूषित करतात आणि आपल्या आरोग्याला धोका निर्माण करतात. माशांच्या तळ्यांचे पाणी आपल्या पिकांना आवश्यक पोषक तत्वे देते. जर आपण हे पाणी शेतात वापरलो तर आपल्याला जास्त

रासायनिक खते वापरण्याची गरज राहणार नाही. यामुळे आपण निश्चिंतपणे स्वच्छ आणि निरोगी अन्न खाऊ शकतो.

महाराष्ट्रासारख्या जल-अभावग्रस्त प्रदेशांमध्ये जिथे मोठ्या प्रमाणात शेततळी बांधली जात आहेत, तिथे माशांच्या तळ्यातील पाण्याचा वापर पीक उत्पादन वाढवण्यासाठी एक शाश्वत आणि आर्थिक दृष्टिकोन ठरू शकतो.

3) **शेततलावातील मत्स्यपालन आणि कृषी याधील पूरक संबंध:** महाराष्ट्रातील शेतकऱ्यांनी मुख्यत्वे पिकांना पाणी देण्यासाठी प्लास्टिक लाइनिंग शेततळी बांधली आहेत. या तळ्यांचा वापर काही शेतकरी मत्स्यपालनासाठीही करत आहेत. त्यामुळे शेततळ्यांमध्ये वाढवलेल्या माशांचा आणि शेतात पिकवलेल्या पिकांमधील परस्पर पूरक संबंधांचा अभ्यास करणे हे लवचिक, कार्यक्षम आणि टिकाऊ शेती पद्धती विकसित करण्यासाठी आवश्यक आहे. यामुळे उपलब्ध संसाधनांचा चांगला उपयोग तसेच शेती उत्पादकतेत आणि शेतकऱ्यांच्या उत्पन्नात वाढ होऊ शकते. येथे आपण शेत तलावातील मत्स्यपालन आणि कृषी यामधील परस्पर पूरक संबंधांचा शोध घेतला आहे.

- **पोषक चक्र:** शेत तलावातील मत्स्यपालनात मासे आपल्या विष्ठेमधून नायट्रोजन, फॉस्फरस, पोटॅशियम आणि इतर पोषक तत्वे सोडतात. हे विष्ठायुक्त पाणी खताच्या रूपात वापरले जाऊ शकते. यामुळे रासायनिक खतांची गरज कमी होते. दुसरीकडे, शेतातील उत्पादक पदार्थ जसे की, धान्य, भाज्या, फळे, भुसा इत्यादि माश्यांना खाद्य म्हणून वापरले जाऊ शकते. यामुळे माश्यांच्या खाद्याचा खर्च कमी होतो आणि शेतातील उत्पादनाचा चांगला उपयोग होऊ शकतो.

- **पाणी व्यवस्थापन:** या तलावातील मत्स्य पालणामुळे पाण्याचा अतिशय काटेकोरपणे उपयोग होतो. प्रथमता या पाण्याचा उपयोग मत्स्य पालनासाठी होतो आणि त्यामधून आर्थिक समृद्धी होते तसेच पोषक युक्त पाणी शेतीला चांगला फायदा मिळवून देते. म्हणजेच, एकच पाणी दोनदा उपयोगात येते. पहिल्यांदा माशांसाठी आणि नंतर पिकांसाठी. यामुळे पाण्याची बचत होते. त्याचबरोबर या तलावांतील मत्स्यपालणामुळे पाण्याची गुणवत्ता सुधारण्यास मदत होते. माशे शैवाल आणि इतर अवशेस खाऊन टाकतात ज्यामुळे पाणी स्वच्छ राहते. यामुळे, पाणी स्वच्छ आणि शुद्ध राहते. त्यामुळे, ते शेतीसाठी सुरक्षितपणे वापरले जाऊ शकते आणि शुक्ष्म सिंचन प्रणालीमध्ये कोणतीही अडचण येत नाही.

- **जैविक नियंत्रण:** माश्यांच्या काही जाती जसे की विशिष्ट प्रकारचे कार्प, कीटकांच्या अळ्या आणि इतर हानिकारक कीटकांचा उपभोग आहारासाठी करतात, जे कीटक पीकांना हानी पोहचवत असतात. शेतातील या कीटकांच्या अळ्या गोळा करून तलावातील माशांसाठी खाद्य म्हणून वापरल्याने एक परस्पर लाभदायक संबंध निर्माण होऊ शकतो. यामुळे शेती मध्ये सर्वसमावेशक एकात्मिक कीड व्यवस्थापन (IPM) वापरले जाऊ शकते व त्याचबरोबर माश्यांसाठी खाद्य उपलब्ध होऊ शकते.
- **आर्थिक फायदे:** शेतकरी पिकांसोबत मासे विकून अतिरिक्त उत्पन्न मिळवू शकतात. तसेच शेतीमध्ये विविधता आणल्याने पिकांचे नुकसान किंवा बाजारभावातील चढउतारांमुळे होणारे नुकसान कमी होते. यामुळे स्थिर उत्पन्नाचा स्रोत उपलब्ध होतो.
- **पर्यावरणीय शाश्वतता:** शेत तलाव विविध जलचर प्रजातींसाठी निवासस्थान म्हणून कार्य करतात, ज्यामुळे शेतावरती विविध पिकांसह जैवविविधता निर्माण होते. तसेच पिकांसाठी माशांचे पाणी वापरल्याने मृदेची संरचना, पोषणशक्ती आणि एकूण आरोग्य सुधारते.
- **समुदाय सहभाग:** ही एकात्मिक शेती पद्धती शिक्षण आणि जागरूकतेसाठी वापरली जाऊ शकते. ज्यामुळे शेतकऱ्यांना आणि स्थानिक लोकांना शाश्वत कृषी आणि जबाबदार एक्वाकल्चर बद्दल माहिती मिळवता येऊ शकते. माशांची आणि पिकांची एकत्रित उत्पादन पद्धती खाद्य सुरक्षा सुधारण्यास मदत करू शकते.

एकंदरीत, शेत तलावातील मत्स्य पालन आणि कृषी यांना एकत्रित करण्याने दोघांनाही त्याचा परस्पर पूरक लाभ होऊन खाद्य उत्पादन प्रणालींमध्ये शाश्वतता, कार्यक्षमता आणि टिकाऊपणा वाढविण्यास मदत होईल.

4) **शेततळ्यांमध्ये मत्स्यपालनाचे स्पर्धात्मक फायदे:** महाराष्ट्रातील शेतकरी पारंपरिक पशुपालनाऐवजी प्लास्टिक-लाइनिंग असलेल्या शेततळ्यांमधील मत्स्यपालन याकडे अधिक फायदेशीर पर्याय म्हणून पाहू शकतात. कारण, दुग्धव्यवसाय, कुक्कुटपालन आणि शेळी पालन यांसारख्या पद्धतींच्या तुलनेत शेततळ्यांमधील मत्स्यपालन हे अधिक फायदेशीर व्यवसाय ठरू शकतो. खाली मत्स्यशेती तुलनात्मक दृष्ट्या कशी फायदेशीर आहे याचे सखोल वर्णन केले आहे.

अ) **शेततळ्यातील मत्स्यपालन आणि दुग्धव्यवसाय:** जगभरात मत्स्यपालन आणि दुग्धव्यवसाय यांचे अन्न सुरक्षेमध्ये अनन्य साधारण महत्व आहे. प्रत्येक पद्धतीचे स्वतःचे फायदे आणि तोटे असतात. दुग्धव्यवसाय हा शेतीचा एक अविभाज्य घटक आहे. विविध उत्पादनांचा समावेश

आणि स्थिर उत्पन्नाची क्षमता असलेला दुग्धव्यवसाय जगभरातील लोकसंख्येला पोषण पुरवण्यात महत्त्वपूर्ण भूमिका निभावत आहे. येथे आपण शेततळ्यातील मत्स्यपालन हे दुग्धव्यवसाय पेक्षा जास्त फायदेशीर कसे ठरू शकते याचे सखोल वर्णन केले आहे.

- **प्रारंभिक खर्च:** दुग्धव्यवसाय सुरू करण्यासाठी मोठ्या प्रमाणात प्रारंभिक गुंतवणूक आवश्यक असते. यामध्ये जनावरे, जनावरांच्या गोठ्याची व्यवस्था, दुग्धसंकलन केंद्रे, आहार साठवणुकीची व्यवस्था, चारा कापण्याचे यंत्र, शेणखत व्यवस्थापन प्रणाली, आणि दूध काढणे व आहार देण्यासाठी आवश्यक असलेल्या विविध उपकरणांचा समावेश होतो. त्याच्या उलट, पूर्वीपासून अस्तित्वात असलेल्या शेततळ्यात मत्स्यपालन सुरू करण्यासाठी प्रारंभिक खर्च तुलनेने अत्यल्प असतो.

- **जागेची मर्यादा:** दुग्धव्यवसायासाठी शेतकऱ्यांच्या शेतात जनावरांच्या चरावळीसाठी, गोठ्यांसाठी, शेणखत साठवणीसाठी, त्याचबरोबर दुग्ध व्यवसायासाठी लागणारी उपकरणे ठेवण्यासाठी मोठी जागा आवश्यक असते. त्याच्या उलट, शेतकऱ्यांनी पाणी साठवणुकीसाठी आधीच तयार केलेल्या तळ्यांचा वापर मत्स्यपालनासाठी होतो, त्यामुळे मत्स्यपालनासाठी अतिरिक्त जागेची गरज भासत नाही.

- **मजुरांची आवश्यकता:** दुग्धव्यवसाय हा खूप जास्त मजूरांची गरज असलेला व्यवसाय आहे. कारण यामध्ये दररोज जनावरांचे व्यवस्थापन करण्यासाठी आवश्यक असलेल्या कामांचा समावेश होतो. यामध्ये दिवसातून किमान दोनदा गायींचे दूध काढणे, नियमित आहार आणि स्वच्छतेची व्यवस्था करणे, प्रजनन आणि पुनरुत्पादन चक्रांचे व्यवस्थापन, आणि योग्य आरोग्यसेवा पुरवण्यासाठी पशुवैद्यकीय सेवा यांचा समावेश होतो. तसेच, दुग्धव्यवसायात चारा आणि आहार व्यवस्थापन, जनावरांच्या मलाची हाताळणी आणि खत व्यवस्थापनासाठी कम्पोस्टिंग, आणि गोठे व दुग्धसंकलन केंद्रांची देखभाल करण्यासाठी देखील मोठ्या प्रमाणात मंजुरांची आवश्यकता असते. याउलट, शेततळ्यांमधील मत्स्यपालनात तुलनेने कमी श्रमाची गरज असते. कारण तळ्यामध्ये माश्यांना फक्त खाद्य देण्यासाठी मंजुरांची आवश्यकता असते. त्यामुळे तळ्यातील मत्स्यपालनासाठी आवश्यक असलेली मंजुरांची संख्या ही दुग्धव्यवसायातील गोठे आणि दुग्धसंकलन केंद्रांपेक्षा कमी देखभालीची असते. याशिवाय, तळ्यातील माश्यांची विष्ठा पाण्याद्वारे पिकांसाठी खत म्हणून जाते, ज्यामुळे मत्स्य मल व्यवस्थापनाची विशेस आवश्यकता राहत नाही. एकूणच, तळ्यातील मत्स्यपालन ही कमी श्रमाची गरज असलेली शेती पद्धती आहे.

- **पर्यावरणीय परिणाम:** दुग्धव्यवसाय आणि तळ्यातील मत्स्यपालन यांचे पर्यावरणावर वेगवेगळे परिणाम होतात, जे त्यांच्या विशिष्ट पद्धती आणि आवश्यकतांमुळे घडून येतात.

दुग्धव्यवसायामध्ये जनावरांच्या चरावळीसाठी, चारा पिकवण्यासाठी, आणि गोठे व दुग्धसंकलन केंद्रांसाठी मोठ्या प्रमाणात जमीन लागते, ज्यामुळे नैसर्गिक अधिवासाचे नुकसान होऊ शकते. तसेच, दुग्धव्यवसायात पाण्याचा अधिक वापर होतो, कारण जनावरांना पिण्यासाठी, स्वच्छतेसाठी, आणि चारा पिकवण्यासाठी पाणी लागते, ज्यामुळे स्थानिक पाण्याच्या स्रोतांवर ताण पडू शकतो. याशिवाय, गायींच्या रवंथ करण्याच्या प्रक्रियेतून मिथेन वायू बाहेर पडतो, जो एक प्रभावी हरितगृह वायू आहे, आणि यामुळे जागतिक तापमानवाढ आणि हवामान बदल होण्यास हातभार लागतो. तसेच दुग्धव्यवसायातून निर्माण होणाऱ्या मोठ्या प्रमाणातील मलाचा योग्य व्यवस्थापन न झाल्यास जल आणि मृदा प्रदूषणाचा धोका निर्माण होतो, ज्यामुळे जमिनीवरील तसेच जलचर परिसंस्था प्रभावित होऊ शकतात.

त्याच्या उलट, प्लास्टिक-लाइनिंग असलेल्या तळ्यातील मत्स्यपालनासाठी दुग्धव्यवसायापेक्षा कमी पाण्याची गरज असते, कारण शेततळ्यातील पाणी कृषी सिंचनासाठी पुन्हा वापरले जाते. याशिवाय, मत्स्यतळ्यांमध्ये साठलेले मलमूत्र आणि न खाल्लेला आहार कृषी सिंचनासाठी खत म्हणून वापरला जाऊ शकतो.

संक्षेपात, दुग्धव्यवसाय आणि तळ्यातील मत्स्यपालन या दोन्ही पद्धतींचा पर्यावरणावर परिणाम होतो, परंतु दुग्धव्यवसायातून मुख्यतः जमीनीचा ऱ्हास, पाण्याचा अतिरिक्त वापर, हरितगृह वायू उत्सर्जन, कचरा व्यवस्थापन, आणि रसायनांचा वापर यासारख्या समस्या तयार होतात.

**आ) शेततलावातील मत्स्यपालन व शेळीपालन:** शेततलावातील मत्स्यपालन त्याच्या विशिष्ट गुणधर्मांमुळे शेळीपालनाच्या तुलनेत अनेक प्रकारे फायदेशीर ठरते.

**क) पाण्याचा कार्यक्षम वापर:** तलावातील मत्स्यपालन हे पाण्याच्या वापराच्या दृष्टीने अधिक कार्यक्षम असते, कारण तलावातील पाणी शेती परिसंस्थेत पुनर्वापर होते; याउलट, बकरीपालनामध्ये पिण्यासाठी, स्वच्छतेसाठी, आणि आरोग्य राखण्यासाठी नियमित पाण्याची आवश्यकता असल्याने पाण्याचा जास्त वापर होतो आणि अपव्यय होण्याची शक्यता जास्त असते.

**ख) जमिनीचा उपयोग:** शेततलावातील मत्स्यपालनात, अस्तित्वात असलेल्या तलावांच्या पृष्ठभागाचा वापर करून मासे पाळले जातात, ज्यामुळे शेतकऱ्यांना जमिनीचा अधिक कार्यक्षम वापर करता येतो, त्यांना वेगळी जमिनीची आवश्यकता भासत नाही; याउलट, बकरीपालनामध्ये बकऱ्यांना चरण्यासाठी चराऊ जमिनीची आवश्यकता असते तसेच

गोठ्यासाठी व इतर गोष्टींसाठी जमिनीची आवश्यकता असते, ज्यामधून जमिनीचा अतिरेक वापर व धूप होते.

**ग) चाऱ्याचे रूपांतरण:** मासे चाऱ्याचे प्रथिनामध्ये रूपांतरण अधिक कार्यक्षमतेने करतात, म्हणजेच प्रथिनाच्या एक युनिट उत्पादनासाठी कमी चाऱ्याची आवश्यकता असते. याउलट, बकऱ्यांना प्रथिनाच्या एक युनिटसाठी अधिक चाऱ्याची गरज असते. त्यामुळे, मत्स्यपालन चाऱ्याच्या रूपांतरणाच्या दृष्टीने बकरीपालनाच्या तुलनेत अधिक किफायतशीर ठरते.

**घ) पर्यावरणीय परिणाम:** मत्स्यपालन पर्यावरणीय दृष्ट्या कमी हानिकारक असते कारण चांगले व्यवस्थापित केलेले मत्स्यपालन तलाव जैवविविधतेला समर्थन देते. या तलावांमध्ये विविध जलचर प्रजातींमुळे पाण्याच्या गुणवत्ता सुधारण्यास मदत होते. यामुळे पाणी स्वच्छ राहते. अचूक व्यवस्थापनामुळे, या तलावांमध्ये पाण्याचा पुनर्वापर केला जातो आणि पर्यावरणात संतुलन राखले जाते. त्याउलट, बकरीपालन पर्यावरणीय दृष्ट्या अधिक हानिकारक ठरू शकते. बकऱ्यांना चरण्यासाठी जमीन लागते, आणि जर या जमिनीचे व्यवस्थापन चांगल्या प्रकारे न केले गेल्यास, अति चराईमुळे भूमी क्षरण, वनच्छेदन, आणि मातीची धूप होऊ शकते. अशा प्रकारे, बकरीपालनामुळे पर्यावरणावर नकारात्मक परिणाम होऊ शकतात, जे मत्स्यपालनाच्या तुलनेत अधिक गंभीर आहेत.

**ड) श्रमाची गरज:** मत्स्यपालन ही बकरीपालनाच्या तुलनेत श्रमशक्तीच्या दृष्टीने कमी गरज असणारी पद्धत आहे. एकदा तलावात मासे सोडल्यावर, त्यांना दररोजची काळजी कमी लागते. फक्त खाद्य पुरवठा, पाण्याची गुणवत्ता आणि तलावाची परिस्थिती तपासणे पुरेसे असते. मात्र, बकरीपालनात बकऱ्यांना नियमितपणे खाद्य देणे, पाणी देणे आणि त्यांचे आरोग्य तपासणे अशी अनेक कामे करावी लागतात. याशिवाय, त्यांना चराईसाठी जागा शोधणे आणि हवामानानुसार त्यांची काळजी घेणेही आवश्यक असते.

सारांशात, शेतीतलावातील मत्स्यपालन हे पाणी, जमीन, चारा आणि श्रम या सर्व बाबतीत शेळीपालनापेक्षा अधिक कार्यक्षम आणि पर्यावरणपूरक आहे.

**इ) परस बागेतील मत्स्यशेती आणि कुक्कुटपालन:** परस बागेतील कुक्कुटपालन हे मुख्यतः ग्रामीण भागांमध्ये लोकप्रिय आहे, आणि हे ग्रामीण कुटुंबांना उत्पन्न, पौष्टिक खाद्यस्रोत (मांस आणि अंडी) पुरविते. तसेच अंडी व मांसाच्या मागणी-पुरवठ्यातील अंतर कमी करते. अंडी आणि मांस हे प्रथिनांचे सर्वोत्तम आणि स्वस्त स्रोत आहेत, जे शेतकरी कुटुंबांसाठी प्रथिनांची आवश्यकता

पूर्ण करण्यासाठी सहज उपलब्ध होतात. तसेच परस बागेतील कुक्कुटपालनासाठी कमी पायाभूत सुविधांची गरज असते.

परस बागेतील मत्स्यपालन ही एक पारंपरिक मत्स्य पालन पद्धत आहे ज्यामध्ये शेतकरी आपल्या घराशेजारी लहान तळे बांधून त्यामध्ये मासे पाळतात. यामध्ये न केवळ ताजे, पौष्टिक मासे उपलब्ध होतात तर त्यातून छोट्या प्रमाणात उत्पन्नही मिळू लागते. या पद्धतीचा सर्वात मोठा फायदा म्हणजे त्यासाठी खूप कमी गुंतवणूक लागते. शेतकरी आपल्या सिंचनासाठी तयार केलेल्या शेत तलावांचा वापर करून घरगुती खाण्यासाठी मत्स्य पालन करत असल्यामुळे त्यांना अतिरिक्त खर्च येत नाही. तसेच यामधून त्यांना निसर्गाशी जोडण्याची सुखद संधी मिळते.

सारांश, शेततळ्यातील मत्स्यपालन ही एक अशी कृषी पद्धत आहे जी ताजे आणि पौष्टिक मासे उपलब्ध करून देण्याबरोबरच आर्थिकदृष्ट्याही फायदेशीर ठरते. मात्र, ही पद्धत इतर कृषी क्रियाकलापांशी जोडल्यास तिचे फायदे अनेक पटीने वाढतात, ज्याला **एकात्मिक शेती** असे म्हणतात. एकात्मिक शेती म्हणजे पिकांची लागवड, पशुपालन आणि मत्स्यपालन यांसारख्या विविध कृषी क्रियाकलापांचे एकत्रित संचालन करणे. या पद्धतीत एका क्रियाकलापातून मिळणारा कचरा दुसऱ्या क्रियाकलापासाठी खत म्हणून वापरला जातो, उदा., मत्स्यपालनातून मिळणारे पाणी आणि मल हे पिकांसाठी खत म्हणून वापरता येते. यामुळे संसाधनांचा अधिक प्रभावी वापर होतो आणि पर्यावरणावर पडणारा भार कमी होतो. एकात्मिक शेतीचे अनेक फायदे आहेत, जसे की उत्पन्नाची विविधता वाढते, जोखीम कमी होते, संसाधनांचा प्रभावी वापर होतो, पर्यावरणपूरक पद्धतींचा वापर केला जातो, जमिनीची सुपीकता वाढते, आणि ग्रामीण अर्थव्यवस्थेला चालना मिळते. यामुळे रोजगार संधी निर्माण होतात आणि स्थानिक उत्पादनाला प्रोत्साहन मिळते.

**शेततळ्यातील मत्स्यपालन आणि नदीतील मत्स्यपालन:** ग्रामीण भागात, दोन प्रमुख मत्स्यपालन पद्धती प्रचलित आहेत: शेततळ्यातील मत्स्यपालन आणि नदीतील मत्स्यपालन. नदीतील मत्स्यपालनामध्ये नौका आणि इतर उपकरणांचा वापर करून विविध नदी प्रणालींमधून मासेमारी केली जाते. या प्रकारच्या मासेमारीमध्ये पाणी असलेल्या नद्या, ओढे आणि कालव्यांमधील मासेमारीचा समावेश होतो. नदीतील मत्स्यपालनाच्या तुलनेत, शेततळ्यातील मत्स्यपालन अनेक फायदे देते कारण हे नियंत्रित वातावरण, कार्यक्षमता आणि शाश्वत पद्धतींवर आधारित असते. शेततळ्यातील मत्स्यपालन नदीतील मत्स्यपालनापेक्षा अधिक फायदेशीर का ठरू शकते, याची काही कारणे खालीलप्रमाणे आहेत:

**क)** **अधिक नियंत्रित उत्पादन:** शेततळ्यातील मत्स्यपालन ही एक नियंत्रित प्रक्रिया आहे ज्यामध्ये शेतकरी पाण्याची गुणवत्ता, मासळीला दिले जाणारे खाद्य आणि तळ्यातील मासळींची संख्या यावर नियंत्रण ठेवू शकतात. या नियंत्रणामुळे मासळीच्या वाढीचा दर वाढतो, त्यांचे आरोग्य सुधारते आणि उत्पादन वाढते. यामुळे शेतकऱ्यांना निश्चित कालावधीत अधिक प्रमाणात मासळी मिळते.

**ख)** **उच्च उत्पादनक्षमता:** शेततळ्यांमध्ये नद्यांच्या तुलनेत अधिक घनतेत मासे पाळता येतात. याचा अर्थ सारख्या जागेतून अधिक मासळी मिळवता येते. ही उच्च उत्पादनक्षमता शेततळ्यातील मत्स्यपालनाला आर्थिकदृष्ट्या फायदेशीर बनवते.

**ग)** **वर्षभर उत्पादन:** मत्स्यतळ्यांमधून वर्षभर मासे उपलब्ध होऊ शकतात, कारण ते एक नियंत्रित वातावरण प्रदान करते. या तळ्यांमध्ये पाण्याची गुणवत्ता, तापमान, आणि खाद्य व्यवस्थापन अशा प्रकारे नियंत्रित केले जाते की माशांची वाढ सतत आणि नियमितपणे होते. तळ्यातील जैवसुरक्षा उपाय आणि रोग व्यवस्थापनामुळे माशांवर होणारा रोगांचा परिणाम कमी करता येतो. ज्यामुळे माशांच्या आरोग्यावर होणारे दुष्परिणाम कमी होतात. उलटपक्षी, नदीतील मच्छीमारांना हंगामी बदलांचा सामना करावा लागतो. पावसाळ्यात नदीतील पाण्याची पातळी वाढते आणि पाणी दूषित होते, ज्यामुळे माशांची संख्या कमी होऊ शकते किंवा त्यांच्या प्रजननावर परिणाम होतो. अशा परिस्थितीत, नदीतील मासेमारी वर्षभर नियमितपणे आणि सातत्याने होऊ शकत नाही. त्यामुळे तळ्यातील मत्स्यपालन हे माशांच्या उपलब्धतेसाठी अधिक विश्वासार्ह आणि सातत्यपूर्ण पर्याय आहे. तळ्यातील नियंत्रित वातावरणामुळे शेतकऱ्यांना वर्षभर मासे उत्पादन करता येतात, ज्यामुळे त्यांचे उत्पन्न स्थिर आणि नियमित राहते.

**घ)** **ग्राहकांच्या जवळ:** प्लास्टिकचे अस्तरीकरण असलेल्या शेततळ्यातील मत्स्यपालन नदीतील मत्स्यपालनापेक्षा जास्त ग्राहकांच्या जवळ आहे. प्लास्टिकचे अस्तरीकरण असलेली शेततळी महाराष्ट्राच्या विविध भागांमध्ये स्थित आहेत, जी ग्रामिण ग्राहकाच्या खूप जवळ वसलेली आहेत, ज्यामुळे स्थानिक पातळीवर मच्छी उत्पादन शक्य होऊ शकते. ग्राहकांच्या जवळच उत्पादन शक्य असल्यामुळे ग्राहकांना ताजा माल मिळू शकतो, तसेच त्याची गुणवत्ता राखता येऊ शकते, यामुळे उपभोक्त्यांचे समाधान वाढण्यास मदत होईल. त्याचबरोबर वाहतूक खर्च कमी होऊन शेतकऱ्यांचे नफ्याचे प्रमाण वाढले जाऊ शकते आणि उपभोक्त्यांसाठी मच्छीचे दर पण कमी होऊ शकतात. स्थानिक पातळीवर उत्पादनामुळे शेतकरी व ग्राहक यामध्ये संवाद आणि पारदर्शकता राहते. म्हणूनच, या तळ्यांमद्धे केलेले मत्स्यपालन हे ताज्या मच्छीचे विश्वसनीय स्रोत होऊ शकते.

ड) **पर्यावरणावर कमी परिणाम:** शेततळ्यातील मत्स्यपालन हे पर्यावरणपूरक पर्याय आहे कारण शेतकरी पाण्याची गुणवत्ता, तापमान आणि खाद्य पुरवठा यांवर नियंत्रण ठेवून माशांच्या वाढीसाठी अनुकूल वातावरण निर्माण करू शकतात. यामुळे नदीतील मत्स्यपालनात होणारे अतिमासेमारी आणि प्रदूषणामुळे उद्भवणारे मास्यांच्या प्रजातींचे लोप आणि नदीच्या पर्यावरणाचा ऱ्हास यासारखे धोके टाळता येतात.

च) **प्रजातींचे विविधीकरण:** तळ्यांमध्ये विविध प्रकारच्या माशांचे संवर्धन करून आपण जैवविविधता वाढवू शकतो. यामुळे बाजारपेठेतील विविध प्रकारच्या माशांची मागणी पूर्ण होऊ शकते आणि एकाच प्रजातीवर असलेले अवलंबित्व कमी होऊ शकते, जसे की भीमा नदीतील तिलापिया.

छ) **रोग नियंत्रण:** तळ्यांतील नियंत्रित वातावरणामुळे नदीतील मत्स्यपालनाच्या तुलनेत माशांच्या रोगांचे निरीक्षण आणि व्यवस्थापन चांगले होते.

ज) **उत्पादनाचा अंदाज व नियोजन:** शेततळ्यातील मत्स्यपालनामुळे शेतकऱ्यांना उत्पादनाचा अधिक अचूकपणे अंदाज लावता येतो आणि त्याचे व्यवस्थित नियोजन करता येते, जे नदीतील मत्स्यपालनात शक्य नाही.

झ) **माशांच्या प्रथिनांचा पर्यायी स्रोत:** बाजारातील वाढत्या मागणीमुळे जंगली माशांच्या (नदीतील) साठ्यात घट होत आहे. शेततळ्यातील मत्स्यपालन हा जंगली माशांचा पर्यायी स्रोत म्हणून या समस्येवर उपाय होऊ शकतो.

ञ) **स्थिर आणि निश्चित उत्पन्नाचा स्रोत:** शेततळ्यातील मत्स्यपालनामुळे शेतकऱ्यांना स्थिर आणि निश्चित उत्पन्नाचा स्रोत मिळतो, जो नदीतील मत्स्यपालनात मासेमारीच्या साठ्यांमध्ये अस्थिरतेमुळे मिळत नाही.

ट) **मासेमारी मधील धोका:** नदीत मासेमारी करताना मच्छीमारांना बुडणे, उपकरणांमुळे दुखापत होणे अशा अनेक सुरक्षा धोक्यांचा सामना करावा लागतो.

ठ) **परवाना समस्या:** नदीतील मच्छीमारांना मासेमारी परवाने, कोटा, आणि मत्स्यपालन नियम व संवर्धन उपायांच्या अनुपालनाशी संबंधित नियामक आव्हानांचा सामना करावा लागतो.

**मत्स्यपालन तलावाचे पाणी मानव आणि प्राण्यांसाठी वापरात मर्यादा:** मत्स्यपालनाच्या तलावाचे पाणी पिकांना देण्यासाठी आणि मातीची गुणवत्ता सुधारण्यासाठी उपयुक्त असते. परंतु, ते पिण्यासाठी किंवा जनावरांसाठी वापरण्यात काही मर्यादा येतात. मत्स्यपालन तलावात मच्छींच्या रोगांवर नियंत्रण ठेवण्यासाठी अँटीबायोटिक्स, शैवालनाशक आणि इतर रसायने वापरली जातात. या रसायनांचे अवशेष पाण्यात मिसळून पाण्याची गुणवत्ता बिघडते. मच्छींचा मल हा बॅक्टेरिया, व्हायरस आणि परजीवी यांसारख्या रोगजनक सूक्ष्मजीवांचे घर असू शकतो. हे सूक्ष्मजीव पाण्यात पसरून

मनुष्य आणि प्राण्यांमध्ये रोग पसरवू शकतात. ज्यामुळे ते मानव आणि प्राण्यांच्या वापरासाठी असुरक्षित ठरू शकते. त्यामुळे, मच्छीपालन तलावाचे पाणी सिंचन आणि शेतीसाठी प्रभावीपणे वापरता येते, परंतु पिण्याच्या किंवा इतर थेट वापराच्या उद्देशाने ते योग्य आणि सुरक्षित आहे की नाही हे सुनिश्चित करण्यासाठी काळजी घेणे आवश्यक आहे.

थोडक्यात, शेत तलावातील मत्स्यपालन हा एक असा दृष्टिकोन आहे ज्यामध्ये मत्स्यपालन आणि शेती एकत्रितपणे केली जाते. यामुळे मातीची सुपीकता वाढते, पिकांचे उत्पादन अधिक होते आणि मानवी प्रथिनांचा एक टिकाऊ स्रोत उपलब्ध होतो. या पद्धतीमुळे पारंपारिक शेती आणि आधुनिक तंत्रज्ञानाचे संयोजन होऊन शेतीची उत्पादकता वाढते आणि पर्यावरणीय प्रभाव कमी होतो. शेत तलावातील मत्स्यपालन ही एक अशी पद्धत आहे जी नदीतील मत्स्यपालनाच्या तुलनेत मत्स्यांच्या वाढीवर अधिक नियंत्रण ठेवते, उत्पादकता वाढवते, पर्यावरणावर कमी परिणाम करते आणि आर्थिकदृष्ट्या अधिक फायदेशीर ठरते. तथापि, मत्स्यपालन तलावाचे पाणी थेट मानव आणि प्राण्यांच्या वापरासाठी वापरणे धोकादायक असू शकते कारण त्यात मत्स्यपालनात वापरल्या जाणाऱ्या रसायनांचे अवशेष आणि मत्स्यांच्या मलामुळे होणारे जीवाणूजन्य घटक असू शकतात. एकूणच, योग्य व्यवस्थापन, निरीक्षण आणि सुरक्षिततेच्या उपाययोजनांसह तलावातील मत्स्यपालन शेतीच्या पद्धतींमध्ये एकत्रित केल्यास अन्न सुरक्षा, आर्थिक वाढ आणि पर्यावरणीय संवर्धनात मोठा योगदान होऊ शकतो.

# ४. शेत तळ्यांचे प्रकार

प्लास्टिक अस्तर असलेल्या शेततलावांमधील मत्स्यपालनाबद्दल जाणून घेण्यापूर्वी आपल्याला वेगवेगळ्या प्रकारच्या शेततलावांची माहिती असणे आवश्यक आहे. त्यामुळे, चला वेगवेगळ्या प्रकारच्या शेततलावांचा आणि त्यांचा उपयोग काय असतो याचा संक्षिप्त आढावा घेऊया. पाण्याचा स्रोत आणि स्थानानुसार शेततलाव चार प्रकारात वर्गीकृत केले जाऊ शकतात.

1. **खोदलेली तळी:** ही शेतकऱ्यांच्या शेतावर आढळणारी सर्वांत सामान्य प्रकारची तळी आहेत. ती जमिनीमध्ये खड्डा खोदून तयार केली जातात आणि निघालेल्या मातीचा वापर करून तळ्यांच्या चारही बाजूवर बांध तयार केला जातो. ही खोदलेली तळी पृष्ठभागावरील धावत्या पाण्याने, भूजलाने, किंवा दोहोंच्या संयोजनाने भरली जातात.

खोदलेली तळी

2. **पृष्ठभागीय तलाव:** हे तलाव खोदलेल्या तळ्यांसारखेच असतात. पृष्ठभागीय तलाव सामान्यतः शेताच्या कमी उंचीच्या किंवा खालच्या भागात असतात आणि मुख्यतः पृष्ठभागावरून येणाऱ्या पाण्याने भरले जातात. याच्या एका किंवा अधिक बाजूंनी बांध तयार करून ही बांधली जातात. जमिनीचा कृषीसाठी झपाट्याने होत असलेल्या विकासामुळे पृष्ठभागीय तळी हळूहळू नष्ट होत चालली आहेत. आजकाल, पृष्ठभागीय तलाव प्रामुख्याने पडीक जमिनीत, जंगलात, खडकाळ जमिनीत आणि तत्सम वातावरणात आढळतात.

पृष्ठभागीय तलाव

3. **प्रवाह स्रोत असलेले तलाव:** हे तलाव पाण्याचा नैसर्गिक उगम किंवा नाल्यांवर स्थित असतात आणि पाण्याच्या प्रवाहाचा उपयोग करून भरली जातात. या तलावात पाण्याची साठवणूक क्षमता वाढवण्यासाठी काही प्रमाणात खोदकामही केले जाऊ शकते. या प्रकारचे तलाव पाण्याचा विश्वासार्ह प्रवाह स्रोत उपलब्ध असलेल्या ठिकाणीच योग्य असतात. शेतकऱ्यांच्या शेतात या प्रकारचे तलाव कमी आढळतात आणि हे मुख्यतः टेकड्यांमध्ये आणि पर्वतीय प्रदेशात आढळतात जिथे नियमितपणे पाणी वाहते.

प्रवाह स्रोत असलेला तलाव

4. **स्ट्रीम बाह्य साठवण तलाव:** नावाप्रमाणे हे तलाव स्ट्रीम (प्रवाह) किंवा अस्थायी जलमार्गाच्या बाजूला बांधले जातात. जेव्हां या प्रवाहामध्ये जास्त पाणी येते ते जास्तीचे पाणी वळवून या तळ्यांमद्धे संकलित केले जाते. या तळ्यांमद्धे प्रवाहामधुन पाणी येण्यासाठी व प्रवाहमधून जास्तीचे पाणी बाहेर जाण्यासाठी इणलेट व आऊटलेट असतात. महाराष्ट्रात विशेषतः शेतकऱ्यांच्या शेतात या तलावांचे प्रमाण नाहिशे आहे.

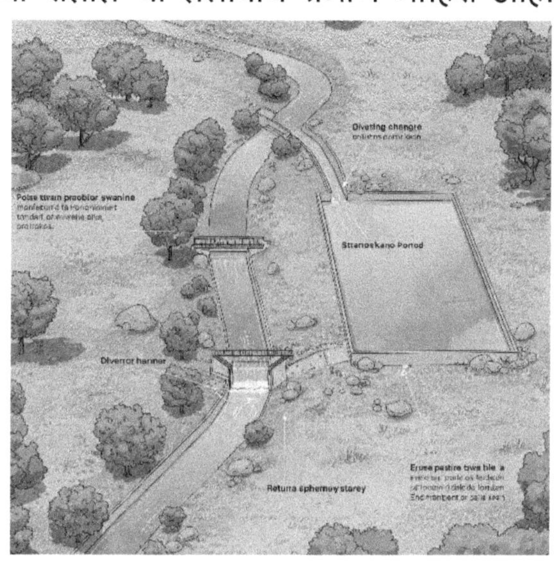

स्ट्रीम बाह्य साठवण तलाव

शेतकऱ्यांच्या शेतात "खोदलेल्या तळ्यांची" संख्या झपाट्याने वाढत असून, ही तळी सिंचनासाठी पाण्याचा अक्षय स्रोत म्हणून काम करत आहेत. अनियमित पावसाळ्याच्या पार्श्वभूमीवर, ही तळी शेतकऱ्यांसाठी एक वरदान ठरत आहेत. तसेच, ही तळी मानव आणि पशुधन या दोन्हीसाठी पिण्याच्या पाण्याचा एक महत्त्वपूर्ण स्रोत बनली आहेत. ही तळी सतत स्वच्छ पाण्याचा पुरवठा करून, पाणीपुरवठ्याची समस्या सोडवण्यात मदत करतात. याशिवाय, ही तळी माशांच्या पालनासाठी एक उत्कृष्ट ठिकाण बनत चालली आहेत. शेतकरी या तळ्यांमध्ये मासे पाळून मत्स्यपालनाच्या व्यवसायातून उत्पन्न मिळवत आहेत. म्हणून, चला आता खोदलेल्या तळ्यांबद्दल अधिक जाणून घेऊया.

**खोदलेल्या तळ्यांचे प्रकार:** अलीकडच्या काळात, शेतांवरील खोदलेल्या तळ्यांची रचना आणि बांधकाम यामध्ये विविधता दिसून येत आहे. ही विविधता त्यांच्या आकारमानात आणि आकारात दिसून येते. काही तळी खूपच लहान तर काही अतिशय मोठी आहेत. तसेच वेगवेगळ्या आकाराची जसे की चौकोनी, आयताकृती, गोलाकार तर काही पूर्णपणे अनियमित आकाराची असतात. या

विविध आकारांमुळे पाणी साठवण क्षमता आणि जमिनीचा उपयोग अधिक प्रभावीपणे होतो. तळ्यांची खोलीही वेगवेगळी असते, काही तळी माशांना पाळण्यासाठी उथळ असतात, तर काही पिकांना पाणी देण्यासाठी खोल असतात. तळ्यांचे उपयोग वेगवेगळे असल्याने त्यांची रचनाही वेगवेगळी असते. सिंचन, पशुपालन, मासेमारी किंवा मनोरंजन या प्रत्येक उद्देशासाठी वेगवेगळ्या प्रकारची तळी आवश्यक असतात. शेवटी, तळ्यांची बांधणी करताना वापरल्या जाणाऱ्या पद्धती, साहित्य आणि तंत्रज्ञानमुळे (उदा. सिमेंट तळी) सुद्धा तळ्यांमद्धे विविधता आढळते. मत्स्यपालनाबद्दल अधिक स्पष्टता येण्यासाठी, आम्ही येथे शेतकऱ्यांच्या शेतातील खोदलेल्या तळ्यांबद्दल विस्तृत माहिती देत आहोत.

शेतकऱ्यांनी खोदलेल्या तळ्यांचा उपयोग वेगवेगळ्या कामांसाठी केला जातो. त्यामुळे या तळ्यांना दोन मुख्य गटात विभागले जाऊ शकते. पहिला गट म्हणजे मत्स्यपालन तळे, जे विशेषतः माशांच्या पालनासाठी वापरली जातात. दुसरा गट म्हणजे अ-मत्स्यपालन तळे, जी सिंचन, घरगुती वापर आणि पशुपालनासाठी पाणी साठवण्यासाठी वापरली जातात.

1. **अमत्स्यपालन तळी:** ही तळी मुख्यतः मत्स्यपालनाव्यतीरिक्त इतर उद्देशांसाठी बांधली जातात. जसे की सिंचन, घरगुती वापर, आणि पशुधनाच्या पाण्याच्या साठवणुकीसाठी या तळ्यांची निर्मिती केली जाते. यांना पारंपारिक तळी किंवा आधुनिक प्लास्टिक-लाइन तळी असेही वर्गीकृत केले जाते.

- **पारंपारिक तळे (शेततळे):** ही एक विशिष्ट आकार आणि माप असलेली खोदलेली संरचना आहे ज्यामध्ये प्लास्टिकचे अस्तर नसते. याला शेततळे म्हणून ओळखले जाते आणि शेतकरी याचा उपयोग पाणी साठवण्यासाठी करतात.

शेततळे

- **आधुनिक तळे (प्लास्टिक-लाइन केलेले शेततळे):** हे एक विशिष्ट आकार आणि माप असलेली खोदलेली संरचना आहे ज्यामध्ये प्लास्टिकचे अस्तर असते. याला प्लास्टिक-लाइन केलेले शेततळे असेही संबोधले जाते.

प्लास्टिक-लाइन केलेले शेततळे

शेततळे आणि प्लास्टिक अस्तरीकरण केलेले शेततळे यांची बांधणी आणि पाणी साठवण्याच्या पद्धतीमध्ये मोठा फरक आढळून येतो. शेततळे ही पारंपरिक पद्धतीने जमीन खोदून तयार केलेली खड्डे असतात ज्यांचा उपयोग पाणी साठवण्यासाठी केला जातो. या तळ्यामधील पाणी साठवण क्षमता मातीच्या नैसर्गिक गुणधर्मांवर अवलंबून असते. याउलट प्लास्टिक अस्तरीकरण असलेले शेततळे ही आधुनिक तंत्रज्ञानाचा वापर करून बनवलेली असतात. या तळ्यांमध्ये प्लास्टिकच्या शीट्सचा वापर करून तळ्याच्या भिंती आणि तळाशी एक जलरोधक स्तर निर्माण केला जातो. यामुळे पाणी अधिक प्रभावीपणे साठवले जाते आणि तळ्यामधून पाण्याची गळती होत नाही. शेततळे आणि प्लास्टिक-लाइन केलेले शेततळे यांच्यामध्ये खालीलप्रमाणे काही महत्त्वपूर्ण फरक आहेत:

| तपशील | शेततळे | प्लास्टिक अस्तरीकरण असलेले शेततळे |
|---|---|---|
| व्याख्या | शेततळे ही एक विशिष्ट आकार आणि आकारमानाची खोदलेली संरचना असून यात पृष्ठभागावरील पाणी गोळा करण्यासाठी योग्य प्रकारची इनलेट आणि आउटलेट संरचना असतात. ही तळी जमिनीच्या खालच्या भागात | ही देखील एक खोदलेली संरचना असून याचे आकार आणि आकारमान निश्चित असते. यात साधारणतः इनलेट आणि आउटलेट नसतात, परंतु काही उंचीवरच्या शेततळ्यांमध्ये (24.4%) फक्त आउटलेट असतात. या |

| | | |
|---|---|---|
| | पावसाचे पाणी संकलन करण्यासाठी बांधली जातात. | शेततळ्यांमध्ये पृष्ठभागावरील पाणी गोळा केले जात नाही, तर जमिनीखालील पाणी व पृष्ठभागावरील पाणी पंप करून भरले जाते. ही पाणी साठवण संरचना मुख्यतः शेतजमिनीच्या उंच भागात बांधली जाते. |
| जागेची निवड | शेत तळ्यासाठी जागेची निवड करताना त्या ठिकाणची जमिनीची गुणवत्ता, जमिनीची भूआकृती, मातीची पाणी वाहून नेण्याची क्षमता, पाणी पाझरण्याची क्षमता, पाऊसाचे प्रमाण व वितरण या गोष्टींचा विचार केला जातो. | या तळ्यांसाठी जागेची निवड करताना शेतीसाठी लागणाऱ्या पाण्याची आवश्यकता, जमिनीवर असलेले उंच ठिकाण, तसेच ढिली मातीची खोली यांचा विचार केला जातो. |
| पाण्याचा पाझर | तळाच्या मातीच्या प्रकारानुसार पाण्याचा पाझर अवलंबून असतो. माती जर काळी / चिकन माती असेल तर पाझर कमी होतो. माती जर मुरमाची / दगडाची असेल तर पाण्याचा पाझर जलद होतो. | प्लास्टिक लाईनिंगमुळे पाण्याचा पाझर होत नाही. |
| आकार | सर्वसाधारणपणे चौकोनी, आयताकृती आणि उलट कोनाच्या आकृतीच्या आकाराचे असतात. | मुख्यतः आयताकृती आणि चौकोनी आकृतीच्या आकाराचे असतात. |
| उद्देश | खरीप आणि रब्बी हंगामात, पाणी उपलब्ध असल्यास, या तळ्यांचा उपयोग मुख्यतः पिकांचे नुकसान होऊ नये म्हणून किंवा पाण्याची कमतरता असताना पिकांना पुरेसे पाणी मिळावे म्हणून केला जातो. थोडक्यात, ही तळी मुख्यतः खरीप आणि रब्बी हंगामात संरक्षणात्मक / पूरक सिंचनासाठी बांधली जातात. | रब्बी आणि उन्हाळी हंगामातील पिकांना तसेच बहुवार्षिक पिकांना पाणी देण्यासाठी आणि दुष्काळात पिकांना पाणी उपलब्ध करून देण्यासाठी ही तळी बांधली जातात. |

| इनलेट | असते. शेतातून वाहणारे पाऊसचे पाणी गोळा करून तळ्यात भरण्यासाठी इनलेट वापरले जाते. | नसते. शेततळी मुख्यतः पंपिंगच्या माध्यमातून भरली जातात. फक्त काही तलाव, जे कालव्याच्या खालच्या भागात आहेत, त्या तलावांना इनलेट्स आहेत. |
|---|---|---|
| आउटलेट | हो असतात. तलावातील अतिरिक्त पाणी बाहेर काढण्यासाठी आउटलेटचा वापर केला जातो. | उच्च उंचीवर बांधलेल्या तलावांमध्ये (24.4%) आउटलेट्स उपलब्ध आहेत. हे आउटलेट्स गुरुत्वाकर्षण सिंचनासाठी वापरले जातात. |
| प्लास्टिक लाइनिंग | नाही, नसते | हो, पॉलीथिलीन (PE) शीटचे असते |

2. **मत्स्यपालन तळी:** हे तलाव जाणीवपूर्वक जलचर प्राणी जसे की मासे, शिंपले, आणि जल वनस्पतींची नियंत्रित वातावरणात लागवड करण्यासाठी डिझाइन केलेले असतात. शेत तलावांच्या तुलनेत मत्स्यपालन तलाव सामान्यतः उथळ असतात. मत्स्यपालन तलावांची साधारणपणे खोली 1 ते 3 मीटर (3 ते 10 फूट) असते. माशांची बीजे वाढवण्यासाठी वापरल्या जाणाऱ्या नर्सरी तलावांची खोली साधारणपणे एक मीटर असते, तर मोठ्या माशांसाठी वापरल्या जाणाऱ्या तलावांची (Growout ponds) खोली तीन मीटर पर्यंत असू शकते. मासे वाढवण्यासाठी वापरल्या जाणाऱ्या तलावांची खोली, माशांच्या प्रकारानुसार आणि त्यांच्या वाढीच्या पद्धतीनुसार बदलते. उथळ तलाव हे मत्स्यपालनासाठी अधिक किफायतशीर असतात. हे मत्स्यपालन तलाव प्लास्टिक लाइनिंग केलेले आणि न केलेले (मातीचे) असू शकतात.

मातीचे मत्स्यपालन तलाव

प्लास्टिक लाइनिंग केलेले मत्स्यपालन तलाव

पारंपारिक पद्धतीने माती किंवा चिकणमाती वापरून मातीचे मत्स्यपालन तलाव बांधले जातात. पाणी गळती रोखण्यासाठी त्यात बेंटोनाइट किंवा इतर पदार्थ वापरले जातात. हे तलाव नैसर्गिक

पद्धतीने पाण्याची गुणवत्ता राखतात आणि जलचरांना वाढण्यासाठी पोषक वातावरण देतात. दुसरीकडे, प्लास्टिकचे अस्तर असलेले मत्स्यपालन तलाव पाणी गळती रोखणीसाठी प्लास्टिक पेपरने लाइनिंग केलेले असतात. मातीचे मत्स्य तलाव जैविक विविधता वाढवून मत्स्यपालनासाठी अधिक अनुकूल वातावरण देतात. या तंत्रज्ञानात कमी गुंतवणूक आवश्यक असते तसेच यामध्ये नैसर्गिक खाद्यसाखळीला प्रोत्साहन मिळते. म्हणूनच, मातीचे तलाव मत्स्यपालन शेतकऱ्यांच्या पहिल्या पसंतीचे आहेत, फक्त अशा क्षेत्रांमध्ये अपवाद आहे जिथे मातीची पाणी धरण क्षमता कमी आहे.

या पुस्तकात आपण प्लास्टिक लाइनिंग केलेल्या तलावांमध्ये मत्स्यपालन कसे केले जाते याबद्दल सविस्तर माहिती देणार आहोत. त्यामुळे वाचकांसाठी पारंपारिक मासेपालन तलाव आणि प्लास्टिक लाइनिंग केलेले शेततलाव यातील फरक ओळखणे महत्त्वाचे आहे. पुढील भागात आपण या फरकांबद्दल जाणून घेऊ.

| तपशील | पारंपारीक मत्स्यपालन तलाव | प्लास्टिकचे अस्तरीकरण असलेले शेततलाव |
|---|---|---|
| उद्देश | हे तलाव खास मासेपालनासाठी बांधले जातात. | हे शेततलाव मुख्यत्वे सिंचनासाठी पाणी साठवण्यासाठी डिझाइन केलेले असतात. |
| खोली | हे तलाव उथळ असतात, त्यांची सरासरी खोली 1.5 मीटर असते. | हे शेततलाव खोल असतात, यांची सरासरी खोली 7.8 मीटर असते. |
| प्लास्टिक लाइनिंग | हे तलाव मातीचा वापर करून बनवले जातात आणि त्यात प्लास्टिक लाइनिंग केलेले नसते. | हे शेततलाव शेतीसाठी पाणी साठविण्यसाठी खास डिझाइन केलेले असतात, म्हणून त्यात प्लास्टिक लाइनिंग केले जाते. |
| तलावात पाणी भरताना त्याची गाळणी | योग्य स्क्रीनिंग करूनच पाणी मत्स्य पालन तलावामद्धे भरले जाते. | पाण्याचे योग्य स्क्रीनिंग करणे खूप अवघड आहे. कारण या तलावांना भरायला जास्त वेळ (1-3 महिने) लागतो. |
| पाणी साठवण क्षमता | उथळ खोलीमुळे, या तलावांची पाणी साठवण क्षमता प्लास्टिक लाइनिंग केलेल्या शेततलावांपेक्षा कमी असते. | या तलावांची खोली जास्त असल्याने, पाणी साठवण्याची क्षमता मत्स्यपालन तलावांपेक्षा 5-10 पट जास्त आहे. |

| तलावातील पाण्याची उपलब्धता | मत्स्यपालन तलावात माशांच्या आवश्यकतेनुसार पाण्याची उपलब्धता वाढवता किंवा कमी करता येते. | या शेततलावांतील पाण्याची उपलब्धता शेतातील पिकांवर अवलंबून असते, आणि ती मासेपालनाच्या विशेष गरजांनुसार समायोजित करता येत नाही. |
|---|---|---|
| तलाव रिकामे करण्याची शक्यता | रोगाच्या उद्रेकाच्या वेळी किंवा मासे काढणी प्रक्रियेदरम्यान मत्स्यपालन तलाव पूर्णपणे रिकामे करू शकतात. | प्लास्टिक लाइनिंग केलेले शेततलाव रिकामे करणे खूप अवघड असते कारण;<br>अ) या तलावांची पाणी साठवण्याची क्षमता खूप जास्त असते.<br>ब) बहुतेक प्लास्टिक लाइनिंग केलेल्या शेततलावांमध्ये आउटलेट्स नसतात, ज्यामुळे पाणी काढण्यासाठी जास्त पंपिंग वेळ लागतो आणि त्याचा खर्च वाढतो.<br>क) हे पाणी पिकांच्या सिंचनासाठी साठवले असल्याने ते काढल्यास पिकांच्या उत्पादनावर परिणाम होतो. |
| पाण्यावर प्रक्रिया | पाणी कमी असल्यामुळे रोग नियंत्रित करण्यासाठी पाण्यावर प्रक्रिया करणे मत्स्यपालन तलावांमध्ये अधिक प्रभावी असते. | पाणी साठवण क्षमता जास्त असल्यामुळे पाण्यावर उपचार करणे कमी प्रभावी ठरते, ज्यामुळे रसायनांचा वापर आणि खर्च वाढतो. |
| पाण्याचा दाब | उथळ खोली आणि कमी पाणी साठवण क्षमतेमुळे या तलावांमध्ये पाण्याचा दाब कमी असतो, जे माशांच्या हालचालीसाठी चांगले असते. | जास्त खोली आणि पाणी साठवण्याच्या क्षमतेमुळे या तलावांमध्ये पाण्याचा दाब जास्त असतो, जे माशांच्या हालचालीसाठी चांगले नसते. |

प्लास्टिकचे अस्तरीकरण असलेले शेततलाव आणि मत्स्यपालन तलाव यांच्यात महत्त्वपूर्ण फरक असते. दोन्ही पाण्याचा साठा करतात, परंतु मत्स्यपालन तलाव मासेपालनासाठी अधिक योग्य असतात. मत्स्यपालन तलाव असे बांधले जातात की त्यात माशांच्या वाढीसाठी अनुकूल वातावरण

निर्माण होते. यासाठी योग्य तळ्याची खोली, पाण्याची गुणवत्ता नियंत्रण आणि पाण्याची पातळी समायोजित करण्याची सुविधा आवश्यक असते.

त्यामुळे प्लास्टिकचे अस्तरीकरण असलेल्या शेततलावात मासेपालन सुरू करण्यापूर्वी त्यामध्ये पूर्व-साठवणी (प्री-स्टॉकिंग) आणि साठवणी (स्टॉकिंग) व्यवस्थापनाच्या पद्धतींची व्यवहार्यता समजून घेणे आवश्यक आहे. याशिवाय, प्री-स्टॉकिंग आणि स्टॉकिंग व्यवस्थापन पद्धती प्लास्टिकचे अस्तरीकरण असलेल्या शेततलावात कशा लागू करता येतील आणि या पद्धतींचे पालन करताना कोणती आव्हाने येऊ शकतात, हे देखील आपल्याला समजणे गरजेचे आहे.

**प्री-स्टॉकिंग व्यवस्थापन:** मत्स्यपालन तलावात मासे सोडण्यापूर्वी त्या तलावाची चांगली तयारी करणे गरजेचे असते. यात तलाव सुकवणे, स्वच्छ करणे, तळाला खत देणे, अनावश्यक मासे काढणे, तळाला कीटकनाशक टाकणे, चुनखडी घालणे, खत टाकणे आणि खताची फवारणी करणे यासारख्या पद्धतींचा समावेश होतो. प्लास्टिक लाइनिंग केलेल्या तलावांमध्येही या पद्धतींचा वापर करता येऊ शकतो का याबद्दल आपण खाली सविस्तर चर्चा केली आहे.

| प्री-स्टॉकिंग व्यवस्थापन पद्धती | पारंपारिक मत्स्यपालन तलाव | प्लास्टिकचे अस्तरीकरण असलेले शेततलाव |
|---|---|---|
| तलाव सुकवणे | तलाव सुकवणे ही मत्स्यपालन तलावांमध्ये एक मूलभूत पद्धत आहे. माश्यांची काढणी झाल्यावर तलाव पूर्णपणे रिकामा केला जातो आणि उन्हामध्ये सुकवला जातो. यामुळे अवांछित मासे, माशांच्या परजीवी, आणि रोगाणू मरण पावतात. सुकण्याच्या कालावधीत सेंद्रिय पदार्थ विघटित होतात आणि मातीची गुणवत्ता सुधारते | तलाव सुकवणे 12 महिन्यांपेक्षा कमी पाणी साठवणूक असलेल्या प्लास्टिक लाइनिंग शेततलावांमध्ये शक्य आहे. परंतु 12 महिने पाणी धारण करणाऱ्या तलावांमध्ये हे व्यावहारिक नाही |
| तलावाची सफाई | तलाव सुकवल्यानंतर, त्याचा तळ पूर्णपणे साफ केला जातो. यामध्ये तलावातून सर्व कचरा, गवत काढून | सफाई फक्त सुकलेल्या प्लास्टिक लाइनिंग शेततलावांमध्ये केली जाऊ शकते. तलाव खोल असल्याने, कचरा |

| | | |
|---|---|---|
| | टाकणे आणि तळाची पातळी समतल करणे यांचा समावेश होतो | काढण्यासाठी अधिक मेहनत आणि खर्च लागतो |
| तलावाच्या तळाची मशागत | माशांसाठी नैसर्गिक खाद्यपदार्थ वाढवण्यासाठी, तलावाचा तळ नांगरून त्यात सेंद्रिय खत मिसळले जाते. यामुळे तलावात नैसर्गिक खाद्य साखळी उभी राहते आणि माशांना पुरेसे अन्न मिळते | प्लास्टिक लाइनिंग केलेल्या तलावांमध्ये तळ नांगरता येत नाही कारण तळाला प्लास्टिकचा थर असतो. यामुळे खत योग्य प्रकारे विघटित होऊ शकत नाही, कारण माती आणि सूर्यप्रकाशाच्या अभावी विघटन करणारे सूक्ष्मजीव योग्य प्रकारे कार्य करू शकत नाहीत |
| अवांछित माशांचे निर्मूलन | जेव्हा तलाव पूर्णपणे खाली करणे शक्य नसते, तेव्हा अनावश्यक माशांना नष्ट करण्यासाठी पिसीसायडिसचा वापर केला जातो. हे विष त्या माशांना मारते जे आपल्या इच्छित माशांसोबत अन्न आणि जागेसाठी स्पर्धा करतात | प्लास्टिक लाइनिंग तलावांमध्ये अवांछित मत्स्य प्रजातींचे नियंत्रण यांत्रिक पद्धतींनी (जाळी) आणि जैविक पद्धतींनी (महुआ तेल) केले जाऊ शकते. परंतु, या पद्धती मोठ्या प्रमाणावर खर्चदायक असतात |
| तलावाच्या तळाचे निर्जंतुकीकरण | तलावातील पाणी सुकवून किंवा तळावर चुना पसरवून त्याची निर्जंतुकीकरण प्रक्रिया केली जाते. चुना पाण्यातील आम्लता कमी करतो आणि उर्वरित रोगाणू नष्ट करतो | ज्या तलावांमध्ये वर्षभर पाणी राहत नाही, त्यांना सुकवून व त्या तलावांमध्ये चुना पसरवून स्वच्छ केले जाऊ शकते. पण खोल तलावांमध्ये चुना पसरवणे खूप कठीण आणि खर्चिक आहे |
| चुनखडीचा वापर | मत्स्यपालन तलावांमध्ये, चुनखडीचा वापर दोन प्रमुख कारणांसाठी केला जातो: तलावातील रोगाणू नष्ट करणे आणि मातीची गुणवत्ता सुधारणे. चुना पाण्याची आम्लता योग्य पातळीवर आणून माशांच्या आणि उपयोगी सूक्ष्मजीवांच्या वाढीसाठी अनुकूल वातावरण तयार करतो | प्लास्टिक लाइनिंग असलेल्या कृत्रिम जलसाठ्यांमध्ये चुनखडीचा वापर अनर्थक ठरतो. कारण चुनखडीचा प्राथमिक उद्देश सेंद्रिय पदार्थांचे खनिजीकरण प्रक्रिया वेगवान करणे हा असतो, परंतु अशा तलावांमध्ये सेंद्रिय पदार्थांचा अभाव असतो |

| शेणखत आणि रासायनिक खतांचा वापर | मत्स्यपालन तलावांमध्ये शेणखत आणि रासायनिक खतांचा वापर करून प्लँक्टन आणि इतर सूक्ष्मजीवांची वाढ प्रोत्साहित केली जाते | प्लास्टिक लाइनिंग असलेल्या तलावांमध्ये द्रव खते टाकून पाण्यातील पोषक तत्वांची पातळी वाढवली जाते. पण न कुजलेल्या शेणखताच्या वापरामुळे हानिकारक शैवाल वाढू शकतात आणि पाण्यातील ऑक्सिजनची पातळी कमी होऊ शकते, ज्यामुळे माशांना धोका निर्माण होऊ शकतो. |

वरच्या माहितीवरून हे निष्कर्ष काढता येतात की प्लास्टिक लाइनिंग शेततलाव संसाधनसंपन्न असले तरी मत्स्यपालनासाठी आदर्श ठरू शकत नाहीत. अनेक प्रकारच्या प्री-स्टॉकिंग व्यवस्थापन पद्धती प्लास्टिक लाइनिंग शेततलावांमध्ये अंमलात आणणे अधिक कठीण किंवा अशक्य आहे. उदाहरणार्थ, तलावाचा तळ सुकवून त्यातील कीटक आणि रोगाणू नष्ट करणे आणि तळाची गुणवत्ता सुधारणे ही पद्धत फक्त एक वर्षापेक्षा कमी काळ पाणी साठवणाऱ्या प्लास्टिक लाइनिंग असलेल्या तलावांमध्येच शक्य आहे. त्यासोबत, तलावाच्या तळाची सफाई आणि मशागत प्लास्टिक लाइनिंगमुळे कठीण किंवा अव्यावहारिक असते. प्लास्टिक लाइनिंग असलेल्या मोठ्या तलावांमध्ये अवांछित माशांना पिसीसायड्सने नष्ट करणे आणि तळाचे चुना वापरून निर्जंतुक करणे हे काम अधिक कठीण आहे. एकंदरीत, प्लास्टिक लाइनिंग असलेले तलाव काही बाबतीत उपयुक्त असले तरी माशांच्या वाढीसाठी मत्स्यतलाव अधिक अनुकूल असतात.

**स्टॉकिंग व्यवस्थापन:** मत्स्यपालन व्यवसायातील उत्पादन वाढीसाठी स्टॉकिंग व्यवस्थापन एक महत्त्वाची कृती आहे. या व्यवस्थापनामुळे माशांना कमी ताण येतो, रोगराई कमी होते आणि तलावातील पाण्याची गुणवत्ताही चांगली राहते. यामुळे मत्स्यपालन व्यवसायातून अधिक नफा मिळतो. या लेखात, खाली आपण मत्स्यपालन तलावांमध्ये वापरल्या जाणाऱ्या विविध स्टॉकिंग पद्धतींचे विश्लेषण करणार आहोत. विशेषतः, आपण प्लास्टिक लाइनिंग असलेल्या कृत्रिम तलावांमध्ये या पद्धतींच्या अनुप्रयोगांचा अभ्यास करणार आहोत.

| स्टॉकिंग व्यवस्थापन पद्धती | पारंपारीक मत्स्यपालन तलाव | प्लास्टिकचे अस्तरीकरण असलेले शेततलाव |
|---|---|---|
| बीज व्यवस्थापन | या तलावांमध्ये बहुतेक सर्व प्रकारचे मासे सहजपणे वाढू शकतात | या तलावांमध्ये मत्स्यपालन करण्यासाठी अनुकूल वातावरण नसल्याने, येथे फक्त काही विशिष्ट प्रकारच्या माश्यांचे उत्पादन चांगले होऊ शकते |
| आहार व्यवस्थापन | या तलावांमध्ये नैसर्गिक खाद्य मुबलक प्रमाणात तयार होते ज्यामुळे माश्यांची कृत्रिम आहारावर अवलंबून राहण्याची गरज कमी होते आणि परिणामी आहार खर्च प्लास्टिकचे अस्तरीकरण असलेल्या तलावांच्या तुलनेत कमी होतो | या तलावांत नैसर्गिक पद्धतीने पुरेसे अन्न तयार होत नसल्याने, माशांच्या वाढीसाठी कृत्रिम अन्नावर जास्त अवलंबून राहावे लागते. त्यामुळे, इतर तलावांच्या तुलनेत येथे मत्स्यपालनाचा खर्च जास्त असतो |
| DO व्यवस्थापन | या तलावांची उथळ आणि सपाट रचना असल्याने पाण्यात पुरेसा ऑक्सिजन उपलब्ध होतो. त्यामुळे, ऑक्सिजन देण्यासाठी एरेटरसारखी उपकरणे वापरण्याची गरज कमी भासते. परिणामी, प्लास्टिकच्या तळ्यांच्या तुलनेत येथे मत्स्यपालनाचा खर्च कमी येतो | या तलावांची खोल आणि तिरकस रचना असल्याने पाण्यात पुरेसा ऑक्सिजन राहत नाही. त्यामुळे, ऑक्सिजन देण्यासाठी एरेटर वापरणे आवश्यक असते. परिणामी, इतर तलावांच्या तुलनेत येथे मत्स्यपालनाचा खर्च जास्त असतो |
| रोग व्यवस्थापन | या तलावांची उथळ खोली आणि कमी पाण्याचे प्रमाण यामुळे रासायनिक औषधे अधिक प्रभावीपणे काम करतात. परिणामी, माशांच्या रोगावर नियंत्रण प्रभावीपणे आणि कमी खर्चात होते | प्लास्टिक-लाइन केलेल्या तलावांची जास्त खोली आणि जास्त पाण्याचे प्रमाण यामुळे रसायने सर्वत्र समान प्रमाणात पोहोचू शकत नाहीत. परिणामी, माशांच्या रोगावर नियंत्रण ठेवण्यासाठी अधिक प्रयत्न आणि खर्च करावा लागतो |
| परजीवी व्यवस्थापन | मत्स्यपालन तलावांमध्ये पूर्व-स्टॉकिंग व्यवस्थापन चांगल्या पद्धतींने अंमलात | या तलावांमध्ये पूर्व-स्टॉकिंग व्यवस्थापन अधिक जटिल |

| | आणता येते. त्यामुळे परजीवी व्यवस्थापन सोपे होते | असल्यामुळे परजीवी व्यवस्थापन अधिक कठीण होते |
|---|---|---|
| **मासे काढणी** | उथळ खोली आणि पाणी काढण्याची व्यवस्था असल्यामुळे या तलावांमध्ये मासे काढणी सोपे असते | अधिक खोली आणि पाणी काढण्याची व्यवस्था मर्यादित असल्यामुळे मासे काढणी अधिक कठीण होते |

थोडक्यात, प्लास्टिकचे अस्तरीकरण असलेले शेततलाव हे कृषी क्षेत्रात पिकांच्या सिंचनासाठी पाणी साठवण्याच्या प्राथमिक उद्देशाने डिझाइन केलेले आहेत. मत्स्यपालन या तलावांचा मुख्य उद्देश नसतो. तरीही, पारंपरिक मत्स्यपालन व्यवस्थापन पद्धतींमध्ये थोडेफार फेरबदल करून, प्लास्टिकचे अस्तरीकरण असलेल्या शेततलावांमध्ये माशांचे पालन यशस्वीरित्या आणि किफायतशीरपणे करता येऊ शकते. माश्यांच्या विविध अनुकूलन क्षमतेमुळे ते थंड आणि खारट पाण्यापासून ते खोल समुद्र आणि अगदी आपल्या घरातील सजावटीच्या पाण्याच्या टाक्यांपर्यंत विविध प्रकारच्या पाण्यात सहजपणे जगू शकतात. सुधारित व्यवस्थापन पद्धतींचा वापर करून, प्लास्टिकचे अस्तरीकरण असलेल्या प्रतिकूल जलतलावांनाही यशस्वी मत्स्यपालन केंद्रामध्ये रूपांतरित करता येऊ शकते. शेवटी, अनुकूल धोरणे आणि सखोल ज्ञानाच्या आधारे, अपारंपरिक किंवा आव्हानात्मक जलतलावांमध्येही मत्स्यपालन व्यवसाय यशस्वी करणे शक्य आहे. पुढील लेखात, प्लास्टिकचे अस्तरीकरण असलेल्या शेततलावांमध्ये माशांना वाढवण्याच्या प्रक्रियेतील विविध आव्हाने आणि त्यांच्यावरील उपाययोजनांची सखोल चर्चा करण्यात आली आहे. यात मत्स्य बीज व्यवस्थापन, आहार व्यवस्थापन, विरघळलेला ऑक्सिजन (DO) व्यवस्थापन, रोग व्यवस्थापन, परजीवी व्यवस्थापन आणि काढणी यासंबंधी विविध आव्हाने आणि उपाययोजना यावर सविस्तर चर्चा केली गेली आहे.

# ५. प्लास्टिकचे अस्तरीकरण असलेल्या शेततळ्यातील मत्स्य शेतीसाठी सर्वोत्तम व्यवस्थापन पद्धती

आपण मागील अध्यायात पाहिलेच आहे की, महाराष्ट्रात प्लास्टिकचे अस्तरीकरण असलेल्या शेततळ्यात मत्स्यशेतीची एक नवीन संधी निर्माण झाली आहे. परंतु, पूर्वीचा अध्यायांमध्ये आपण चर्चा केल्यानुसार या तळ्यांना पारंपरिक मत्स्य तळ्यांच्या तुलनेत वेगळ्या प्रकारच्या अडचणींचा सामना करावा लागतो. या अध्यायात, या अडचणींवर मात करून प्लास्टिक अस्तर असलेल्या शेत तळ्यांमध्ये यशस्वी मत्स्यशेती साध्य करण्यासाठी आवश्यक असलेल्या विशिष्ट सर्वोत्तम व्यवस्थापन पद्धतींवर (BMPs) सविस्तर चर्चा करण्यात आली आहे. येथे आपण बीज व्यवस्थापन, खाद्य व्यवस्थापन, ऑक्सिजन (DO) व्यवस्थापन, रोग व परजीवी नियंत्रण आणि माश्यांची काढणी, यामध्ये आढळणाऱ्या सामान्य समस्यांवर प्रकाश टाकला आहे. याशिवाय, प्लास्टिक अस्तर असलेल्या शेततळ्यांच्या खास वैशिष्ट्यांना अनुसरून सक्षम मत्स्यपालनासाठी पर्यायी सर्वोत्तम व्यवस्थापन पद्धतीही दिल्या आहेत.

## बीज व्यवस्थापण

मत्स्यपालनात बीज व्यवस्थापन हा एक अत्यंत महत्त्वाचा घटक आहे. यात चांगल्या गुणवत्तेच्या बीजांची निवड करणे, त्यांना तळ्याच्या वातावरणात जुळवून घेणे, योग्य संख्येत मासे ठेवणे आणि त्यांना पुरेशे आणि योग्य प्रकारचे खाद्य आणि पाणी उपलब्ध करून देणे या गोष्टींचा समावेश होतो. खाली आपण प्लास्टिकचे अस्तरिकरण असलेल्या शेतकऱ्यांनी अवलंबलेल्या विद्यमान मत्स्यपालन पद्धतींमध्ये प्रजातींची निवड, बीजांचा आकार, स्टॉकिंगची वेळ, घनता, हंगाम, इ. विषयी सविस्तर चर्चा केली आहे. तसेच, विद्यमान बीज व्यवस्थापन पद्धतींशी संबंधित अडचणी आणि प्लास्टिक अस्तर असलेल्या शेततळ्यात यशस्वी मत्स्यपालन साध्य करण्यासाठी उपायांवरही चर्चा करण्यात आली आहे.

१. **प्रजातींची निवड:** प्लास्टिक अस्तर असलेल्या शेततळ्यांमध्ये मत्स्यशेती करणाऱ्या शेतकऱ्यांसाठी प्रजातींची निवड हा एक महत्त्वपूर्ण निर्णय असतो. बहुतेक शेतकरी पारंपरिक भारतीय प्रमुख कार्प (IMCs) म्हणजेच कटला, रोहू आणि मृगळ यांना प्राधान्य देतात. या माशांना बाजारात चांगली मागणी असते आणि स्थानिक लोकांनाही हे मासे खूप आवडतात. परंतु, काही शेतकरी

इतर प्रजातींनाही प्राधान्य देत आहेत. यामध्ये तिलापिया, पंगासिअस (पंगास), सामान्य कार्प, अमूर कार्प, मरळ आणि रुपचंद यांचा समावेश होतो. या सर्व प्रजातींची प्लास्टिक अस्तर असलेल्या तळ्यांमध्ये वाढ होते, परंतु त्यांची यशस्वीता वेगवेगळी आहे. आमच्या अभ्यासानुसार, **तिलापिया, पंगास आणि सामान्य कार्प** यांना प्लास्टिक अस्तर असलेल्या शेततळ्यांच्या परिस्थितीशी जुळवून घेण्यास भारतीय प्रमुख कार्पच्या तुलनेत अधिक यश मिळते.

२. **मत्स्य बीजांचा आकार:** प्लास्टिकचे अस्तरीकरण असलेल्या शेततळ्यांमध्ये बहुतांश शेतकरी लहान आकाराच्या (जिरे आकार) माशांचे बीज स्टॉक करतात, परंतु या पद्धतीमुळे अनेक समस्या निर्माण होतात. लहान बीज कीटक, पक्षी, साप, बेडूक आणि मोठे मासे यांसारख्या विविध प्राण्यांचे सहजासहजी शिकार बनतात, ज्यामुळे या लहान बीजांच्या मृत्यूची शक्यता वाढते. याशिवाय, प्लास्टिकचे अस्तरीकरण असलेल्या शेततळ्यांमध्ये पाण्याची गुणवत्ता नियंत्रित करणे कठीण असते, कारण ही तळी भरताना महीने लागतात. परंतू लहान माशांना विशिष्ट पाण्याच्या गुणधर्मांची आणि आहाराची आवश्यकता असते जी पुरवणे कठीण असते. या सर्व कारणांमुळे बीजांचा मृत्यूदर जास्त राहतो, म्हणजेच सुरुवातीला सोडलेल्या पिल्लांपैकी फारच थोडी पिल्ले मोठी होतात. या कारणांमुळे शेतकऱ्यांना आर्थिक तोटा सहन करावा लागतो. या समस्येवर उपाय म्हणून शेतकऱ्यांनी **मोठ्या आणि अधिक टिकाऊ माशांच्या (बोटूकली) बीजांची** साठवण करणे फायदेशीर ठरते, कारण ह्या मोठ्या पिल्लांची शिकार होण्याचा धोका कमी असतो आणि त्यांना विशेष काळजीची गरज नसते.

त्यामुळे यशस्वी शेतीसाठी या तळ्यांमद्धे मत्स्यपालन करताना बोटूकलीच्या आकाराच्या माशांची बीजे खरेदी करणे हे एक महत्त्वाचे पाऊल ठरते. मात्र, ही बीजे आकाराने मोठी असल्याने त्यांची किंमत तुलनेने जास्त असते. त्यामुळे, अनेक शेतकरी खर्च कमी करण्यासाठी लहान आकाराच्या बीजांना प्राधान्य देतात. शेतकऱ्यांनी ही लहान स्वस्त बीजे खरेदी करून डायरेक्ट शेततलावात स्टॉक न करता त्यांचे व्यवस्थित बीज व्यवस्थापन करून शेतातच बोटूकलीच्या आकारात त्यांना वाढवू शकतात. या प्रक्रियेत लहान बीजांना (स्पॉन किंवा जिरे) योग्य वातावरणात वाढवून त्यांना बोटूकली किंवा मोठ्या बोटूकलीच्या आकारापर्यंत वाढवले जाते. त्यानंतर शेततळ्यात स्टॉक केले जाते. या पद्धतीचे खालील प्रमाणे अनेक फायदे आहेत:

**अ) स्थानिक परिस्थितीशी जुळवून घेणे:** शेतातच बीजांना वाढवून स्थानिक पाण्याची गुणवत्ता, तापमान, आणि इतर पर्यावरणीय घटकांशी जुळवून घेणे शक्य होते. या प्रक्रियेमध्ये बीजांची टिकाव क्षमता वाढते आणि ते रोगांपासून अधिक सुरक्षित राहतात.

**आ)आकार नियंत्रण आणि वाढीचा वेग:** शेतात बीजांना नियंत्रित वातावरणात वाढवले जाते. ज्यामुळे त्यांची वाढ अधिक वेगाने आणि एकसमान होते. योग्य काळजी घेऊन बीजांना लवकरच बोटूकली किंवा मोठ्या बोटूकलीच्या आकारापर्यंत पोहोचवता येते.

**इ) बीजांचा टिकाव दर:** शेतात बीजांची वाढ करताना शेतकरी त्यांचे आरोग्य सतत निरीक्षण करू शकतात. जर कोणतीही समस्या उद्भवली तर ती त्वरित ओळखून त्यावर उपाय केले जाऊ शकतात, ज्यामुळे बीजांचा टिकाव दर वाढतो.

**ई) आहार व्यवस्थापन:** शेतकरी बीजांना योग्य प्रमाणात आणि वेळेवर आहार देऊन त्यांच्या पोषण गरजा पूर्ण करू शकतात. यामुळे आहाराचा अपव्यय कमी होतो आणि आहार-रूपांतरण दर सुधारतो. परिणामस्वरूप, बीजांची वाढ सशक्त होते.

**उ) मृत्यू दर कमी करणे:** शेतात बीजांना खास काळजी मिळाल्याने त्यांच्या मृत्यू दरात घट होते. योग्य आहार, पाणी गुणवत्ता, आणि शिकारी प्राण्यांपासून संरक्षण मिळाल्याने बीजांची टिकाव क्षमता वाढते.

**ऊ) शिकारी प्राण्यांपासून संरक्षण:** शेतातच संरक्षित वातावरणात बीजांची वाढ केल्यामुळे ते विविध शिकारी प्राण्यांपासून सुरक्षित राहतात.

**ऋ) बीज तळाशी जाणे टळते:** लहान बीजांना थेट खोल शेततळ्यात सोडल्यास ती तळाशी जाऊ शकतात, परंतु योग्य ठिकाणी वाढवल्यास त्या बीजांचे तळाशी जाणे टाळता येते, ज्यामुळे त्यांचा मृत्यू होण्याचा धोका कमी होतो.

थोडक्यात, मत्स्यपालन क्षेत्रात शेतातच बीज मोठे कारणे हा एक प्रभावी आणि शाश्वत दृष्टिकोन आहे. या पद्धतीमुळे शेतकऱ्यांना बीजांच्या संपूर्ण जीवनचक्रावर नियंत्रण मिळते, ज्यामुळे त्यांची गुणवत्ता सुधारते आणि टिकाव दर वाढतो. स्थानिक परिस्थितीशी जुळवून घेण्याची क्षमता वाढल्याने, बीजे रोगांपासून अधिक सुरक्षित राहतात. याशिवाय, नियंत्रित वातावरणामुळे आहार व्यवस्थापन सुलभ होते आणि मृत्यू दर कमी होतो. परिणामी, मत्स्यपालन व्यवसायात अधिक नफा मिळतो. शेतातच बीज मोठे करण्याच्या काही पद्धती विषयी खाली थोडक्यात वर्णन केले आहे:

**अ) नर्सरी पॉंड:** नर्सरी तळी ही खास डिझाइन केलेली लहान तळी असतात जिथे नवजात माशांना सुरक्षित आणि नियंत्रित वातावरणात वाढवले जाते. ही तळी माशांच्या आयुष्यातील सर्वात महत्त्वाच्या टप्प्यात म्हणजेच पिल्लांपासून बोटूकलीपर्यंतच्या काळात त्यांच्यासाठी एक प्रकारचा "पाळणा घर" असतात. नर्सरी तळ्यांची वैशिष्ट्ये म्हणजे साधारणतः ०.७५-१.० मीटर खोली आणि ०.०२-०.०६ हेक्टर क्षेत्रफळ असलेली लहान आणि उथळ तळे, जिथे

पाण्याची गुणवत्ता अत्यंत महत्त्वाची असते. या तळ्यात माशांना पुरेसा आहार मिळण्यासाठी प्लांकटनच्या माध्यमातून पोषणयुक्त आहार उपलब्ध केला जातो. तसेच वर खाद्य पण दिले जाते. माशांना शिकारी प्राण्यांपासून संरक्षण देण्यासाठी चारी बाजूंनी कुंपण किंवा जाळी लावली जाते, तसेच तळ्यात तापमान आणि प्रकाश नियंत्रित केला जातो. नर्सरी तळ्यांमध्ये मासे अधिक वेगाने आणि निरोगीपणे वाढतात, मृत्यू दर कमी असतो.

नर्सरी पॉंड

**आ) रिअरिंग पॉंड:** नर्सरी तळ्यात वाढलेले मासे पुढील वाढीसाठी रिअरिंग तळ्यात हलवले जातात. ही तळी अधिक मोठी असतात आणि या तळ्यात बीजांच्या वाढीसाठी अधिक जागा मिळते. यामुळे मासे साठवण तळ्यांमध्ये सोडण्यापूर्वी चांगल्या प्रकारे वाढतात.

रिअरिंग पॉंड

**इ) हापा:** हापा हे जलाशय किंवा तळ्यांमध्ये उभारले जाणारे विशेष प्रकारचे जाळीयुक्त बंधन असतात, ज्यांचा उपयोग माशांच्या बीजांना सुरक्षित वातावरण प्रदान करण्यासाठी केला जातो. हापा पाण्याच्या पृष्ठभागावर तैरतात, तसेच त्यांच्या आत एक सीमित जागा तयार होते, जी माशांच्या बीजांसाठी सुरक्षित आश्रयस्थान म्हणून काम करते. जाळीमुळे पाणी आत-बाहेर जाऊ शकते, पण मोठे प्राणी आत येऊ शकत नाहीत. हापाचे फायदे म्हणजे हापांना एका ठिकाणाहून दुसऱ्या ठिकाणी सहज हलवता येते. तसेच माशांच्या बीजांना

शिकारी प्राण्यांपासून सुरक्षित ठेवते. हापाच्या आत मधील माशांचे निरीक्षण करणे आणि त्यांची काळजी घेणे सोपे असते. एकूणच, हापा हे मत्स्यपालन क्षेत्रात एक नवीन आणि प्रभावी तंत्रज्ञान आहे, जे माशांच्या बीजांना सुरक्षित वातावरण प्रदान करते.

हापा यूनिट

**ई) केज कल्चर:** केज कल्चर ही एक मत्स्यपालन पद्धत आहे ज्यामध्ये माशांना पिंजऱ्यात वाढवले जाते. ही पद्धत सामान्यतः मोठ्या माशांसाठी वापरली जाते, परंतु काही विशिष्ट परिस्थितींमध्ये लहान माशांच्या पिल्लांसाठीही वापरली जाऊ शकते. लहान पिल्लांसाठी (जिरे साईज) जाळ्याची संरचना योग्य नसली तरी, मोठी पिल्ले किंवा प्रारंभिक बोटूकलींसाठी ही पद्धत एक चांगला पर्याय असू शकते. सर्व आकाराच्या शेततळ्यांवर आणि सर्व प्रकारच्या माशांसाठी ही पद्धत योग्य नसते.

केज कल्चर

विविध तंत्रज्ञानांचा वापर करून शेतकरी त्यांच्या गरजेनुसार माशांची बीजे मोठी करू शकतात. प्लास्टिक अस्तरीत शेततळ्यांमध्ये "हापा" वापरणे हा एक चांगला पर्याय आहे. शेततळ्यांमध्येच हापा तयार केल्यामुळे जागा वाचते आणि खर्च कमी होतो. काही शेतकरी शेततळ्याच्या बाहेर नर्सरी पॉड / रिअरिंग पॉड तयार करून बीज मोठे करू शकतात, तर काही केजेस वापरू शकतात. पण केजेस अधिक खर्चिक असू शकतात आणि प्लास्टिकला नुकसान करू शकतात. म्हणून, **प्लास्टिक**

**अस्तरीत शेततळ्यांसाठी "हापा" हा सर्वात योग्य पर्याय आहे**. हे हापा युनिट विद्यमान तळ्यातच बसवता येत असल्याने नवीन तळे खोदण्याची गरज नसते.

प्लास्टिकचे अस्तरीकरण असलेल्या शेततळ्यांमध्ये मत्स्य बीजांचे संवर्धन करण्यासाठी महाराष्ट्रातील शेतकरी सद्यस्थितीत अवलंबित असलेल्या पद्धती:

नर्सरी पॉंड

हापा यूनिट

शेततळ्यातच तयार केलेली
'बीज अनुकूलन' प्रक्रिया

रिअरिंग पॉंड

३. **शेततळ्यांमध्ये मासे सोडण्याची उत्तम वेळ:** अनेक शेतकरी कोलकत्ता (पश्चिम बंगाल) वरून मत्स्य बीज आणतात. जे विमानाद्वारे वाहतूक केले जाते आणि त्यामुळे रात्री उशिरा शेतीत पोहोचते. या उशीरा आगमनामुळे शेतकऱ्यांना सकाळी पहाटे बीज शेततळ्यात सोडण्याची प्रक्रिया करावी लागते. प्लास्टिक अस्तरीत शेततळ्यात रात्री ते सकाळच्या काळात पाण्याच्या तापमानात जास्त बदल होत असतात. ज्यामुळे माशांना झटपट बदलांशी जुळवून घेणे कठीण होते. ही तापमानातील अस्थिरता मत्स्य बीजांच्या जीवनक्षमतेवर परिणाम करते आणि त्यांच्या वाढीसाठी प्रतिकूल ठरू शकते.

- **उत्तम वेळ निवडण्याचे महत्त्व:** मासे सोडण्याची योग्य वेळ निवडणे हे त्यांच्या जगण्याच्या दरात वाढ करण्यासाठी अत्यंत महत्त्वपूर्ण असते. योग्य वेळी मासे सोडल्यास त्यांना अनुकूल पाण्याचे तापमान व ऑक्सिजनची योग्य मात्रा मिळते, जे त्यांच्या तणावाचे प्रमाण कमी करते आणि जीवनक्षमतेत वाढ घडवून आणते. दुपारनंतर किंवा संध्याकाळी मासे सोडल्यास

हे वातावरण अधिक स्थिर व अनुकूल असते, ज्यामुळे माशांची प्रतिकारक्षमता व अनुकूलन क्षमताही वाढते.

- **दुपारनंतर किंवा संध्याकाळची वेळ का उत्तम:** दुपारनंतर किंवा संध्याकाळी पाण्याचे तापमान तुलनेने स्थिर असते आणि ऑक्सिजनची पातळीही अधिक असते. या वेळी मासे अधिक सक्रिय असतात, ज्यामुळे ते नवीन वातावरणाशी लवकर जुळवून घेऊ शकतात. संध्याकाळी मासे सोडल्यास ते रात्रभर त्यांच्या नवीन वातावरणाशी जुळवून घेण्यासाठी वेळ घेऊ शकतात, ज्यामुळे त्यांना तणाव कमी जाणवतो. एकंदरीत प्लास्टिक अस्तरीत शेततळ्यात मासे सोडण्यासाठी दुपारनंतर किंवा संध्याकाळची वेळ ही सर्वात अनुकूल वेळ असते. यामुळे माशांना अधिक अनुकूल वातावरण मिळते, त्यांच्या जगण्याच्या दरात वाढ होते, आणि शेतकऱ्यांचे उत्पन्नही वाढवते.

४. **मत्स्यशेतीचा हंगाम:** मत्स्यपालन व्यवसायात हंगामाचा विचार करणे अत्यंत महत्त्वाचे असते. पाण्याचे तापमान, ऑक्सिजनची पातळी आणि माशांचे खाद्य सतत बदलत असते. त्यामुळे, मासे कधी आणि किती प्रमाणात सोडावेत हे ठरवताना हंगामाचा विचार करणे आवश्यक असते. प्लास्टिकचे अस्तरीकरण असलेल्या शेततळ्यांमध्ये शेतकरी वर्षभर मत्स्य बीज सोडत असले तरी जून ते ऑगस्ट या काळात मासे सोडण्याचे प्रमाण अधिक आहे. या तळ्यांमद्धे माशांची काढणी करताना पाण्याची पातळी महत्त्वाची भूमिका बजावते. काढणीच्या वेळी जर पाण्याची पातळी जास्त असेल तर काढणी करणे कठीण होते. म्हणून, काढणीच्या वेळी पाण्याची पातळी कमी असावी याची काळजी घेणे आवश्यक आहे. त्यामुळे, *मासे सोडण्याची योजना अशी आखावी की, काढणीच्या वेळी पाण्याची पातळी कमीत कमी* असावी.

५. **शेततळ्यात मासे सोडण्याचे प्रमाण:** तळ्यात मासे किती सोडावे हे शेतकऱ्यांसाठी महत्त्वाचे असते. बीज विक्रेते अनेकदा आकर्षित करण्यासाठी शेतकऱ्यांना चुकीची माहिती देतात. ज्यामुळे शेतकरी प्रति हेक्टरी १२५०० ते १५०००० बीज या तलावांमध्ये सोडत आहेत. जे खूप जास्त आहे. मत्स्यप्रजाती, तळ्याचे आकारमान, आणि पर्यावरणीय परिस्थितीनुसार बीज घनत्व बदलते. *उदाहरणार्थ, कटला, रोहू, मृगळ यांसारख्या भारतीय कार्प प्रजातींसाठी प्रति हेक्टरी ३००० ते ५००० बीज, तर तिलापिया आणि पंगासियस यांसारख्या लहान प्रजातींसाठी १०००० ते २०००० बीज सोडणे योग्य ठरू शकते.* योग्य बीज घनत्व ठरवण्यासाठी स्थानिक मत्स्यपालन तज्ञांचा सल्ला घेऊन तळ्याचे मूल्यांकन करणे आणि उत्पादन उद्दिष्टे निश्चित करणे आवश्यक आहे. शेतकऱ्यांनी भ्रामक दावे टाळून योग्य बीज घनत्व निवडल्यास माशांना पुरेसे खाद्य मिळते,

त्यांची वाढ सुकर होते आणि रोगराईचा धोका कमी होतो, ज्यामुळे मत्स्यपालनात यश मिळवणे शक्य होते.

**महाराष्ट्रात बीज पुरवठा साखळीतील धोरणात्मक समस्या:** महाराष्ट्रातील मत्स्यपालन क्षेत्रात बीज पुरवठा साखळी अनेक गंभीर समस्यांनी ग्रस्त आहे. ही साखळी पूर्णपणे नियंत्रित नसल्यामुळे अनेक मध्यस्थ यामध्ये कार्यरत आहेत. ज्यामुळे बीजांची गुणवत्ता, विश्वसनीयता आणि टिकाऊपणा धोक्यात आला आहे. बीज, उत्पादकापासून ते शेतकऱ्यापर्यंत पोहोचण्यासाठी अनेक मध्यस्थ कार्यरत असल्यामुळे कोणत्याही एका व्यक्ती किंवा संस्थेचे या साखळीवर पूर्ण नियंत्रण नाही. अनेकदा, काही विशिष्ट पुरवठादारांकडे बाजारपेठेवर एकाधिकार असतो, ज्यामुळे ते बीजांचे दर आणि गुणवत्ता स्वतःच्या मर्जीप्रमाणे ठरवतात. या साखळीत कोणत्याही एका व्यक्ती किंवा संस्थेची स्पष्ट जबाबदारी नसल्यामुळे, बीजांची गुणवत्ता सुनिश्चित करण्याची जबाबदारी कोणाची हे स्पष्ट होत नाही. अनेकदा, बीज पुरवठादारांना स्वतःलाच माहित नसते की ते कोणत्या प्रजातीचे बीज विकत आहेत, ज्यामुळे बीजांच्या स्रोतांची अचूकता आणि प्रामाणिकतेबाबत शंका निर्माण होते. निकृष्ट दर्जाचे बीज वापरल्यामुळे शेतकऱ्यांना आर्थिक नुकसान होते. यामुळे मत्स्यपालन उद्योगाची वाढ मंदावते. या क्षेत्रात योग्य नियमन आणि नियंत्रण नसल्यामुळे समस्यांना सामोरे जाणे अधिक कठीण होते. त्यासाठी बीज पुरवठा साखळी अधिक नियंत्रित करणे आवश्यक आहे. बीज उत्पादन, वितरण आणि विक्री या सर्व प्रक्रियेत पारदर्शकता आणणे आवश्यक आहे. याशिवाय, बीजांची गुणवत्ता तपासण्यासाठी योग्य यंत्रणा उभारणे आवश्यक आहे आणि त्याचबरोबर शेतकऱ्यांना योग्य माहिती देणे आवश्यक आहे. शेतकऱ्यांनी विश्वासार्ह पुरवठादारांकडूनच बीज खरेदी करावी. बीज खरेदी करताना गुणवत्ता तपासावी आणि शासनाच्या मत्स्यपालन योजनांचा लाभ घ्यावा. बीज पुरवठा साखळीवर कडक नियमन करावे आणि बीजांची गुणवत्ता तपासण्यासाठी प्रयोगशाळा उभाराव्यात. शेतकऱ्यांना प्रशिक्षण देण्याचे कार्यक्रम आयोजित करावेत, तसेच गुणवत्तायुक्त बीज उपलब्ध करून देण्यासाठी अनुदान योजना राबवाव्यात. म्हणून महाराष्ट्रातील मत्स्यपालन उद्योगाच्या विकासासाठी बीज पुरवठा साखळीतील समस्यांचे निराकरण करणे अत्यंत आवश्यक आहे. यासाठी सरकार, शेतकरी आणि संबंधित सर्व संस्थांनी एकत्र येऊन प्रयत्न करणे आवश्यक आहे.

याशिवाय, काही विक्रेते नद्यांमध्ये आणि धरणांमध्ये निकृष्ट दर्जाची बीज निर्मिती करत आहेत, ज्यामुळे मास्यांच्या आरोग्यावर आणि कार्यक्षमतेवर विपरीत परिणाम होत आहे. बीज

पुरवठादारांकडून प्रचंड प्रमाणात साठवणूक करण्याच्या शेतकऱ्यांना शिफारसी दिल्या जात आहेत. ज्यामुळे तलावांमध्ये मास्यांची अतिप्रमाणात गर्दी होते आणि संसाधनांसाठी त्यांच्यामध्ये स्पर्धा निर्माण होते. परिणामी वाढीचा दर कमी होतो आणि उत्पादनावर आणि उत्पन्नावर विपरीत परिणाम होतो. मासळीचे बीज खूप महाग असतात. एका बीजाची किंमत एक ते साडेतीन रुपये असते. शिवाय, रोहू आणि कतला या प्रकारच्या मासळी शेतकऱ्यांच्या तलावांमध्ये चांगल्या वाढत नाहीत तरी पण बीज विक्रेते त्याचीच जास्त विक्री करतात. या सर्व कारणांमुळे शेतकरी आर्थिक संकटात सापडत आहे.

बीज पुरवठादार शेतकऱ्यांना आकर्षित करण्यासाठी खोट्या आकडेवारीचा वापर करतात. ते सांगतात की, २५००० बीज साठवून १० लाख रुपये कमावता येतील. पण ते खाद्य आणि व्यवस्थापनाचा खर्च सांगत नाहीत. ते खाद्याचे महत्त्व कमी लेखतात आणि "घरी तयार केलेले खाद्य" वापरण्याचा सल्ला देतात, पण ते खाद्य कसे बनवायचे, किती आणि कसे द्यायचे किंवा त्यात कोणते पोषक तत्व असावे याबद्दल काही सांगत नाहीत. यामुळे शेतकरी चुकीच्या माहितीवर विश्वास ठेवून पैसे गमावतात.

महाराष्ट्रात ज्यांच्याकडे प्लास्टिकचे अस्तरीकरण असलेले शेततलाव आहेत असे शेतकरी उच्च दर्जाची मत्स्यबीज खरेदी करताना अनेक अडचणींना तोंड देतात. बहुतेकदा ते खासगी विक्रेत्यांकडून बीज खरेदी करतात, पण त्यांची गुणवत्ता शंकास्पद असते. चांगल्या दर्जाची बीज कोलकत्ता, विजयवाडा आणि हैदराबाद सारख्या दूरच्या ठिकाणांवरून मिळतात. उदाहरणार्थ, विजयवाडा येथील GIFT तिलापिया हॅचरी 3 ते 3.50 रुपये प्रति बीज दरात चांगल्या गुणवत्तेची बीज देते, पण त्यात वाहतूक खर्चही जोडावा लागतो. महाराष्ट्रातील सरकारी हॅचऱ्यांमधून बीज मिळवणे कठीण आहे कारण त्यांच्याकडे अनेक नियम आहेत आणि प्रक्रिया खूप लांब आहे, त्यामुळे शेतकरी टाळाटाळ करतात.

या आव्हानांना दूर करण्यासाठी आणि बीजांची उपलब्धता व गुणवत्ता सुधारण्यासाठी शेतकऱ्यांनी बीज पुरवठा साखळीत काही सुधारणा सुचवल्या आहेत:

1. **स्थानिक स्तरावर उपलब्धता:** महाराष्ट्रातच, शेतकऱ्यांना परवडणाऱ्या दरात उच्च दर्जाची मासळीची बीज उपलब्ध करून देण्यासाठी प्रयत्न करावे.

2. **नियंत्रण:** बीज पुरवठा साखळीवर सरकारचे अधिक नियंत्रण असावे जेणेकरून बीजांची गुणवत्ता सुनिश्चित करता येईल.

3. **स्थानिक हॅचरी:** महाराष्ट्रातच GIFT तिलापिया हॅचरीसारखी उच्च दर्जाची बीज उत्पादन करणारी संस्था स्थापन करावीत.

4. **अनुदान:** शेतकऱ्यांना बीज खरेदी करण्यासाठी अनुदान देऊन त्यांचा खर्च कमी करावा.

5. **खाजगीकरण:** शासकीय देखरेखीखाली बीज उत्पादनाचे खाजगीकरण करून उत्पादन वाढवावे.

6. **अधिकृतता आणि प्रमाणपत्र:** बीज विक्रेत्यांना अधिकृतता आणि प्रमाणपत्र देऊन बीजांची गुणवत्ता सुनिश्चित करावी.

7. **बीज नर्सरी प्रमाणपत्र योजना:** बीज नर्सरींना प्रमाणपत्र देण्यासाठी एक योजना आणावी.

8. **समाजमाध्यमांवर नियंत्रण:** व्हॉट्सअॅप, यूट्यूब, फेसबुक यांसारख्या प्लॅटफॉर्मवर बीज विक्रेत्यांकडून खोट्या जाहिरातींवर बंदी घालावी.

9. **प्रशिक्षण:** शेतकऱ्यांना नर्सरी तलाव व्यवस्थापनाचे प्रशिक्षण देऊन त्यांची उत्पादकता वाढवावी.

या सूचनांच्या अनुषंगाने, महाराष्ट्रातील प्रत्येक जिल्ह्यात जिल्हा प्रशासनाच्या देखरेखीखाली एक आधुनिक मत्स्यबीज केंद्र (हॅचरी) उभारण्याची गरज आहे. यामुळे शेतकऱ्यांना स्वतःच्या जिल्ह्यातच उच्च दर्जाची मासळीचे बीज सहज उपलब्ध होतील. यामुळे शेतकऱ्यांना दूरच्या ठिकाणी जाऊन बीज आणण्याची गरज उरणार नाही आणि त्यांचा वेळ आणि खर्च वाचेल. याशिवाय, स्थानिक पातळीवर उत्पादन झालेल्या बीजांची गुणवत्ता अधिक चांगली असण्याची शक्यता असते आणि त्यांचे वितरणही वेळेवर होऊ शकते. यामुळे मत्स्यपालन व्यवसाय अधिक फायदेशीर होईल.

--------------------------------------------------------------------------------

## खाद्य व्यवस्थापण

मत्स्यसंवर्धनात खाद्य व्यवस्थापन म्हणजे माश्यांच्या पोषण गरजा पूर्ण करण्यासाठी वैज्ञानिक पद्धतीने खाद्य देण्याची प्रक्रिया आहे. यामध्ये माश्यांच्या प्रजाती, आकार आणि वाढीच्या टप्प्यानुसार खाद्याची रचना आणि प्रमाण ठरवणे समाविष्ट असते. यासाठी आपल्याला माशांचे वर्तन, पाण्याची गुणवत्ता आणि इतर गोष्टींचा विचार करावा लागतो. माशांना दिले जाणारे खाद्याचे मुख्यतः तीन प्रकार पडतात: नैसर्गिक खाद्य, पूरक खाद्य आणि संपूर्ण खाद्य.

१. **नैसर्गिक खाद्य:** नैसर्गिक तलाव म्हणजे माशांसाठी एक प्रकारचे स्वयंपाकघर आहे. या तलावांमध्ये प्लँक्टन, कीटक, अळ्या आणि पाण्यातील वनस्पती यासारखे अनेक प्रकारचे खाद्य असते. हे खाद्य माशांना नैसर्गिकरीत्या मिळते आणि त्यांच्या वाढीसाठी आवश्यक असलेले सर्व पोषक तत्वे पुरवते. एका शब्दात सांगायचे तर, नैसर्गिक तलाव ही माशांसाठी एक संपूर्णपणे स्वयंपाकघर असते. परंतू प्लास्टिक-लाइन असलेले शेततलाव मातीच्या तलावांसारखे नसतात. माती नसल्यामुळे या तलावांमध्ये माशांसाठी नैसर्गिक अन्न वाढण्याची क्षमता कमी असते. तरीही, आपण या तलावांमध्ये काही विशेष पद्धती वापरून माशांसाठी नैसर्गिक अन्न वाढवू शकतो. नैसर्गिक खाद्याचे विविध प्रकार खालीलप्रमाणे आहेत:

- **फायटोप्लँक्टन:** फायटोप्लँक्टन ही मायक्रोस्कोपिक शैवाल आहेत जी पाण्यात वाढतात आणि अनेक मास्यांच्या प्रजातींसाठी प्राथमिक खाद्य स्रोत म्हणून कार्य करतात. योग्य पाणी गुणवत्ता आणि पोषक घटकांची पातळी राखून शेतकरी प्लास्टिक-लाइन केलेल्या शेततलावांमध्ये फायटोप्लँक्टनच्या वाढीस प्रोत्साहन देऊ शकतात.

- **झूप्लँक्टन:** झूप्लँक्टन, जसे की रोटिफर, कोपेपॉड्स आणि डॅफ्निया, ही लहान जलचर आहेत जी फायटोप्लँक्टनवर आपली उपजीविका करतात आणि मास्यांसाठी मध्यवर्ती खाद्य स्रोत म्हणून कार्य करतात. झूप्लँक्टनची वाढ होण्यासाठी अनुकूल परिस्थिती निर्माण करून शेतकरी प्लास्टिक-लाइन शेततलावांमध्ये नैसर्गिक खाद्याची उपलब्धता वाढवू शकतात.

- **तळाच्या पृष्ठभागावरील जीव:** तळाच्या पृष्ठभागावरील जीव जसे की कीटक, अळ्या आणि लहान किडे, हे शेततळ्याच्या तळातील गाळात राहू शकतात. योग्य व्यवस्थापन तंत्रांचा वापर केल्यास हे जीव मास्यांसाठी नैसर्गिक खाद्य पुरवठा म्हणून योगदान देऊ शकतात. परंतु, प्लास्टिक-लाइन असलेल्या खोल तलावांमध्ये, नैसर्गिक किंवा मातीच्या तलावांच्या तुलनेत हे जीव राहण्याची शक्यता कमी असते, कारण त्यांना सेंद्रिय पदार्थांनी समृद्ध गाळ आवश्यक असतो.

- **सेंद्रिय पदार्थांचे विघटन:** उरलेले खाद्य आणि मास्यांचे मल यांसारख्या सेंद्रिय पदार्थांच्या विघटनामुळे तलावात पोषक घटक वाढतात, जे नैसर्गिक खाद्य घटकांच्या वाढीस मदत करतात.


जरी प्लास्टिक-लाइन असलेल्या शेततलावांमध्ये नैसर्गिक तलावांच्या तुलनेत विविध आणि मुबलक नैसर्गिक खाद्य तयार करणे आव्हानात्मक असले, तरी योग्य व्यवस्थापन व नियमित निरीक्षणाद्वारे नैसर्गिक खाद्य वाढीसाठी अनुकूल परिस्थिती निर्माण करणे शक्य आहे. शेतकरी खत व्यवस्थापन, पाणी गुणवत्ता नियंत्रण, आणि सेंद्रिय घटकांचा साठा यांसारख्या तंत्रांचा अवलंब करून या

तलावांमध्ये नैसर्गिक खाद्याचा पुरवठा वाढवू शकतात. त्याचबरोबर नैसर्गिक खाद्य कमी असताना, पूरक किंवा संपूर्ण खाद्य देणे आवश्यक पोषण मिळवण्यासाठी उपयुक्त ठरते हे शेतकऱ्यांनी लक्षात ठेवावे. पुढील प्रकरणांमध्ये, प्लास्टिक-लाइन असलेल्या शेततलावांमध्ये प्लँक्टनच्या वाढीबद्दल सखोल माहिती दिली आहे. शेतकऱ्यांनी त्याचा अभ्यास करावा.

**प्लास्टिकचे अस्तरीकरण असलेल्या शेततलावांमध्ये फायटोप्लँक्टनची वाढ करताना शेतकरी करत असलेल्या चुका:** प्लास्टिक-लाइन असलेल्या शेततलावांमध्ये फायटोप्लँक्टनची वाढ करण्यासाठी शेतकरी न कुजलेले शेणखत टाकतात, ही पद्धत खूप हानिकारक आहे. याचे कारण असे की, अपघटित न झालेल्या शेणखतात मोठ्या प्रमाणात नायट्रोजन आणि फॉस्फरस सारखी पोषक तत्वे असतात. ही पोषक तत्वे शैवालांच्या अनियंत्रित वाढीस कारणीभूत ठरतात. यामुळे तलावामध्ये अवांछित शैवालांच्या प्रमाणात वाढ होते आणि तलावातील संतुलन बिघडते. शैवालांच्या अतिप्रमाणात वाढीमुळे तलावातील इतर जीवजंतूंना आवश्यक अन्न आणि जागा कमी मिळते, ज्यामुळे इच्छित मास्यांच्या प्रजातींच्या वाढीवर नकारात्मक परिणाम होतो. तसेच अपघटित शेणखत तलावात टाकल्यामुळे पाण्यातील ऑक्सिजनची पातळी कमी होते. खताच्या विघटन प्रक्रियेदरम्यान ऑक्सिजनचा वापर होतो, ज्यामुळे मास्यांना श्वास घेण्यास त्रास होतो आणि त्यांचा मृत्यू होऊ शकतो. त्याचबरोबर अपघटित शेणखतातील अनेक प्रकारचे हानिकारक जिवाणू तलावातील पाण्यात मिसळू शकतात, ज्यामुळे मास्यांमध्ये रोग पसरवण्याची शक्यता वाढते. याव्यतिरिक्त, अपघटित सेंद्रिय पदार्थ तलावातील पाणी गढूळ करतात, ज्यामुळे सूर्यप्रकाश पाण्यात शिरण्यास अडथळा येतो. सूर्यप्रकाश कमी मिळाल्यामुळे प्रकाशसंश्लेषण प्रक्रिया मंदावते, ज्यामुळे तलावातील ऑक्सिजनचे प्रमाण कमी होते. त्यामुळे शेणखत टाकण्यापूर्वी ते पूर्णपणे विघटित करून त्यातून मिळालेले कंपोस्ट खत वापरणे अधिक योग्य ठरते. तसेच नियमितपणे पाण्याची गुणवत्ता तपासून आवश्यक बदल करणे, सेंद्रिय पदार्थांचे प्रमाण नियंत्रणात ठेवणे, आणि मास्यांचे आरोग्य नियमितपणे तपासणे या उपाययोजना करणे आवश्यक आहे. थोडक्यात, प्लास्टिक-लाइन असलेल्या शेततलावांमध्ये अपघटित शेणखत वापरण्याने तलावातील पाण्याच्या गुणवत्तेवर नकारात्मक परिणाम होतो आणि त्याचा मास्यांच्या वाढीवर विपरीत परिणाम होतो. म्हणूनच, शेतकऱ्यांनी योग्य प्रकारे कंपोस्ट केलेले खत वापरणे आणि तलावातील पाण्याची गुणवत्ता नियमितपणे तपासणे आवश्यक आहे.

शैवालांची अनियंत्रित वाढ

जेव्हा तलावांमध्ये अवांछित शैवालांची वाढ होते आणि राबवलेल्या उपायांनंतरही ती आटोक्यात येत नाही, तेव्हा पाण्याची अदलाबदल करणे एक पर्याय असतो. परंतू सिंचनासाठी असलेल्या या तळ्यांमध्ये पाण्याची अदलाबदल करणे शक्य नसल्याने शेतकऱ्यांना शैवाल नियंत्रणासाठी पर्यायी उपाय शोधावे लागतात. अशा परिस्थितीत, काही पद्धतींचा विचार करून शैवाल नियंत्रणाचा प्रयत्न करता येतो.

- **हाताने शैवाल काढणे:** शेतकरी, मजूर आणि साधनांच्या मदतीने शेततळ्यातून शैवाल काढून टाकू शकतात. कमी प्रमाणात शैवाल असल्यास, ही पद्धत सरळ आणि सोपी आहे आणि विशेषतः जलद परिणाम देते. तथापि, हे काम श्रमसाध्य आणि खर्चिक असते. मोठ्या प्रमाणात शैवाल असल्यास, ही पद्धत अव्यवहारिक ठरते, कारण यासाठी अधिक वेळ, श्रम, आणि आर्थिक गुंतवणूक आवश्यक असते.
- **साठवण व्यवस्थापन:** शेततळ्यात शैवाल वाढलेले असताना तळ्यात नवीन मासे सोडण्याचे टाळणे हेसुद्धा एक परिणामकारक उपाय आहे. यामुळे तलावावरील ताण कमी होतो आणि शैवाल नियंत्रणावर लक्ष केंद्रित करता येते.
- **पाणी ढवळणे:** पंपाच्या साह्याने पाणी खालीवर करून हालचाल निर्माण केल्यास शैवालांची वाढ कमी होते आणि तलावातील ऑक्सिजन पातळी वाढवता येते. पाण्याची ढवळा ढवळ शैवालांच्या संवर्धनासाठी आवश्यक असलेल्या स्थिर पृष्ठभागाचा नाश करते. परंतू यासाठी अतिरिक्त ऊर्जा खर्च लागतो त्यामुळे ही पद्धत शेतकऱ्यांच्या खर्चात वाढ करते.
- **नैसर्गिक खाद्याचे उत्पादन:** तलावाबाहेर अझोला किंवा जलफुलांसारख्या वनस्पतींचे उत्पादन करून त्यांना तलावात सोडल्यास माशांना नैसर्गिक खाद्य उपलब्ध होते. आणि पोषकद्रव्यांसाठी शैवालांशी स्पर्धा होऊन शैवालांची वाढ मर्यादित राहते. परंतू यासाठी अतिरिक्त जागा आणि वेळ लागतो.

शेतकऱ्यांनी कोणत्याही पद्धतींचा वापर करण्यापूर्वी मत्स्यपालन तज्ञांचा सल्ला घेणे आवश्यक आहे, कारण प्रत्येक तलावाची परिसंस्था आणि माशांची प्रजाती वेगवेगळी असते. म्हणूनच, तलावाच्या परिसंस्थेचा अभ्यास करूनच योग्य उपाय निवडणे गरजेचे आहे. एकत्रित दृष्टिकोन वापरून म्हणजे एकाच वेळी विविध पद्धतींचा वापर करून अधिक प्रभावी परिणाम मिळवता येतात.

२. **पूरक खाद्य:** तलावातील माशांना आवश्यक असलेले सर्व पोषक तत्वे नैसर्गिक खाद्यातून मिळणे कधीकधी कठीण होते. यासाठी त्यांच्या आहारात भर घालण्यासाठी दिले जाणारे अतिरिक्त खाद्य म्हणजे पूरक खाद्य. हे खाद्य माशांच्या वाढीसाठी, आरोग्यासाठी आणि उत्पादकतेसाठी खूप महत्त्वाचे असते. यामध्ये तांदुळ, गहू, मका यांचा भुसा, सोयाबीन पेंड, आणि इतर अनेक कृषी उपपदार्थ समाविष्ट असतात. हे खाद्य माशांना आवश्यक असलेले कार्बोहायड्रेट्स, प्रथिने आणि काही विटामिन आणि खनिजे पुरवतात. तसेच यामध्ये फिश मील, पोल्ट्री वेस्ट, आणि इतर प्राणीजन्य पदार्थ समाविष्ट असतात. हे खाद्य माशांना उच्च प्रतीचे प्रथिने आणि आवश्यक अमीनो ॲसिड्स पुरवते.

महाराष्ट्रातील प्लास्टिक अस्तर असलेल्या शेततळ्यांमध्ये माशांच्या पोषणासाठी विविध प्रकारचे पूरक खाद्य वापरले जाते. यामध्ये मक्याचे दाणे, तांदूळ, ज्वारी, बाजरी यासारखी दळलेली धान्ये, शेंगदाणा पेंड, पिठाच्या गिरणीतील उरलेले पदार्थ, कोंबडीच्या दुकानातून मिळणारे वेस्ट, हॉटेल्स, मेस, आणि घरगुती अन्नावशेष यांचा समावेश होतो. शेतकरी या पूरक खाद्याच्या वापरातून स्थानिक कृषी संसाधनांचा प्रभावीपणे वापर करतात. मात्र, त्याचबरोबर माशांच्या संतुलित आहाराची काळजी घेणे आवश्यक असते. सर्व आवश्यक पोषक तत्वांची पूर्तता होईल यासाठी विविध प्रकारच्या खाद्याचे संतुलित मिश्रण वापरावे लागते. प्राणी-आधारित पदार्थांच्या वापराबाबत स्वच्छता महत्त्वाची असते. पुढील लेखांमध्ये विविध प्रकारच्या पूरक खाद्यांचे पोषण मूल्य, योग्य खाद्य संयोजन, आणि मत्स्यपालनात त्यांच्या प्रभावी वापरासाठी शिफारस केलेले फॉर्म्युलेशन यांबाबत सखोल माहिती दिली जाईल.

प्लास्टिक अस्तर असलेल्या शेततलावांमध्ये शेतकरी पूरक खाद्याचे मिश्रण तयार करून तलावात फेकतात. तर काहीवेळा ते मिश्रण न बनवता थेट खाद्य तलावात फेकतात. अशा पद्धतीने अनियंत्रित पूरक खाद्य तलावात टाकल्यामुळे मत्स्यपालनावर गंभीर परिणाम होतो. फेकलेले हे खाद्य थेट तलावाच्या तळाशी जमा होते.

प्लास्टिक अस्तर असलेल्या खोल तलावांमध्ये माशांना तळाशी पोहोचणे कठीण असल्याने तळाशी जमा झालेले खाद्य न खाल्ल्यामुळे वाया जाते आणि त्याचे विघटन होते. तळाशी जमलेल्या या खाद्यामुळे तेथे जिवाणूंची वाढ होते, परिणामी अॅरोबिक (ऑक्सिजनशून्य) स्थिती निर्माण होते ज्यामुळे पाण्यातील ऑक्सिजन पातळी कमी होते आणि विषारी अमोनिया उत्सर्जित होतो. पाण्याच्या गुणवत्तेत झालेल्या या घसरणीमुळे तलावात दुर्गंधी निर्माण होते आणि माशांसाठी एक तणावपूर्ण वातावरण तयार होते. ऑक्सिजन कमी झाल्यामुळे मासे व इतर उपयुक्त जीवांसाठी घुसमटण्याची स्थिती निर्माण होते. याशिवाय, विघटन प्रक्रियेमुळे आणि पूरक खाद्यातील पोषणाच्या असमतोलामुळे तलावातील नैसर्गिक अन्नसाखळीही बिघडते. परिणामी, तलावातील परिसंस्था आजारांच्या उद्रेकास अधिक संवेदनशील होते. त्यामुळे तणावग्रस्त आणि कमकुवत मासे अधिकाधिक रोगांचे बळी ठरतात, ज्यामुळे मृत्यू दर वाढतो. याशिवाय, अशा पद्धतीने वापरलेल्या खाद्यामुळे ९०% पेक्षा अधिक पूरक खाद्य वाया जाते, जे शेतकऱ्यांसाठी आर्थिक नुकसानदाई ठरते आणि मत्स्यपालनाची शाश्वतता कमी होते.

अशा प्रकारे, प्लास्टिक अस्तर असलेल्या शेततलावांमध्ये पूरक खाद्याचा योग्य वापर आणि व्यवस्थापन न केल्यास तलावाच्या तळाचे नुकसान, पाण्याची गुणवत्तेत घसरण, ऑक्सिजनची कमतरता, रोगांचा प्रादुर्भाव, माशांचा मृत्यू दरात वाढ, आणि खाद्याचा अपव्यय यांसारख्या समस्या निर्माण होतात. या समस्यांवर उपाय म्हणून अधिक कार्यक्षम व शाश्वत खाद्य पद्धती अवलंबने, तसेच योग्य खाद्य फॉर्म्युलेशन आणि व्यवस्थापन धोरणे राबवणे आवश्यक आहे, ज्यामुळे माशांची वाढ, आरोग्य, आणि उत्पादनक्षमता वाढण्यास मदत होईल.

प्लास्टिक अस्तर असलेल्या शेततळ्यांमध्ये पारंपारिक खाद्य पद्धतींच्या मर्यादा ओळखून, काही प्रगतिशील शेतकऱ्यांनी माशांच्या पोषणासाठी नवीन आणि अधिक प्रभावी पद्धती शोधून काढल्या आहेत. या पद्धतींचा उद्देश्य खाद्य कार्यक्षमता वाढवणे, अपव्यय कमी करणे आणि माशांचे आरोग्य सुधारणे हा आहे. यासंदर्भात, शेतकऱ्यांनी काही नवीन खाद्य पद्धती स्वीकारल्या आहेत, ज्यांची सविस्तर माहिती पुढीलप्रमाणे आहे:

- **ट्रे फीडिंग:** ट्रे फीडिंग ही प्लास्टिक अस्तर असलेल्या शेततळ्यांमध्ये माशांना खाद्य देण्याची एक प्रभावी पद्धत आहे. या पद्धतीत मोजून दिलेले खाद्य ट्रेमध्ये ठेवले जाते आणि कडेने पाण्यात सोडले जाते. यामुळे माशांना खाद्य सहज उपलब्ध होते आणि खाद्याचा अपव्यय

कमी होतो. शेतकरी माशांनी खाद्य खाल्ल्याचा वेग पाहून पुढील खाद्याचे प्रमाण ठरवतात, ज्यामुळे खाद्याचा अनावश्यक वापर टळतो. या पद्धतीमुळे पाण्याची गुणवत्ता सुधारते, पर्यावरण संरक्षण होते आणि माशांचे आरोग्य चांगले राहते. जेव्हा प्लास्टिक अस्तर असलेल्या शेततलावांमध्ये पाणी खोल असते, तेव्हा खोल पाण्याच्या शेततळ्यांमध्ये माशांना खाद्य देण्यासाठी शेतकरी एक विशेष तंत्र वापरतात. त्यात दोरखंडाने बांधलेल्या ट्रेमध्ये खाद्य ठेवून ते तलावाच्या काठाजवळ हळूवारपणे खाली सोडले जाते.

- **बॅग फीडिंग:** पूरक खाद्य देण्यासाठी गणी बॅग, नायलॉन बॅग आणि प्लास्टिक बॅग यांसारख्या विविध प्रकारच्या बॅगांचा वापर केला जातो. छिद्र पाडलेल्या या बॅगांमध्ये खाद्य भरून त्यांना पाण्यात लटकवले जाते, ज्यामुळे माशांना छिद्रांमधून खाद्य खाता येते आणि खाद्याचा अपव्यय कमी होतो. या छिद्रयुक्त बॅग पाण्यात बुडवलेल्या किंवा तरंगत्या ठेवून खाद्य नियंत्रित प्रमाणात सोडले जाते, त्यामुळे खाद्य थेट तलावाच्या तळाशी पोहोचण्याचे प्रमाण कमी होते.

प्लास्टिक अस्तर असलेल्या शेततलावांमध्ये बॅग फीडिंग पद्धतीचा वापर करताना शेतकरी

- **पॉट फीडिंग:** शेतकरी पूरक खाद्य देण्यासाठी पॉट (भांडे) चा वापर देखील करतात. पॉट अंशतः पाण्यात बुडवली जातात किंवा तळ्यात विशिष्ट ठिकाणी ठेवली जातात, ज्यामुळे नियंत्रित पद्धतीने खाद्य पुरवठा होतो आणि अपव्यय कमी होतो. या पद्धतीमुळे खाद्याचे प्रमाण अचूकपणे समायोजित करता येते आणि ही पद्धत विशेषतः खोल पाणी असलेल्या तळ्यांसाठी उपयुक्त ठरते.

प्लास्टिक अस्तर असलेल्या शेततलावांमध्ये पॉट फीडिंग पद्धतीचा वापर
करताना शेतकरी

- **स्थानिक पातळीवर तयार केलेले फीडिंग ट्रे:** शेतकरी त्यांच्या तळ्याच्या गरजा आणि परिस्थितीनुसार फीडिंग ट्रे तयार करतात. या ट्रेच्या साहाय्याने खाद्य तलावाच्या कडेला समान रीतीने वितरित केले जाते, ज्यामुळे माशांचे पोषण प्रभावीपणे होते आणि खाद्याचा अपव्यय कमी होतो.

स्थानिक पातळीवर तयार केलेले फीडिंग ट्रे

- **खाद्य मिश्रण तयार करून ओतणे:** खाद्य अपव्यय कमी करण्यासाठी, शेतकरी पूरक खाद्य पाण्यात मिसळून एक मिश्रण तयार करतात आणि तलावाच्या प्लास्टिकच्या बाजूला हळूवारपणे ओततात. यामुळे खाद्य सर्वत्र समान पसरते आणि मासे ते सहज खातात. ही पद्धत खासकरून पूर्णपणे भरलेल्या तळ्यांसाठी उपयुक्त आहे.
- **गोळे तयार करणे:** खाद्य अपव्यय कमी करण्यासाठी, शेतकरी पूरक खाद्य वापरून छोटे गोळे किंवा "डफ" तयार करतात आणि हे डफ प्लास्टिकच्या पेपरवर सर्व ठिकाणी चिकटवतात. यामुळे माशांना खाद्य सहज उपलब्ध होते आणि खाद्य तळाशी जाऊन वाया

जाण्याची समस्या कमी होते. ही पद्धत खासकरून पूर्णपणे भरलेल्या तळ्यांसाठी उपयोगी आहे.

- **आउटलेटचा वापर:** काही प्लास्टिक अस्तर असलेल्या शेततळ्यांमध्ये तळाशी असलेल्या आउटलेट्समुळे शेतकरी साचलेला कचरा आणि न खाल्लेले खाद्य सहजपणे काढून टाकू शकतात. यामुळे पाण्याची गुणवत्ता सुधारते, अमोनियाची पातळी कमी होते आणि पाण्यात पुरेसा ऑक्सिजन उपलब्ध राहतो.

थोडक्यात सांगायचे झाले तर, महाराष्ट्रातील प्लास्टिक अस्तर असलेल्या शेततळ्यांमधील शेतकऱ्यांची अनुकूलता आणि संसाधनांचा वापर करण्याची क्षमता या नाविन्यपूर्ण फीडिंग पद्धतींमध्ये दिसून येते. या पर्यायी फीडिंग तंत्रांचा अवलंब केल्याने शेतकरी खाद्य कार्यक्षमता वाढवू शकतात, अपव्यय कमी करू शकतात, पाण्याची गुणवत्ता राखू शकतात, आणि शेवटी मत्स्यपालनात माशांची वाढ, आरोग्य आणि उत्पादकता यांना गती देऊ शकतात. या फीडिंग पद्धतींची योग्य अंमलबजावणी आणि सतत देखरेख करणे पण अत्यंत महत्त्वाचे असते.

3. **फॉर्म्युलेटेड फीड:** फॉर्म्युलेटेड फीड हे माशांच्या वाढीसाठी वैज्ञानिकदृष्ट्या तयार केलेले खाद्य आहे. हे पेलट्स किंवा फ्लेक्सच्या रूपात असते आणि त्यात प्रथिने, कार्बोहायड्रेट्स, फॅट्स, जीवनसत्त्वे आणि खनिजे यांचे संतुलित मिश्रण असते. हे माशांना आवश्यक सर्व पोषक तत्वे पुरवते, ज्यामुळे ते नैसर्गिक खाद्यावर अवलंबून राहण्याची गरज कमी करते. फॉर्म्युलेटेड फीडचे मुख्य फायदे म्हणजे संतुलित पोषण, जलद वाढ, पाण्याची गुणवत्ता सुधारणा आणि माशांचे आरोग्य. मात्र, या फीडचा खर्च अधिक असतो (साधारणता ६०-७० टक्के). फॉर्म्युलेटेड फीड निवडताना माशांच्या प्रजाती, वाढीचा टप्पा, तलावाची परिस्थिती आणि खर्च या घटकांचा विचार करावा. फीडची योग्य मात्रा देणे, पाण्याची गुणवत्ता तपासणे आणि इतर पद्धतींचा वापर करून फॉर्म्युलेटेड फीडचा प्रभावी वापर करावा. शेवटी, फॉर्म्युलेटेड फीड माशांच्या वाढीसाठी एक प्रभावी साधन आहे. परंतु त्याचा वापर करताना सावधगिरी बाळगणे आणि संतुलित दृष्टिकोन स्वीकारणे महत्त्वाचे आहे.

प्लास्टिक अस्तर असलेल्या शेततळ्यात फॉर्म्युलेटेड फीड वापरणाऱ्या शेतकऱ्यांना येणाऱ्या मुख्य आव्हानांमध्ये पुढील गोष्टींचा समावेश आहे:

- **उच्च उत्पादन खर्च:** प्लास्टिक अस्तर असलेल्या शेततळ्यांमध्ये मासेपालन करणारे शेतकरी फॉर्म्युलेटेड फीडच्या उच्च खर्चाचा सामना करतात. हे फीड तयार करण्यासाठी लागणारा

कच्चा माल, उत्पादन प्रक्रिया आणि गुणवत्ता नियंत्रण या सर्व गोष्टींमुळे खर्च वाढतो. यामुळे शेतकऱ्यांचा नफा कमी होतो आणि त्यांना आर्थिक अडचणी येतात.

- **फॉर्म्युलेटेड फीडवर जास्त अवलंबित्व:** फक्त फॉर्म्युलेटेड फीडवर अवलंबून राहणे ही आणखी एक समस्या आहे. नैसर्गिक आणि पूरक फीडचा वापर न केल्याने उत्पादन खर्च वाढतो आणि माशांची वाढ आणि फीड रूपांतर गुणांक प्रभावित होऊ शकतो. यामुळे दीर्घ काळात शेतकऱ्यांचा नफा कमी होतो आणि त्यांचे व्यवसाय टिकून राहणे कठीण होते.
- **तत्काळ निरीक्षणाचा अभाव:** प्लास्टिक अस्तर असलेल्या शेततळ्यांमध्ये अनेकदा पारंपरिक पद्धतींचा वापर केला जातो, ज्यामुळे माशांची संख्या, वाढ आणि आरोग्य याबाबत अचूक माहिती मिळणे कठीण होते. यामुळे फीड व्यवस्थापन प्रभावित होते आणि शेतकरी माशांना आवश्यकतेपेक्षा जास्त किंवा कमी फीड देतात. याचा परिणाम म्हणून माशांचे आरोग्य बिघडते आणि उत्पादन कमी होते.

त्यामुळे, प्लास्टिक अस्तर असलेल्या शेततळ्यातील शेतकऱ्यांना खालील सुचनांचे पालन करण्यास प्रोत्साहित केले जाते:

- **पूरक फीडिंगला प्रोत्साहन:** फॉर्म्युलेटेड फीड पूर्णपणे वापरण्या ऐवजी, शेतकऱ्यांना स्थानिक उपलब्ध नैसर्गिक खाद्य स्रोत आणि शेतातील वेस्ट यांचा वापर करून पूरक फीड तयार करण्यास प्रोत्साहित करणे आवश्यक आहे. यामुळे फॉर्म्युलेटेड फीडवर होणारा खर्च कमी होईल आणि शेतकरी अधिक स्वावलंबी बनतील.
- **क्षमता निर्माण आणि प्रशिक्षण:** शेतकऱ्यांना स्थानिक उपलब्ध साधनांपासून फॉर्म्युलेटेड फीड कसे तयार करावे, हे शिकवण्यासाठी प्रशिक्षण कार्यक्रम आयोजित करणे महत्त्वाचे आहे. या प्रशिक्षणात फीड फॉर्म्युलेशन, पोषण मूल्य, आणि फीडची गुणवत्ता यांचा समावेश असावा. यामुळे शेतकरी स्वतःचे फीड तयार करण्यास सक्षम होतील आणि उत्पादन खर्च कमी करू शकतील.
- **नियमित नमुने घेणे आणि निरीक्षण:** शेतकऱ्यांना माशांची संख्या, वाढ आणि आरोग्य याबाबत नियमितपणे माहिती गोळा करण्यास प्रोत्साहित करणे आवश्यक आहे. या माहितीच्या आधारे शेतकरी फीडिंग व्यवस्थापन सुधारू शकतात आणि माशांचे उत्पादन वाढवू शकतात.
- **सेंसर आधारित निरीक्षण प्रणाली:** आधुनिक तंत्रज्ञानाचा वापर करून, शेतकऱ्यांना माशांच्या लोकसंख्येचे निरीक्षण करण्यासाठी सेंसर-आधारित प्रणालींचा वापर करण्यास प्रोत्साहित

करणे आवश्यक आहे. या प्रणालीमुळे शेतकऱ्यांना माशांच्या वर्तनाची आणि तलावाच्या स्थितीची तत्काळ माहिती मिळू शकते, ज्यामुळे ते अधिक प्रभावीपणे फीडिंग व्यवस्थापन करू शकतात.

प्लास्टिक अस्तर असलेल्या शेततळ्यांमध्ये मासेपालन अधिक टिकाऊ आणि लाभदायक बनवण्यासाठी, फॉर्म्युलेटेड फीडच्या वापरासंबंधीच्या आव्हानांवर मात करण्यासाठी नवीन पद्धतींचा वापर करणे आवश्यक आहे. या पद्धतींमध्ये स्थानिक साधनसंपत्तीचा वापर करून फीड तयार करणे, माशांचे नियमित निरीक्षण करणे आणि नवीन तंत्रज्ञानाचा वापर करणे यांचा समावेश आहे. अखेर, महाराष्ट्रातील प्लास्टिक अस्तर असलेल्या शेततळ्यांमध्ये मासेपालन अधिक टिकाऊ आणि लाभदायक बनवण्यासाठी, *शेतकऱ्यांनी नैसर्गिक खाद्य, पूरक खाद्य आणि फॉर्म्युलेटेड फीड यांचे संतुलित मिश्रण वापरणे आवश्यक आहे.* या पद्धतीमुळे शेतकरी कमी खर्चात अधिक उत्पादन घेऊ शकतील आणि त्यांचा व्यवसाय टिकाऊ बनवू शकतील.

**महाराष्ट्रातील माशांच्या खाद्यपुरवठा साखळीतील अडचणी आणि त्यावरील उपाययोजना:**
महाराष्ट्रातील माशांच्या खाद्यपुरवठा साखळीतील अनेक अडचणींमुळे मत्स्यपालक मोठ्या प्रमाणात प्रभावित होत आहेत. या अडचणींचे मूळ कारण म्हणजे या साखळीतील बाजार व्यवस्थेवर कोणतेही नियंत्रण नसणे. यामुळे या बाजारात अनेक लहान-मोठे विक्रेते आणि वितरक आपल्या मर्जीत खाद्य विक्री करतात. यामुळे खाद्याची गुणवत्ता, उपलब्धता आणि किंमत याबाबत कोणतीही हमी नसते. याचा परिणाम म्हणून मत्स्यपालकांना अत्यंत महागडे खाद्य खरेदी करावे लागते. याशिवाय, या बाजारात स्पर्धा देखील फारच कमी असते. यामुळे मत्स्यपालकांना दर्जेदार खाद्य स्वस्त दरात उपलब्ध होणे कठीण होते. महाराष्ट्रातील मत्स्यपालन क्षेत्रातील खाद्यपुरवठा साखळीतील विद्यमान अडचणी दूर करण्यासाठी आणि या क्षेत्राच्या विकासासाठी खालील उपाययोजनांचा अवलंब करणे आवश्यक आहे:

- **मत्स्य खाद्यावर अनुदान:** मत्स्यपालकांवरील आर्थिक ओझे कमी करण्यासाठी आणि त्यांना दर्जेदार मत्स्य खाद्य परवडणारे करण्यासाठी सरकारने मत्स्य खाद्यावर अनुदान देण्याची योजना राबवावी. यामुळे मत्स्यपालक कमी खर्चात चांगल्या गुणवत्तेचे खाद्य खरेदी करू शकतील आणि त्यांचा उत्पादन खर्च कमी होईल.
- **अनुदानित खाद्य गिरण्यांची स्थापना:** सरकारने शेतकऱ्यांना कमी दरात मत्स्य खाद्य उपलब्ध करून देण्यासाठी अनुदानित खाद्य गिरण्यांची स्थापना करावी. यामुळे खाद्य

उत्पादनात स्पर्धा वाढेल आणि मत्स्यपालकांना चांगल्या गुणवत्तेचे खाद्य स्वस्त दरात मिळेल.

- **स्थानिक स्तरावर खाद्य गिरण्यांचा विकास:** स्थानिक स्तरावर खाद्य गिरण्यांचा विकास करून खाद्याची उपलब्धता वाढवता येईल. यामुळे वाहतूक खर्च कमी होईल आणि स्थानिक अर्थव्यवस्थेला चालना मिळेल.

- **पेलेटेड खाद्य तयार करण्याबाबत शेतकऱ्यांना शिक्षण:** शेतकऱ्यांना स्थानिकरित्या उपलब्ध घटकांचा वापर करून पेलेटेड खाद्य तयार करण्याबाबत प्रशिक्षण देणे आवश्यक आहे. यामुळे ते व्यापाऱ्यांवर अवलंबून राहणार नाहीत. आणि त्याचबरोबर ते त्यांच्या माशांच्या विशिष्ट पोषणाच्या गरजांनुसार खाद्य तयार करू शकतील.

- **खाद्यपुरवठादारांमध्ये स्पर्धा वाढवणे:** खाद्यपुरवठादारांमध्ये स्पर्धा वाढवण्यासाठी सरकारने योग्य धोरणे आखावी. यामुळे खाद्याच्या किंमतीत स्पर्धात्मकता येईल, खाद्याची गुणवत्ता सुधारेल आणि मत्स्यपालकांना चांगल्या सेवा मिळतील.

---------------------------------------------------------------------------------------------------

## विद्राव्य ऑक्सिजन व्यवस्थापन

विद्राव्य ऑक्सिजन (DO) म्हणजे पाण्यात विरघळलेला ऑक्सिजन, जो जलीय जीवांसाठी, विशेषत: मास्यांच्या श्वसनासाठी अत्यावश्यक असतो. जसे आपल्याला श्वास घेण्यासाठी हवेतील ऑक्सिजनची आवश्यकता असते, तसेच मास्यांना जगण्यासाठी पाण्यातील ऑक्सिजनची गरज असते. पाण्यातील DO पातळी हे पाण्याच्या गुणवत्तेचे एक महत्त्वपूर्ण मापन असते जे जलीय जीवनाच्या अस्तित्वासाठी आवश्यक असलेल्या ऑक्सिजनच्या प्रमाणाला दर्शवते. जर पाण्यातील DO पातळी खूपच कमी झाली तर मास्यांना श्वास घेण्यास अडचण येऊ शकते. अशा परिस्थितीत मासे तणावग्रस्त होतात, त्यांची वाढ मंदावते, आणि गंभीर परिस्थितीत तर त्यांचा मृत्यू होऊ शकतो. कमी विद्राव्य ऑक्सिजन पातळीमुळे इतर जलीय जीवांवर देखील नकारात्मक परिणाम होऊ शकतो. अशा वातावरणात जलीय जीवनाची उत्पादकता घटते, परिसंस्थेतील संतुलन बिघडते. योग्य विद्राव्य ऑक्सिजन पातळी जलीय जीवनाच्या निरोगी वाढीसाठी अत्यंत आवश्यक असते. पुरेसा ऑक्सिजन उपलब्ध असल्यास मासे निरोगी राहतात, त्यांची वृद्धी चांगली होते, आणि ते अधिक प्रजननक्षम होतात. योग्य विद्राव्य ऑक्सिजन पातळीमुळे मास्यांच्या आरोग्यावर सकारात्मक

परिणाम होतो आणि त्यांच्या उत्पादनशक्तीत वाढ होते, जे मत्स्यपालन आणि इतर जलीय उद्योगांसाठी महत्त्वपूर्ण असते.

DO पातळीवर तापमान, जलीय वनस्पती, जलीय जीव, आणि पाण्याची हालचाल या प्रमुख घटकांचा प्रभाव असतो. गरम पाण्यात थंड पाण्याच्या तुलनेत कमी ऑक्सिजन असतो कारण उष्णतेमुळे पाण्याची ऑक्सिजन धारण क्षमता कमी होते. तसेच, जलीय वनस्पती प्रकाशसंश्लेषणाद्वारे ऑक्सिजन तयार करतात, ज्यामुळे दिवसाच्या वेळेत पाण्यातील ऑक्सिजन पातळी वाढते. मात्र, मासे आणि इतर जलीय जीव श्वसन प्रक्रियेत ऑक्सिजन वापरतात, त्यामुळे त्यांच्या उपस्थितीमुळे पाण्यातील ऑक्सिजन पातळी कमी होऊ शकते. पाण्याची हालचाल (ढवळा ढवळ), वातन (aeration) आणि चक्रणामुळे पाण्यातील ऑक्सिजनचे आदानप्रदान सुधारते, ज्यामुळे विद्राव्य ऑक्सिजन पातळी वाढते आणि संपूर्ण स्तंभात ऑक्सिजन समान प्रमाणात वितरित होतो.

थोडक्यात, मत्स्यपालनात पाण्यातील ऑक्सिजनची पातळी म्हणजेच DO पातळी खूप महत्त्वाची आहे. मास्यांच्या आरोग्यासाठी योग्य DO पातळी असणे आवश्यक आहे. विशेषतः प्लास्टिक अस्तर असलेल्या तलावांमध्ये DO पातळीची काळजीपूर्वक निगराणी करणे आवश्यक आहे कारण अशा तलावांमध्ये पाण्यातील ऑक्सिजन कमी होण्याची शक्यता अधिक असते. मत्स्य तलावात योग्य ऑक्सिजनची पातळी ठेवण्यासाठी खालील उपाय सुचविण्यात आले आहेत.

१. **प्रतिबंधात्मक उपाय:** प्लास्टिक अस्तर असलेल्या तलावांमध्ये मत्स्यपालन करताना ऑक्सिजन ची समस्या येऊ नये म्हणून खालील प्रतिबंधात्मक उपाय योजले जाऊ शकतात.

- **साठवण घनता:** यापूर्वी नमूद केल्याप्रमाणे, प्लास्टिक अस्तर असलेल्या तलावांमध्ये अनेक शेतकरी मत्स्य बीजाची साठवण जास्त करतात, ज्याचे एक प्रमुख कारण म्हणजे बीज पुरवठादारांकडून मिळणाऱ्या आकर्षक ऑफर असतात. मात्र, जास्त माशांची संख्या असल्याने तलावातील ऑक्सिजन पातळी कमी होते, कारण जास्त मासे असतील तर ते अधिक ऑक्सिजन वापरतात ज्याचे पुनर्भरण नैसर्गिकरित्या पाण्यात होत नाही. हे टाळण्यासाठी आणि माशांसाठी निरोगी वातावरण निर्माण करण्यासाठी, तलावाचा आकार आणि पाळल्या जाणाऱ्या माशांच्या प्रजातींच्या आधारावर योग्य साठवण घनता राखणे महत्त्वाचे असते.

- **स्पॉन आणि फ्राय बीजांची साठवण टाळणे:** यापूर्वी सांगितल्याप्रमाणे, प्लास्टिक अस्तर असलेल्या तलावांत, शेतकरी प्रामुख्याने स्पॉन आणि फ्राय आकाराच्या बीजाचा वापर करतात. परंतु यापेक्षा बोटूकलीच्या आकाराचे बीज अधिक सुरक्षित असते. स्पॉन आणि फ्राय आकाराचे

बीज ऑक्सिजन असंतुलनास अधिक संवेदनशील असते. यांच्यामध्ये ऑक्सिजन पातळीत होणाऱ्या बदलांना सहन करण्याची क्षमता कमी असते, ज्याचा त्यांच्यावर विपरीत परिणाम होतो. यासाठी स्पॉन आणि फ्राय बीजांचा साठा थेट तलावात करण्याएेवजी बोटूकलीच्या आकाराचे बीज वापरणे श्रेयस्कर असते. बोटूकलीच्या श्वसन आणि शारीरिक प्रणाली अधिक विकसित झालेल्या असतात, ज्यामुळे त्यांना ऑक्सिजन असंतुलनाचा धोका कमी असतो आणि ते तलावाच्या परिस्थितीत सहजतेने जुळवून घेतात. बोटूकलीचा वापर केल्याने यशाचे प्रमाण वाढते, निरोगी मासे वाढतात, आणि ऑक्सिजनच्या तणावाशी संबंधित मृत्यूचे प्रमाण कमी होते.

- **सेंद्रिय पदार्थांच्या साठवणीपासून प्रतिबंध:** यापूर्वी चर्चा केल्याप्रमाणे, प्लास्टिकच्या तलावांमध्ये शेतकरी माशांना पूरक खाद्य देतात. हे खाद्य तलावाच्या तळाशी साचून विघटित होते. विघटनाच्या प्रक्रियेत सूक्ष्मजीव ऑक्सिजन वापरतात, ज्यामुळे पाण्यातील ऑक्सिजनची पातळी कमी होते. म्हणून, खाद्याचे प्रमाण योग्य ठेवणे व योग्य पद्धतीने खाद्य देणे आवश्यक असते.

- **तापमानातील बदलांची काळजी घेणे:** प्लास्टिकच्या तलावांमध्ये मासे अनेकदा पहाटे, ढगाळ वातावरणात किंवा पावसाळ्यात पाण्याच्या पृष्ठभागावर येतात. याचे कारण पाण्याचे तापमान अचानक बदलणे हे असू शकते. असे बदल माशांच्या शरीरावर ताण निर्माण करतात आणि त्यांच्या आरोग्याला धोका पोहोचवू शकतात. माश्यांना योग्य तापमान आणि पुरेसा ऑक्सिजन मिळावा यासाठी, तलावातील पाण्याचे तापमान स्थिर ठेवणे आवश्यक असते. यासाठी आपण साठवण घनता कमी करू शकतो आणि पाण्याची हालचाल वाढवू शकतो.

२. **निरीक्षणात्मक उपाय:** प्लास्टिक अस्तर असलेल्या शेततलावांमध्ये मत्स्यपालन करताना ऑक्सिजन ची समस्या येऊ नये म्हणून खालील निरीक्षणात्मक उपाय योजले जाऊ शकतात.

  - **पाण्याची गुणवत्ता राखणे:** pH, अमोनिया, नायट्राइट आणि नायट्रेट यांसारख्या पाण्याच्या गुणवत्तेच्या घटकांची नियमित तपासणी करणे आवश्यक असते. खराब पाण्याची गुणवत्ता ऑक्सिजनच्या कमतरतेस कारणीभूत ठरू शकते.

  - **विद्राव्य ऑक्सिजन पातळीची तपासणी:** पाळल्या जाणाऱ्या माशांच्या प्रजातीसाठी आवश्यक असलेल्या विद्राव्य ऑक्सिजन पातळीतील संतुलन सुनिश्चित करण्यासाठी DO पातळीची नियमित तपासणी करणे आवश्यक असते. यासाठी DO मीटर किंवा चाचणी किट्सचा वापर करता येतो.

**३. व्यवस्थापन तंत्र:** प्लास्टिक अस्तर असलेल्या तलावांमध्ये मत्स्यपालन करताना ऑक्सिजन ची समस्या जाणवली तर खालील व्यवस्थापणात्मक उपाय योजले जाऊ शकतात.

**अ) ऑक्सिजन पुरवठा करणे:** माश्यांची जैविक ऑक्सिजन गरज (BOD) जास्त असताना किंवा पाण्याचा आदानप्रदान कमी असताना पुरेसे वातन करणे आवश्यक असते. माशांना जगण्यासाठी पाण्यातील ऑक्सिजनची गरज असते. जेव्हा पाण्यात ऑक्सिजनची पातळी कमी होते तेव्हा माशांना श्वास घेण्यास त्रास होतो. या स्थितीला दूर करण्यासाठी पाण्यात हवा मिसळण्याची प्रक्रिया केली जाते. या प्रक्रियेला वातन म्हणतात. यासाठी पॅडलव्हील, डिफ्युज्ड एअर सिस्टम आणि पवनचक्की यासारखी यंत्रे वापरली जातात.

- **सतही एरेटर:** हे पाण्याच्या पृष्ठभागावर ढवळा ढवळ करतात, ज्यामुळे ऑक्सिजनचे आदानप्रदान सुलभ होते.

- **तळाशी हवा सोडणारे (बॉटम डिफ्युजर्स):** हे तलावाच्या तळाशी हवेचे बुडबुडे सोडतात, ज्यामुळे ऑक्सिजन पाण्याच्या स्तंभात सर्वत्र मिसळण्यास मदत होते.

प्लास्टिकचे अस्तरीकरण असलेल्या तलावातील सतही एरेटर

**आ) पाण्यावर उपचार कारणे:** पाण्यातील विद्राव्य ऑक्सिजनची पातळी कमी झाल्याने मत्स्यतलावातील माशांना धोका निर्माण होतो. यावर उपाय म्हणून ऑक्सिजन टॅबलेट्स, हायड्रोजन पेरॉक्साइड आणि ऑक्सिजन-रिलीजिंग कंपाऊंड्स यासारखे रसायन वापरले जातात. ही रसायने पाण्यातील ऑक्सिजनची पातळी त्वरित वाढवतात. परंतु, ही पद्धत खर्चिक असते आणि त्यामुळे तिचा वापर दीर्घकाळासाठी उपयुक्त ठरत नाही.

**इ) मीठाचा वापर:** काही शेतकरी मत्स्यपालनात मीठाचा वापर करतात. मीठ थेट पाण्यातील ऑक्सिजन वाढवत नाही, पण ते माशांच्या तणावाचे प्रमाण कमी करते आणि त्यांच्या श्वसन प्रक्रियेला मदत करते. त्यामुळे, माशांना कमी ऑक्सिजन असलेल्या परिस्थितीतही जगणे सोपे जाते. मात्र, मीठाचा जास्त प्रमाणात वापर तलावातील इतर जीवसृष्टीसाठी हानिकारक ठरू शकतो. म्हणून, मीठाचा वापर योग्य पद्धतीने आणि मर्यादित प्रमाणात करणे आवश्यक आहे.

**ई) चुन्याचा वापर:** मत्स्यपालनात चुना (कॅल्शियम कार्बोनेट) हा एक सामान्यतः वापरला जाणारा पदार्थ आहे. चुना पाण्यातील आम्लता कमी करून पाण्याला तटस्थ बनवण्याचे काम करतो. यामुळे पाण्यातील सेंद्रिय पदार्थांचे विघटन करणाऱ्या उपयोगी सूक्ष्मजीवांची वाढ होते. हे सूक्ष्मजीव सेंद्रिय पदार्थांचे विघटन करताना कमी ऑक्सिजन वापरतात. याशिवाय, चुना पाण्यातील फॉस्फरसचे प्रमाण वाढवतो. फॉस्फरस हा फायटोप्लँक्टन च्या वाढीसाठी आवश्यक पोषक तत्व असते. फायटोप्लँक्टन प्रकाशसंश्लेषणाच्या प्रक्रियेत ऑक्सिजन तयार करतात. यामुळे पाण्यातील ऑक्सिजनची पातळी वाढते. तसेच, चुना पाण्यातील तरंगणाऱ्या कणांना खाली बसवण्यास मदत करतो. यामुळे पाणी स्वच्छ होते आणि सूर्यप्रकाश पाण्याच्या खोल भागात पोहोचू शकतो. सूर्यप्रकाशामुळे जलप्लवक अधिक प्रमाणात वाढतात आणि त्यामुळे ऑक्सिजनचे उत्पादनही वाढते. त्यामुळे चुना पाण्यात थेट ऑक्सिजन सोडत नाही. तो फक्त अप्रत्यक्षपणे ऑक्सिजन वाढवण्यास मदत करतो. तसेच, जास्त प्रमाणात चुना वापरल्यास पाण्याचे pH वाढून ते क्षारयुक्त होऊ शकते. म्हणून, चुना वापरण्यापूर्वी आणि नंतर पाण्याचे pH मोजणे आवश्यक असते. प्लास्टिक-लाइन केलेल्या खोल तलावांमध्ये पाण्याचा pH कमी असण्याची शक्यता अधिक असते. म्हणून अशा तलावांमध्ये चुना वापरण्याची गरज अधिक असू शकते. परंतु, चुना जास्त प्रमाणात वापरल्यास तो तळाशी जाऊन जमा होतो. तळाशी जमा झालेला चुना काढणे कठीण असते. वारंवार चुना काढण्याच्या प्रयत्नात प्लास्टिक पेपर खराब होण्याची शक्यता असते. थोडक्यात, चुना हा मत्स्यपालनात उपयोगी पडणारा पदार्थ आहे. तो पाण्यातील आम्लता कमी करतो, सूक्ष्मजीवनाची वाढ उत्तेजित करतो, फॉस्फरसची उपलब्धता वाढवतो आणि पाणी स्वच्छ करतो. परंतु, चुना वापरताना योग्य प्रमाण ठेवणे आवश्यक आहे. जास्त प्रमाणात चुना वापरल्यास पाण्याचे pH वाढून माशांना हानी पोहोचू शकते. तसेच, प्लास्टिक-लाइन केलेल्या तलावांमध्ये चुना वापरताना अधिक काळजी घेणे आवश्यक आहे.

३) **आपत्कालीन उपाय:** जर तलावाच्या पाण्यातील ऑक्सिजनची पातळी अचानक खूप कमी झाली तर मासे मरू शकतात. अशा परिस्थितीत, आपल्याला तातडीने काही उपाय करावे लागतात. उदाहरणार्थ, आपण वातन यंत्रांचा वापर करून पाण्यात अधिक हवा मिसळू शकतो. तसेच, ऑक्सिजन देणारी रसायने पाण्यात टाकूनही ऑक्सिजनची पातळी वाढवता येते. आणखी एक उपाय म्हणजे तलावातील थोडेसे पाणी काढून टाकून त्याऐवजी नवीन पाणी भरले जाऊ शकते.

४. **स्थानिक पातळीवर कमी खर्चात करण्यायोग्य उपाय:** शेतकरी स्थानिक पातळीवर उपलब्ध असलेल्या संसाधनापासून कमी खर्चात विद्राव्य ऑक्सिजनचे व्यवस्थापण खालील प्रमाणे करू शकतात.

- **पाण्याची आदला बदल करणे:** प्लास्टिक-लाइन केलेल्या शेततलावांमध्ये शेतकरी सामान्यतः तलाव भरल्यानंतर तलावात पाणी सोडणे बंद करतात. ते बाह्य स्रोतांमधून येणारे पाणी थेट सिंचनासाठी वापरतात. परंतु, तलावात नियमितपणे पाणी सोडणे आणि त्यानंतर तलावात साठवलेले पाणी सिंचनासाठी वापरणे हा अधिक शाश्वत पर्याय आहे. या पद्धतीने तलावातील पाण्याचे सतत परिभ्रमण होते, ज्यामुळे विद्राव्य ऑक्सिजनची पातळी टिकून राहते आणि जलीय पर्यावरणाचे आरोग्य सुधारते.

- **तळातील पाण्याची बाहेरच्या पाण्याशी अदलाबदल करणे:** मत्स्यपालन तलावात ताजे पाणी आणि तळाच्या पाण्याची नियमित अदलाबदल करणे हे एक संतुलित आणि निरोगी जलीय वातावरण निर्माण करण्यासाठी महत्त्वपूर्ण असते. ताज्या पाण्यात विद्राव्य ऑक्सिजन, आवश्यक पोषकद्रव्ये आणि फायदेशीर सूक्ष्मजीव असतात, जे तलावातील जलीय जीवसृष्टीसाठी आवश्यक असतात. त्याचबरोबर तळाचे पाणी सिंचनासाठी वापरल्यास शेती उत्पादकतेत वाढ होऊ शकते. ज्या प्लास्टिक-लाइन केलेल्या तलावांमध्ये तळाशी औटलेट असतात अशया तळ्यातून तळाचे पाणी बाहेर काढून शेतीला सिंचनासाठी वापरले जाऊ शकते. तसेच इतर तलावांमध्ये तळात मोटर बसवून पाण्याची अदलाबदल करणे शक्य आहे.

- **उंचावरून पाणी आपटणे:** शेततलावांमध्ये पाणी भरताना जर ते पाणी थोड्या उंचावरून आपटले तर त्यामुळे पाणी आणि हवा यांचे चांगले मिश्रण होते. या प्रक्रियेत पाण्यात ऑक्सिजनचे प्रमाण वाढते. यामुळे तलावातील जीवसृष्टीसाठी आवश्यक असलेला ऑक्सिजन मिळतो.

- **स्प्रिंकलर:** महाराष्ट्रातील काही प्लास्टिक-लाइन केलेल्या तलावांमध्ये शेतकऱ्यांनी DO पातळी राखण्यासाठी स्प्रिंकलरचा वापर सुरू केला आहे. हे स्प्रिंकलर तलावाच्या कडांवर

लावले जातात, ज्यामुळे पृष्ठभागावर पाण्याचे वितरण होऊन पाण्याचा वाऱ्याशी संपर्क वाढतो. या तंत्रामुळे पाण्यातील विद्राव्य ऑक्सिजनचे प्रमाण सुधारण्यास मदत होते. ही पद्धत शाश्वत आणि कार्यक्षम पाण्याच्या व्यवस्थापनाचे प्रतीक बनली आहे.

- **पाण्याचे फवारे (कारंजे):** काही प्लास्टिक-लाइन केलेल्या शेततलावांमध्ये कृषीपर्यटनात विविधता आणण्यासाठी फवारे लावण्यात आले आहेत. फवारे सजावटीच्या हेतूसह DO व्यवस्थापनातही मदत करतात. फवाऱ्यामुळे पाण्यात हालचाल निर्माण होते, ज्यामुळे पाण्यातील ऑक्सिजनची पातळी सुधारते.

- **जाळी फिरवणे:** जाळी फिरवणे हे मत्स्यपालन तलावांमध्ये DO पातळी प्रभावीपणे व्यवस्थापित करण्याचे एक उपयुक्त साधन आहे. प्लास्टिक-लाइन केलेल्या शेततलावात नियोजित पद्धतीने जाळी फिरवून पाण्याचे परिभ्रमण वाढवले जाते आणि ऑक्सिजनचा पुरवठा सुधारला जातो, ज्यामुळे तलावातील पाण्याची ऑक्सिजन पातळी सुधारते. या प्रक्रियेमुळे तळाशी साचलेले विषारी वायू जसे की अमोनिया बाहेर पडतात. तसेच, जाळी फिरवण्यामुळे पाण्याचे थर एकत्र येऊन, DO चे प्रमाण संपूर्ण तलावात समांतर राहते, ज्यामुळे तळाच्या भागात ऑक्सिजनच्या कमतरतेचा धोका कमी होतो.

प्लास्टिक-लाइन केलेल्या शेततलावांमध्ये विद्राव्य ऑक्सिजनची पातळी व्यवस्थापित करण्यासाठी शेतकरी कमी खर्चिक साध्या आणि प्रभावी पद्धतींचा अवलंब करू शकतात. शेतकऱ्यांनी आपल्या तलावांमध्ये DO पातळी व्यवस्थापित करण्यासाठी शाश्वत, कमी खर्चिक आणि स्थानिकरित्या तयार करता येण्यासारख्या तंत्रांचा अवलंब करावा. यामध्ये यांत्रिक वातन, पाण्याचे फवारे, स्प्रिंकलर आणि पाण्याची नियमित अदलाबदल यांचा समावेश होतो. या पद्धतींमुळे पाण्याचे परिभ्रमण वाढते, पृष्ठभागावरील गती वाढते आणि ऑक्सिजनचा पुरवठा सुधारतो. यामुळे मत्स्यपालनाची उत्पादकता वाढते.

---

## परजीवी व्यवस्थापन

मत्स्यपालन तलावांमध्ये परजीवींचा प्रादुर्भाव हा एक गंभीर प्रश्न आहे. पक्षी, सस्तन प्राणी आणि इतर जलचर यांसारखे परजीवी मत्स्य उत्पादनावर नकारात्मक परिणाम करतात. या समस्यावर उपाय म्हणून भौतिक, रासायनिक आणि जैविक नियंत्रण पद्धतींचा वापर केला जातो. यामध्ये जाळी, कुंपण, भक्षक पुतळे, ध्वनिक यंत्रे आणि अधिवास व्यवस्थापन यांचा समावेश होतो. या

पद्धतींचा योग्य वापर करून मत्स्यपालक परजीवींच्या प्रादुर्भावावर नियंत्रण ठेवू शकतात आणि उत्पादकता वाढवू शकतात. खाली परजीवींचे प्रकार आणि त्यांच्या व्यवस्थापन तंत्रांची संक्षिप्त माहिती दिली आहे.

१. **जलचर परजीवी आणि त्यांचे नियंत्रण:** मत्स्यपालन तलावांमध्ये माशांची वाढ आणि उत्पादन यावर अनेक घटकांचा प्रभाव पडतो. यापैकी एक महत्त्वाचा घटक म्हणजे इतर जलचर प्राणी, जे माशांना शिकार म्हणून पाहतात. या प्राण्यांना जलचर परजीवी असे म्हणतात. या परजीव्यांमुळे मत्स्यपालनाला मोठे आर्थिक नुकसान होऊ शकते.

- **मासे:** मोठे मासे, जसे की कॅटफिश, मुरेल आणि काही प्रकारचे कार्प, लहान माशांना खातात. यामुळे तलावातील लहान माशांची संख्या कमी होते आणि मत्स्यपालनाला धोका निर्माण होतो. या भक्षकांच्या प्रभावी नियंत्रणासाठी विविध उपाययोजना केल्या जाऊ शकतात. आकार-ग्रेडिंग वापरून तलावात एकाच आकाराचे मासे ठेवणे आवश्यक असते. यामुळे मोठे मासे लहान माशांना सहज शिकार करू शकत नाहीत. तसेच, मिश्रसंवर्धनाच्या पद्धतीद्वारे विविध प्रकारचे मासे एकत्र ठेवले जातात, ज्यामुळे त्यांच्यातील स्पर्धा कमी होते आणि मोठे मासे लहान माशांवर लक्ष केंद्रित करू शकत नाहीत. घनता नियंत्रणाच्या माध्यमातून, तलावातील माशांची संख्या नियंत्रित ठेवून भक्षक आणि शिकार यांच्यातील संतुलन राखता येते.

- **उभयचर:** बेडूक, माशांची अंडी आणि छोट्या माशांना खातात. यामुळे मत्स्यपालनात समस्यांचा सामना करावा लागतो. यावर नियंत्रण ठेवण्यासाठी कुंपण बांधणे हे एक प्रभावी उपाय आहे. तलावाभोवती कुंपण बांधून उभयचरांना तलावात प्रवेश करण्यापासून रोखता येते. याशिवाय, तलावात सापडलेल्या उभयचरांना बाहेर काढून त्यांची संख्या कमी करता येते.

- **पाण्यातील पक्षी:** भारतीय तलावात सामान्यतः आढळणाऱ्या पाणकोंबड्या मत्स्यपालनात भक्षक म्हणून ओळखल्या जातात. हा पक्षी मुख्यतः वनस्पती आणि कीटक खात असला तरी तो लहान माशांवर हल्ला करू शकतो. तलावात विशेषतः फ्राय आणि स्पॉन आकाराचे मासे असताना हा पक्षी धोका बनू शकतो.

- **अपृष्ठवंशी प्राणी:** ड्रॅगनफ्लाय अळी, क्रेफिश आणि काही प्रकारचे कीटक माशांची अंडी आणि छोट्या माशांना खातात. या अपृष्ठवंशीच्या प्रभावी नियंत्रणासाठी पाण्याचा दर्जा चांगला ठेवणे आवश्यक आहे. पाण्याचा दर्जा सुधारित ठेवून या कीटकांची संख्या नियंत्रित करता येते. तसेच, काही प्रकरणांमध्ये या कीटकांना पकडण्यासाठी विशेष प्रकारचे सापळे वापरणेही उपयुक्त ठरते.

२. **हवाई भक्षक (परजीवी) आणि त्यांचे नियंत्रण:** मत्स्यपालन तलावांमध्ये मासे वाढवताना एक मोठे आव्हान म्हणजे हवाई भक्षक. हे पक्षी माशांना आपले भोजन करतात आणि त्यामुळे

मत्स्यपालनाला मोठे आर्थिक नुकसान होते. हे भक्षक विविध प्रकारचे असतात, जसे की किंगफिशर, बगळे, कोंबरंट्स, शराट आणि ऑस्प्रे. हे पक्षी आकाराने छोटे ते मोठे, अशा विविध प्रकारचे मासे पकडतात. हवाई भक्षकांच्या समस्यावर नियंत्रण मिळवण्यासाठी विविध पद्धती वापरल्या जातात.

- **जाळी:** तलावाच्या वरच्या बाजूला जाळी लावणे ही एक सामान्य पद्धत आहे. यामुळे पक्षी तलावात प्रवेश करू शकत नाहीत आणि माशांना शिकार करू शकत नाहीत.

- **भक्षक पुतळे आणि प्रतिकृती:** या पुतळ्यांना पक्ष्यांच्या नजरेत येण्याजोगे ठेवले जाते. हे पुतळे पक्ष्यांना भयभीत करतात आणि त्यांना तलावापासून दूर ठेवतात.

- **ध्वनिक प्रतिकारक:** या उपकरणांमधून भक्षक पक्ष्यांचे आवाज काढले जातात. हे आवाज पक्ष्यांना भुलवतात आणि त्यांना तलावापासून दूर ठेवतात.

- **अधिवास बदल:** तलावाच्या आसपासच्या भागात पक्ष्यांना घरटे बांधण्यासाठी उपयुक्त असणारे वृक्ष आणि झुडपे काढून टाकले जातात. यामुळे तलाव पक्ष्यांसाठी कमी आकर्षक बनतो.

प्लास्टिक चे अस्तरीकरण असलेल्या शेततलावावरती लावलेली पक्षी जाळी

३. **सस्तन प्राणी भक्षक (परजीवी) आणि त्यांचे नियंत्रण:** महाराष्ट्रातील प्लास्टिक-लाइन शेततलावांमध्ये ऊद, मुंगूस, रानडुक्कर, कोल्हे, मांजरे आणि कुत्रे सुद्धा भक्षक म्हणून आढळतात. तलावाच्या सभोवती कुंपण घालणे, विशेषत: खाली जाळी पुरणे, हे उपयुक्त ठरते. काही प्रकरणांमध्ये सापळे वापरणे आवश्यक असू शकते, परंतु त्याचबरोबर स्थानिक नियमांचे पालन करणे महत्त्वाचे आहे.

महाराष्ट्रातील प्लास्टिक-लाइन केलेल्या शेततलावांमध्ये मासेपालन करणाऱ्या शेतकऱ्यांसाठी जलचर भक्षक हा एक मोठा प्रश्न आहे. या तलावांना सामान्यतः विविध स्रोतांमधून, जसे की धरणे, नद्या, तलाव, विहिरी, आणि बोअरवेल्स यांमधून पाणी भरले जाते, ज्यामध्ये मत्स्यपालनासाठी हानिकारक जलचर भक्षक असू शकतात. हे भक्षक माशांना नुकसान पोहोचवतात आणि मत्स्यपालनाचे नुकसान करतात. या समस्यावर उपाय म्हणून जल स्क्रीनिंग ही एक प्रभावी पद्धत आहे. जेव्हा तलावात नवीन पाणी भरले जाते तेव्हा त्या पाण्याला जाळीच्या फिल्टर्स किंवा बारीक स्क्रीनमधून फिल्टर केले जाते. यामुळे पाण्यातील अवांछित जलचर जीव, जसे की छोटे मासे, कीटक आणि इतर प्राणी, फिल्टरमध्ये अडकून राहतात आणि तलावात प्रवेश करू शकत नाहीत.

तसेच उभयचर प्राणी जसे की बेडूक, पानकोंबडी हे माश्यांच्या लहान पिल्लांना शिकार करतात. ज्यामुळे तलावातील माशांची संख्या कमी होते आणि मत्स्यपालनाचे नुकसान होते. यावर उपाय म्हणून, शेतकऱ्यांनी धोरणात्मक पद्धतींचा अवलंब करणे आवश्यक आहे. यामध्ये एक महत्त्वाची पद्धत म्हणजे स्टॉकिंग, म्हणजेच तलावात नवीन मासे सोडणे. शेतकऱ्यांनी लहान आकाराच्या माशांऐवजी फिंगरलिंग किंवा मोठ्या आकाराचे मासे तलावात सोडावे, कारण हे मासे भक्षकांसाठी शिकार करणे कठीण असतात. त्यामुळे, जलचर भक्षकांच्या समस्येवर प्रभावी नियंत्रण मिळवण्यासाठी शेतकऱ्यांना योग्य स्टॉकिंग पद्धतींचा अवलंब करणे आवश्यक आहे, ज्यामुळे मत्स्यपालन व्यवसाय टिकाऊ आणि उत्पादनक्षम राहतो.

जलचर भक्षकांना आटोक्यात आणण्यासाठी शेततळ्यातील पाणी कमी करणे हा एक उपाय असू शकतो. तथापि, या शेततलावांमध्ये पाणी कमी करणे एक व्यवहार्य उपाय नाही. कारण, या तलावांचा उपयोग पिकांना सिंचनासाठी पाणी पुरवठा करण्यासाठी केला जातो, आणि पाणी कमी केल्यास पिकांच्या वाढीवर प्रतिकूल प्रभाव पडतो. याशिवाय, पाणी कमी करण्याची व भरण्याची प्रक्रिया वेळखाऊ आणि खर्चिक असते, ज्यामुळे शेतकऱ्यांना आर्थिक बोजा वाढतो. पाणी कमी करण्यासाठी आवश्यक असलेली विद्युत ऊर्जा देखील वाढवते, ज्यामुळे उत्पादन खर्चात वाढ होते. त्याशिवाय, पाणी कमी केल्यामुळे तलावात इतर समस्याही निर्माण होऊ शकतात, ज्यामुळे संपूर्ण प्रणालीच्या कार्यक्षमतेवर परिणाम होतो. त्यामुळे, जलचर भक्षकांच्या समस्येवर उपाय शोधण्यासाठी इतर प्रभावी पद्धतींचा अवलंब करणे आवश्यक आहे.

मत्स्यपालन तलावांमधून भक्षक माशांचा नाश करण्यासाठी विषप्रयोग एक निश्चित उपाय आहे; तथापि, हा प्लास्टिक-लाइन केलेल्या शेततलावांसाठी उपयुक्त नाही. या तलावांमधील पाणी विविध उपयोगांसाठी, जसे की घरगुती आणि जनावरांच्या वापरासाठी महत्त्वाचे असते. अशा तलावांमध्ये विष ओतल्यास भक्षक माशांचा नाश तर होईलच, परंतु यामुळे पाण्याचे प्रदूषण होईल, जे मानव आणि प्राण्यांचे आरोग्य धोक्यांत येण्याचे कारण बनू शकते. त्यामुळे, जलगुणवत्ता आणि पाण्याच्या सुरक्षिततेसाठी प्राथमिकता असल्याने प्लास्टिक-लाइन केलेल्या शेततलावांमध्ये भक्षक माशांचे व्यवस्थापन करण्यासाठी विषप्रयोग एक व्यावहारिक पर्याय नाही.

तलावांमध्ये भक्षकांपासून संरक्षण करण्यासाठी कुंपण लावणे एक प्रभावी धोरण असू शकते, तर पाखरांच्या जाळ्या हवाई भक्षकांपासून संरक्षणासाठी उपयुक्त ठरतात. तथापि, हे उपाय अनेक शेतकऱ्यांसाठी खर्चिक ठरू शकतात. उदाहरणार्थ, एका एकराच्या तलावासाठी पाखरांच्या जाळ्याची किंमत २०,००० रुपयांपेक्षा जास्त असू शकते. महागड्या संरक्षणात्मक उपायांना पर्याय म्हणून, शेतकऱ्यांनी भस्मसंकेतक, भक्षकांचे पोशाख, आणि ध्वनिक प्रतिकार यांसारख्या किफायतशीर उपायांचा विचार करावा. हे स्थानिकपणे तयार केलेले साधने भक्षकांना दूर ठेवण्यासाठी प्रभावी ठरू शकतात. भस्मसंकेतक आणि भक्षकांचे पोशाख दृश्यात्मक प्रतिकारांचा वापर करून भक्षकांना हाकलण्यासाठी मदत करतात. तर ध्वनिक प्रतिकार ध्वनी आधारित प्रतिकारांचा उपयोग करून भक्षकांना दूर ठेवतो. या परवडणाऱ्या आणि स्थानिक पातळीवर उपलब्ध असलेल्या पर्यायांना स्वीकारून, शेतकऱ्यांनी प्लास्टिक-लाइन केलेल्या शेततलावांमध्ये शिकारीचा धोका प्रभावीपणे कमी करू शकतात.

बुजगावणे

शिकारी प्राण्यांच्या प्रतिकृती

ध्वनिप्रेरक - आवाजाने भयभीत करणारे साधन

स्थानिक पद्धतीने तयार केलेले ध्वनिप्रेरक

## अवैध शिकार व्यवस्थापन

मासे पालन तलावांमध्ये चोरी हा एक गंभीर प्रश्न आहे. ज्यामुळे मत्स्य पालकांना मोठ्या आर्थिक नुकसानीला सामोरे जावे लागते. चोरी म्हणजे खासगी किंवा संरक्षित जलक्षेत्रातून परवानगीशिवाय मासेमारी किंवा माशांचे अवैधरीत्या शिकार करणे. प्लास्टिकचे अस्तरीकरण असलेल्या शेततळ्यांमध्ये देखील चोरी हा एक महत्त्वाचा विषय आहे, कारण हे तलाव दूरस्थ शेतीत स्थित असतात. जे सहसा शेतकऱ्यांच्या मुख्य निवासस्थानांपासून किंवा शेतांपासून दूर असतात. हा भौगोलिक एकाकीपणा या तलावांना अनधिकृत मासेमारीसाठी संवेदनाक्षम बनवतो.  कारण तेथे देखरेख आणि निरीक्षण होत नाही. शेतांवरील या एकांत तलावांमुळे चोरटे आकर्षित होतात आणि माशांच्या साठ्याचा गैरफायदा घेण्याचा प्रयत्न करतात. त्यामुळे प्लास्टिकचे अस्तरीकरण असलेल्या शेततळ्यांमध्ये मासे चोरी ही एक गंभीर समस्या आहे, ज्यामुळे शेतकऱ्यांना मोठ्या प्रमाणावर आर्थिक नुकसान सहन करावे लागते. या समस्येवर नियंत्रण ठेवण्यासाठी विविध प्रतिबंधात्मक उपाय अवलंबणे आवश्यक आहे. या उपायांमध्ये भौतिक सुरक्षा उपाय, तंत्रज्ञान आधारित उपाय, मानवी सुरक्षा उपाय, कायदेशीर उपाय, तसेच नियमित निरीक्षण आणि देखभाल यांचा समावेश होतो.

**१. भौतिक सुरक्षा उपाय:** भौतिक सुरक्षा उपायांमध्ये तळ्याभोवती मजबूत कुंपण किंवा अडथळे उभारणे हे प्राथमिक पाऊल आहे. काटेरी तार, भिंती किंवा इलेक्ट्रिक फेन्सिंगचा वापर करून अनधिकृत व्यक्तींच्या प्रवेशाला अडथळा निर्माण करता येतो. इलेक्ट्रिक फेन्सिंगच्या मदतीने सौम्य विद्युत शॉक देऊन संभाव्य चोरट्यांना परावृत्त करता येते, ज्यामुळे चोरीची शक्यता कमी होते.

**२. तंत्रज्ञान आधारित सुरक्षा उपाय:** तंत्रज्ञान आधारित उपायांमध्ये सीसीटीव्ही कॅमेरे, मोशन सेंसर आणि अलार्म सिस्टम यांचा उपयोग करून तळ्याच्या परिसरावर सतत नजर ठेवता येते. सेन्सर-आधारित अलार्म सिस्टमच्या साहाय्याने संशयास्पद हालचालींची त्वरित माहिती मिळते, ज्यामुळे सुरक्षा कर्मचाऱ्यांना वेळीच हस्तक्षेप करता येतो.

**3. मानवी सुरक्षा उपाय:** मानवी सुरक्षा उपायांमध्ये प्रशिक्षित सुरक्षा कर्मचारी नेमणे महत्त्वाचे आहे. हे कर्मचारी तळ्याच्या परिसराचे नियमित निरीक्षण करून संभाव्य चोरट्यांना परावृत्त करू शकतात. याशिवाय, स्थानिक समुदायाशी संवाद साधून त्यांना मासेमारीच्या नियमांचे महत्त्व आणि चोरीच्या दुष्परिणामांविषयी जागरूक करणे गरजेचे आहे. समुदायाचे सहकार्य चोरी रोखण्यासाठी उपयोगी ठरते.

**४. कायदेशीर उपाय:** कायदेशीर उपायांमध्ये स्थानिक कायदा अंमलबजावणी संस्थांशी सहकार्य करून मासेमारीच्या नियमांची अंमलबजावणी, नियमित गस्त घालणे, आणि चोरीच्या प्रकरणांवर कारवाई करणे यांचा समावेश होतो. यामुळे चोरीचे प्रमाण कमी करण्यास मदत होते.

**५. निरीक्षण आणि देखभाल:** नियमित निरीक्षण आणि सुरक्षा उपकरणांची देखभाल ही चोरी रोखण्यासाठी महत्त्वाची आहे. तळ्याचे नियमित निरीक्षण केल्याने सुरक्षा उपायांतील त्रुटी किंवा अनधिकृत मासेमारी लवकर लक्षात येते.

वरील उपाय योजून शेतकरी प्लास्टिकचे अस्तरीकरण असलेल्या शेततळ्यांमधील मासे चोरीच्या समस्येवर प्रभावीपणे नियंत्रण ठेवू शकतात. योग्य उपायांचे संयोजन करून मासेमारी व्यवसायाचे संरक्षण करता येते. कोणताही उपाय योजण्यापूर्वी संबंधित तज्ज्ञांचा सल्ला घेणे आवश्यक आहे.

प्लास्टिकचे अस्तरीकरण असलेल्या शेततळ्यांची सुरक्षा सुनिश्चित करण्यासाठी सुरक्षा कर्मचारी नेमणे आणि स्थानिक समुदायाला शिक्षित करणे हे महत्त्वाचे उपाय असले तरी, शेतकऱ्यांसाठी हे पर्याय खर्चिक आणि अंमलबजावणीत कठीण ठरू शकतात. या परिस्थितीत, कुंपण उभारणे आणि

देखरेख यंत्रणा बसवणे हे अधिक व्यवहार्य आणि खर्च-प्रभावी पर्याय ठरतात. तळ्याच्या परिसराभोवती काटेरी तार, भिंती किंवा इलेक्ट्रिक फेन्सिंगचा उपयोग करून मजबूत कुंपण उभारल्याने अनधिकृत व्यक्तींचा प्रवेश रोखता येतो, ज्यामुळे चोरीच्या घटनांची शक्यता कमी होते. त्याचप्रमाणे, सीसीटीव्ही कॅमेरे, मोशन सेंसर यांसारख्या देखरेख यंत्रणांच्या मदतीने तळ्याच्या परिसरावर सतत नजर ठेवता येते, ज्यामुळे कोणतीही संशयास्पद हालचाल त्वरित लक्षात येते. हे उपाय खर्चाच्या दृष्टीने प्रभावी असून सुरक्षा कर्मचारी नेमण्याच्या तुलनेत अधिक परवडणारे आहेत. तसेच, कुंपण उभारणे हे अनधिकृत प्रवेशासाठी एक मजबूत अडथळा ठरते, तर देखरेख यंत्रणा सतत देखरेखीसाठी उपयुक्त ठरतात. त्यामुळे, प्लास्टिकचे अस्तरीकरण असलेल्या शेततळ्यांची सुरक्षा सुनिश्चित करण्यासाठी शेतकऱ्यांनी त्यांच्या परिस्थिती आणि बजेटनुसार कुंपण उभारणे आणि देखरेख यंत्रणा या अधिक व्यवहार्य पर्यायांचा विचार करावा.

तळ्याच्या परिसराभोवती काटेरी तारेचे कुंपण　तळ्याच्या परिसराभोवती सीसीटीव्ही कॅमेरा

---

## रोग व्यवस्थापन

मत्स्यपालन तळ्यांच्या यशस्वी व्यवस्थापनासाठी रोग व्यवस्थापन हा अत्यंत महत्त्वाचा आधारस्तंभ आहे, जो तळ्यातील माशांचे आरोग्य, उत्पादकता आणि संपूर्ण मत्स्यपालन व्यवसायाची टिकाऊपणा सुनिश्चित करतो. रोगांच्या प्रादुर्भावामुळे मोठा आर्थिक नुकसान आणि पर्यावरणीय असंतुलन निर्माण होऊ शकते, त्यामुळे रोगांच्या पार्श्वभूमीवर प्रभावी रणनीती आखणे अत्यंत गरजेचे आहे. रोग व्यवस्थापनासाठी एक व्यापक दृष्टिकोन आवश्यक असतो, ज्यामध्ये नियमित आरोग्य तपासणी, पाण्याची गुणवत्ता नियंत्रण, योग्य पोषण, जैवसुरक्षा उपाय आणि वेळोवेळी उपचार यांचा समावेश

होतो. या सर्व घटकांच्या समन्वयातून रोगांची प्रतीरोधक क्षमता वाढवता येते आणि त्यांचा प्रसार रोखता येतो. नियमित आरोग्य तपासणीद्वारे माशांचे आरोग्य तपासून रोगाची लक्षणे लवकर ओळखता येतात, तर स्वच्छ आणि संतुलित पाणी माशांच्या आरोग्यासाठी अत्यंत आवश्यक आहे. संतुलित आहार माशांची रोगप्रतिकारक शक्ती वाढवतो आणि बाह्य संसर्गापासून तळे सुरक्षित ठेवण्यासाठी जैवसुरक्षा उपाय आवश्यक आहेत. रोगाची लक्षणे दिसली तर तात्काळ उपचार करणे आवश्यक आहे, कारण सक्रिय रोग प्रतिबंध आणि नियंत्रण उपाययोजनांमुळे रोगांची तीव्रता कमी होते आणि उत्पादकता वाढते. यामुळे मत्स्यपालकांची गुंतवणूक सुरक्षित राहते आणि मत्स्य साठ्याचे दीर्घकालीन आरोग्य सुनिश्चित होते.

महाराष्ट्रातील प्लास्टिकचे अस्तरीकरण असलेल्या शेततळ्यांमध्ये सध्या मोठ्या प्रमाणावर मत्स्यपालन केले जात नाही, आणि यामुळे रोगाच्या समस्या तुलनेने कमी प्रमाणात आढळतात. तथापि, या शेततळ्यांमध्ये भविष्यात मत्स्यपालनाची वाढ होण्याची शक्यता आहे, त्यामुळे रोगांची समस्या वाढण्याची शक्यता आहे. यावर उपाय म्हणून सक्रिय रोग प्रतिबंधक उपाययोजना आवश्यक आहेत, कारण रोगांच्या प्रादुर्भावामुळे उत्पादन कमी होऊ शकते. त्यामुळे उत्पादन टिकवून ठेवणे आणि रोग मुक्त, मजबूत मत्स्यपालन वातावरण निर्माण करणे महत्त्वाचे आहे.

प्लास्टिकच्या अस्तरीकरणामुळे मत्स्यपालन तळ्यांमध्ये रोग व्यवस्थापन अधिक प्रभावी बनते, कारण प्लास्टिकची अस्तर तळ्यातील पाणी आणि माती यांच्यातील अडथळा बनते, ज्यामुळे मातीतील रोगजनक सूक्ष्मजीव पाण्यात प्रवेश करू शकत नाहीत. यामुळे मातीतील रोगजनकांचे नियंत्रण साधता येते, तसेच प्लास्टिकच्या अस्तरीकरणामुळे तळ्यातील पाणी अधिक स्वच्छ आणि शुद्ध राहते, ज्यामुळे रोगांचा प्रसार कमी होतो. स्वच्छ पाण्यात रोगजनकांची संख्या कमी असल्याने रोगांचा प्रादुर्भाव कमी होतो, परिणामी माशांचे आरोग्य सुधारते आणि त्यांची वाढ होण्याचा वेग वाढतो. तथापि, पाण्याची गुणवत्ता नियमितपणे तपासणे, माशांना संतुलित आहार देणे, आणि बाह्य संक्रमणांपासून जैवसुरक्षा राखणे यासारख्या इतर घटकांकडे दुर्लक्ष करणे योग्य नाही. त्यामुळे, प्लास्टिकच्या अस्तरीकरणामुळे रोग व्यवस्थापनातील या फायद्यांचा उपयोग करून मत्स्यपालन व्यवसायात यशस्वी होण्यासाठी सर्व घटकांचा समन्वय आवश्यक आहे.

प्लास्टिकचे अस्तरीकरण असलेल्या शेततळ्यांमध्ये पूरक आहाराचा चुकीचा वापर हा एक गंभीर विषय आहे, कारण योग्य प्रमाणात आणि पद्धतीने न दिलेल्या पूरक आहारामुळे तळ्याच्या तळाशी

आहार जमा होतो, जो रोगजनकांच्या वाढीसाठी आदर्श वातावरण बनवतो. या तळातील जमावामुळे पाण्याची गुणवत्ता खराब होते, ज्यामुळे पाण्यातील प्रदूषण वाढते आणि ऑक्सिजनची पातळी कमी होते, ज्याचा परिणाम माशांच्या आरोग्यावर हानिकारक ठरतो. खराब पाण्यामुळे रोगांचा प्रसार होतो, त्यामुळे पूरक आहार देताना योग्य प्रमाण, योग्य वेळ, योग्य पद्धत, आणि आहारांची गुणवत्ता यांचे लक्ष ठेवणे अत्यंत आवश्यक आहे. या सर्व गोष्टींचा विचार न करता पूरक आहाराचा वापर करणे रोगांचा प्रादुर्भाव वाढवू शकते, म्हणून मानक रोग व्यवस्थापन पद्धतींचा अवलंब करणे आवश्यक आहे.

तथापि, प्लास्टिकचे अस्तरीकरण असलेल्या शेततळ्यांमध्ये रासायनिक उपचारांचा वापर करून रोग व्यवस्थापन करणे अनेक आव्हानांसमोर आहे. यामध्ये एक म्हणजे उच्च खर्च, कारण या खोल तळ्यांमध्ये प्रभावी उपचार करण्यासाठी मोठ्या प्रमाणात रसायनांची आवश्यकता असते, ज्यामुळे शेतकऱ्यांवर आर्थिक भार पडतो. पाण्याची जास्त खोली मुळे रसायनांचा प्रभाव कमी होतो, ज्यामुळे रोगांवर नियंत्रण ठेवणे कठीण होते. याशिवाय, रासायनिक उपचार केलेले पाणी मानव आणि जनावरांसाठी हानिकारक ठरू शकते, आणि त्यांचा अत्यधिक वापर पर्यावरणासाठीही धोकादायक असतो. त्यामुळे, शेतकऱ्यांना रासायनिक उपचारांवर कमी अवलंबून राहण्यासाठी योग्य आहार व्यवस्थापन, पाण्याची गुणवत्ता नियमित तपासणे, जैविक नियंत्रणाच्या उपाययोजनांचा वापर, माशांचे नियमित निरीक्षण आणि तंत्रज्ञानाचा वापर करून पाण्याची गुणवत्ता सुधारण्यास प्रोत्साहित करणे आवश्यक आहे. या सर्व उपाययोजनांच्या अवलंबामुळे शेतकऱ्यांना आर्थिक भार कमी करणे, पर्यावरणीय परिणाम कमी करणे आणि मत्स्यपालन व्यवसायाची टिकाऊपणा सुनिश्चित करणे शक्य होईल.

----------------------------------------------------------------------------------------

## काढणी व्यवस्थापन

मत्स्यपालन तळ्यांमधून मासे काढणे ही प्रक्रिया फक्त मासे गोळा करण्यापुरती मर्यादित नाही. काढणी व्यवस्थापनाचे महत्त्व उत्पादन वाढवणे, मत्स्य साठ्याचे आरोग्य राखणे, आणि बाजारातील मागणीनुसार उत्पादनाला उत्तम भाव मिळवणे हे होय. काढणीद्वारे परिपक्व मासे काढून तळ्यातील वाढीची जागा नवीन माशांसाठी उपलब्ध होते, ज्यामुळे उत्पादन वाढते. नियमित काढणीमुळे तळ्यातील माशांची संख्या नियंत्रणात राहते, ज्यामुळे रोगांचा प्रादुर्भाव कमी होतो आणि माशांचे

आरोग्य चांगले राहते. याशिवाय, योग्य पद्धतीने काढणी केल्यास मास्यांची गुणवत्ता उत्तम राहते, जे बाजारपेठेत चांगला भाव मिळवण्यासाठी महत्त्वाचे असते. काढणीच्या पद्धती विविध असू शकतात, जसे की जाळीने पकडणे किंवा पाण्याची पातळी कमी करून मासे काढणे. मासे कधी काढायचे हे ठरवणे खूप महत्त्वाचे आहे. यासाठी आपल्याला मासे किती मोठे झाले आहेत, बाजारात कोणत्या माशांची मागणी आहे आणि हवामान कसे आहे या गोष्टींचा विचार करावा लागतो. काढणीच्या दरम्यान माशांना इजा होऊ नये याची काळजी घेणे आवश्यक आहे. काढणी व्यवस्थापनाचा प्रणालीबद्ध दृष्टिकोन महत्त्वाचा आहे, ज्यात नियोजन, अंमलबजावणी, आणि मूल्यांकन यांचा समावेश होतो. योग्य व्यवस्थापनामुळे उत्पादन वाढते, गुणवत्ता सुधारते, आणि मत्स्यपालन व्यवसायाची टिकाऊपणा सुनिश्चित होते. त्यामुळे, मत्स्यपालकांनी काढणी व्यवस्थापनावर अधिक लक्ष केंद्रित करणे आवश्यक आहे.

**मत्स्यपालन तलाव आणि प्लास्टिकचे अस्तरीकरण असलेल्या तळ्यांमधील मत्स्य काढणी प्रक्रियेचे तुलनात्मक विश्लेषण:** मत्स्यपालन तळ्यांमध्ये काढणी व्यवस्थापन हे सामान्यतः सोपे असते, कारण या तळ्यांची खोली कमी असते. तसेच या तळ्यांमधुन पाणी निचरा करणे आणि माशांना पकडणे तुलनेने सहज सोपे होते. यात पारंपरिक पद्धतींचा वापर करूनच काढणी केली जाऊ शकते, ज्यामुळे मत्स्यपालकांना विशेष उपकरणांची आवश्यकता भासत नाही. या व्यवस्थेमुळे उत्पादन प्रक्रियेत कमी गुंतवणूक लागते आणि मासे सहजपणे गोळा करता येतात, जे व्यवसायाच्या यशासाठी अनुकूल असते. त्याउलट, प्लास्टिकचे अस्तरीकरण असलेल्या शेततळ्यांमध्ये काढणी व्यवस्थापन अधिक कठीण आहे. या तळ्यांची रचना खोल आणि तीव्र उताराची असल्याने पाणी काढून देणे आणि माशांना पकडणे एक आव्हान बनते. यासाठी विशेष उपकरणांची आवश्यकता असते, आणि पारंपरिक काढणी पद्धती यामध्ये काम करत नाहीत. या कारणांमुळे, प्लास्टिकचे अस्तरीकरण असलेल्या तळ्यांमध्ये प्रभावी काढणीसाठी नवीन रणनीती विकसित करणे आवश्यक आहे. यामुळे मत्स्यपालन क्षेत्रातील प्रगती साधण्यासाठी तंत्रज्ञान आणि नवकल्पना यांचा समावेश करणे अत्यंत महत्त्वाचे ठरते.

**प्लास्टिकचे अस्तरीकरण असलेल्या शेततळ्यांमधून मासे काढताना येणाऱ्या समस्या:** महाराष्ट्रातील प्लास्टिकचे अस्तरीकरण असलेल्या शेततळ्यांमध्ये मत्स्यपालन करणाऱ्या शेतकऱ्यांना मासे काढण्याच्या बाबतीत अनेक अडचणींचा सामना करावा लागतो. विशेषत: निवडक काढणी आणि माश्यांची संख्या व्यवस्थापनातील आव्हाने ही एक जटिल समस्या आहे. या समस्या सोडवण्यासाठी

पारंपरिक पद्धती अपुऱ्या पडतात. त्यामुळे, या तळ्यांच्या वैशिष्ट्यांनुसार नवीन आणि प्रभावी पद्धती शोधण्याची गरज आहे. खाली वेगवेगळ्या समस्यांचे विस्तृत वर्णन केले आहे.

- **अर्धवट काढणी:** महाराष्ट्रात प्लास्टिकचे अस्तरीकरण असलेल्या शेततळ्यांमध्ये मत्स्यपालन करणारे शेतकरी काही विशिष्ट आव्हानांना सामोरे जातात, ज्यातील सर्वांत मोठे आव्हान म्हणजे निवडक (अपूर्ण) काढणी. या तळ्यांची खोल आणि तीव्र उतार असलेली रचना ही या आव्हानाची मुख्य कारणे आहेत. काढणीच्या प्रक्रियेदरम्यान, या तळ्यांच्या संरचनेमुळे सर्व लक्ष्यित मासे प्रभावीपणे पकडणे खूप कठीण जाते. अनेक वेळा, मासे जाळ्यांखालून निघून जातात ज्यामुळे काढणी अपूर्ण राहते. यामुळे तळ्यात काही मासे शिल्लक राहतात, जे नंतर प्रजनन करतात आणि तळ्यातील पारिस्थितिक संतुलन बिघडवतात. अपूर्ण काढणीचा परिणाम फक्त सध्याच्या उत्पादनावरच होत नाही तर भविष्यातील उत्पादनावरही याचा प्रतिकूल प्रभाव पडतो. शिल्लक राहिलेले मासे नवीन पिढीच्या माशांसोबत खाद्य आणि जागा यासाठी स्पर्धा करतात, ज्यामुळे नवीन पिढीचे मासे योग्य प्रकारे वाढू शकत नाहीत आणि तळ्याची एकूण उत्पादकता कमी होते.
प्लास्टिकचे अस्तरीकरण असलेल्या शेततळ्यांमध्ये काढणी करताना राहिलेल्या माशांमधील प्रजनन हे एक महत्त्वाचे आव्हान आहे. त्यामुळे या शेततळ्यांमध्ये तिलापिया माशांचे प्रजनन एक गंभीर समस्या बनली आहे. ज्यामुळे याचा मत्स्यपालन व्यवसायावर गंभीर परिणाम होत आहे. तिलापिया मासे खूप वेगाने प्रजनन करतात, ज्यामुळे तळ्यात माशांची संख्या खूप वेगाने वाढते. आणि जेव्हा तळ्यात माशांची संख्या जास्त होते तेव्हा त्यांना पुरेसे खाद्य आणि जागा मिळत नाही, परिणामी त्यांची वाढ मंदावते. यामुळे, तळ्यात छोटे-छोटे मासे जास्त होतात व त्यांची बाजारात मागणी कमी होते तसेच त्यांचे बाजार मूल्य कमी होते. त्याचबरोबर जेव्हा तळ्यात माशांची संख्या वाढते तेव्हा त्यांना अधिक खाद्य द्यावे लागते. तसेच या नवीन पिढीच्या माशांची आहार रूपांतरण क्षमता पण कमी असते, म्हणजेच खाल्लेले खाद्य त्यांच्या शरीरात मांसात रूपांतरित होण्याऐवजी वाया जाते. या सर्व कारणांमुळे उत्पादन खर्च वाढतो आणि शेतकऱ्यांना नफा कमी होतो.

- **पारंपरिक काढणी पद्धतींतील आव्हाने आणि मर्यादा:** महाराष्ट्रातील प्लास्टिकचे अस्तरीकरण असलेल्या शेततळ्यांमध्ये शिल्लक राहिलेल्या माशांना काढण्यासाठी तळ्यातील पाणी निचरा करणे ही एक सामान्य पद्धत आहे. पण ही पद्धत अनेक कारणांमुळे व्यवहार्य नाही. या प्रक्रियेत वेळखाऊपणा असतो; तळ्यातील पाणी पूर्णपणे निचरा करण्यासाठी अनेक

दिवस किंवा महिने लागू शकतात. तळे रिकामे झाल्यावर त्यात पुन्हा पाणी भरण्यासाठी बराच वेळ लागतो, ज्यामुळे मत्स्यपालन व्यवसाय खंडित होतो. अनेकदा, तळ्यात पुन्हा पाणी भरण्यासाठी पुरेसे पाणी उपलब्ध नसते, ज्यामुळे सिंचनासाठी पाण्याची टंचाई निर्माण होते आणि पिकांच्या उत्पादनावर परिणाम होतो. या पद्धतीमुळे प्लास्टिकचे अस्तरालाही नुकसान होऊ शकते. तसेच या पद्धतीसाठी खूप खर्च येतो. या सर्व कारणांमुळे प्लास्टिकचे अस्तरीकरण असलेल्या शेततळ्यांमध्ये पाणी निचरा करणे ही एक व्यवहार्य पद्धत नाही. त्यामुळे शिल्लक राहिलेल्या माशांना काढण्यासाठी नवीन आणि प्रभावी पद्धती शोधणे आवश्यक आहे.

तसेच, प्लास्टिकचे अस्तरीकरण असलेल्या शेततळ्यांमध्ये मत्स्य कीटकनाशके (piscicides) वापरून माशांची संख्या नियंत्रित करण्याचा विचार अनेकदा केला जातो; पण या पद्धतीच्या अनेक मर्यादा आणि धोके आहेत. मत्स्य कीटकनाशके सर्व प्रकारच्या माशांना प्रभावीपणे मारू शकत नाहीत, त्यामुळे काही मासे याचा प्रभाव टाळून जिवंत राहू शकतात, ज्यामुळे तळ्यात काही प्रमाणात मासे शिल्लक राहू शकतात आणि समस्या कायम राहू शकते. या कीटकनाशकांच्या वापरामुळे तळ्याचे पाणी प्रदूषित होते, जे मानव आणि प्राण्यांच्या आरोग्यासाठी धोकादायक असते. याशिवाय, मत्स्य कीटकनाशके तळ्यात असलेल्या इतर जलचर जीवसृष्टीवरही हानिकारक प्रभाव टाकू शकतात, ज्यामुळे ते पर्यावरणाच्या संतुलनावर दीर्घकालीन परिणाम करू शकतात. तसेच, या कीटकनाशकांचा वापर कायद्याने प्रतिबंधित असू शकतो किंवा त्याच्या वापरासाठी विशिष्ट परवाने आवश्यक असू शकतात.

- **कठीण आणि खर्चिक काढणी प्रक्रिया:** महाराष्ट्रातील प्लास्टिकचे अस्तरीकरण असलेल्या शेततळ्यांमध्ये मत्स्यपालन करणाऱ्या शेतकऱ्यांना मासे काढण्याच्या बाबतीत अनेक अडचणींचा सामना करावा लागतो. या तळ्यांची रचना आणि संरचनात्मक वैशिष्ट्ये यामुळे काढणीची प्रक्रिया खूप कठीण आणि खर्चिक बनते. यामुळे किलोमागे मासे काढण्याचा खर्च सुमारे २० रुपये इतका वाढतो. या वाढलेल्या खर्चाचा परिणाम म्हणून शेतकऱ्यांना या तळ्यांमधून अपेक्षित नफा मिळत नाही. त्यामुळे या तळ्यांमध्ये मत्स्यपालन व्यवसाय टिकवून ठेवणे शेतकऱ्यांसाठी मोठे आव्हान बनले आहे.

**प्लास्टिकचे अस्तरीकरण असलेल्या शेततळ्यांमध्ये काढणी व्यवस्थापन:** प्लास्टिकच्या तळ्यांमध्ये मासे काढण्याची प्रक्रिया अधिक कार्यक्षम, परिणामकारक आणि पर्यावरणपूरक बनवण्यासाठी काही

नवीन पद्धती विकसित केल्या आहेत. या पद्धतींच्या विकासात मुख्यतः काढणीचा खर्च कमी करणे, माशांना कमी नुकसान करणे आणि पर्यावरणावर होणारा प्रभाव कमी करणे या गोष्टींचा विचार केला आहे. त्या खालील प्रमाणे;

- **पाणी उपलब्धतेनुसार स्टॉकिंग करणे:** प्लास्टिकचे अस्तरीकरण असलेल्या शेततळ्यांमध्ये माशांचे पालन करताना पाणी उपलब्धता हा एक महत्त्वाचा घटक आहे. या तळ्यांमध्ये पाण्याचे प्रमाण वर्षभर बदलत असते, ज्यामुळे माशांचे स्टॉकिंग आणि काढणी यांच्यातील समन्वय करणे महत्त्वाचे असते. विशेषतः मे आणि जून महिन्यात सर्वात कमी पाणी असते. तसेच या तळ्यांमद्धे पाणी ८ ते १२ महीने असते. शेतकरी पावसाळा सुरू झाल्या नंतर तळ्यात पाणी भरायला चालू करतात आणि त्यामधून डिसेंबर-जानेवारीमध्ये पाणी काढण्याची प्रक्रिया सुरू केली जाते. हे लक्षात घेतल्यास, कमी पाण्याच्या स्तराचा काळ प्रत्येक तळ्यात वेगळा असतो. काही तळ्यांमध्ये जानेवारीत कमी पाण्याचे स्तर दिसून येतात, तर इतरांमध्ये फेब्रुवारी ते जुलैमध्ये. पाण्याच्या उपलब्धतेनुसार स्टॉकिंग करणे अत्यंत महत्त्वाचे आहे कारण यामुळे काढणीची सोय होते. जेव्हा पाण्याचे स्तर कमी असतात, तेव्हा माशांना काढणे सोपे जाते, आणि कमी पाण्यात माशांना सहजपणे पकडता येते, ज्यामुळे काढणीची प्रक्रिया वेगवान होते. **म्हणून शेतकऱ्यांनी आपल्या शेततळ्यात काढणीच्या वेळेस कमीत कमी पाणी असेल याचा अंदाज बांधून मासे स्टॉक करण्याची वेळ निवडावी.** अखेर, प्लास्टिकचे अस्तरीकरण असलेल्या शेततळ्यांमध्ये पाण्याच्या उपलब्धतानुसार स्टॉकिंग करणे ही एक प्रभावी पद्धत आहे. या पद्धतीमुळे शेतकऱ्यांना काढणीची प्रक्रिया सुलभ आणि कार्यक्षम बनवता येईल आणि त्यांचे उत्पादन वाढवण्यास मदत होईल.
- **वारंवार स्व-कापणी:** प्लास्टिकचे अस्तरीकरण असलेल्या शेततळ्यांमध्ये मासे काढण्याचा खर्च जास्त असतो, कारण या तळ्यांची खोली अधिक असते, तसेच याला प्लास्टिकचे अस्तर असते आणि यांचा उतार तीव्र असतो. त्यामुळे काढणीसाठी जास्त मेहनत व वेळ लागतो, म्हणून त्यासाठी सेवा पुरवठादार अधिक शुल्क आकारतात. हा खर्च कमी करण्यासाठी, शेतकरी 'सिप-सिप' पद्धती अवलंबू शकतात, ज्यामध्ये दररोज किंवा आठवड्यातून एकदा थोडे थोडे मासे स्वतः काढून ते स्थानिक बाजारात विकले जातात. यामुळे मोठ्या प्रमाणात एकदम काढणी करण्याचा खर्च टाळता येतो आणि बाजारात जास्त मासे उपलब्ध होऊन किंमती घसरण्याचा धोका कमी होतो. वारंवार काढणी केल्याने शेतकऱ्यांना अधिक चांगला दर मिळतो, मासे काढण्याचे नियंत्रण त्यांच्या हातात राहते आणि मत्स्यपालन अधिक फायदेशीर व टिकाऊ होते.

- **सानुकूलित काढणी उपकरणे:** महाराष्ट्रातील प्लास्टिकचे अस्तरीकरण असलेल्या शेततळ्यांचे वेगवेगळे आकार आणि खोली, पारंपरिक मत्स्य काढणी पद्धतींसाठी अडचणी निर्माण करतात. ही अडचण सोडवण्यासाठी आणि मत्स्य काढणी अधिक सोपी व प्रभावी करण्यासाठी, शेतकऱ्यांनी आपल्या तळ्यांच्या गरजेनुसार सानुकूलित मासेमारी उपकरणे तयार करावीत. ड्रॅग नेट, कास्ट नेट आणि मल्टी-पॅनेल गिल नेट तळ्याच्या आकार व खोलीनुसार बदलून वापरल्यास मासे पकडणे अधिक सोपे होते. योग्य जाळीचा वापर केल्याने विशिष्ट माशांचे संकलन प्रभावी होते आणि लहान माशांचा नाहक नाश टाळता येतो. शेतकऱ्यांनी स्थानिक कारागिरांशी संपर्क साधून तळ्याच्या मापानुसार विशेष जाळे तयार करावे. टिकाऊपणासाठी मजबूत आणि जड साहित्याचा वापर करावा, तसेच प्लास्टिकला इजा होणार नाही याची काळजी घ्यावी. मत्स्यतज्ज्ञांचा सल्ला घेऊन किंवा अनुभवी शेतकऱ्यांकडून यशस्वी काढणी तंत्रे शिकावीत.

ड्रॅग नेट

कास्ट नेट

गिल नेट

- **एकवेळ मत्स्यबीज संचयन:** महाराष्ट्रातील काही प्लास्टिकचे अस्तरीकरण असलेल्या शेततळ्यांमध्ये, विशेषतः जिथे पाणी नियमितपणे पूर्ण क्षमतेने भरले जाते, तिथे माशांची संपूर्ण काढणी करणे आव्हानात्मक ठरते. अशा परिस्थितीत, शेतकरी एकवेळ मत्स्यबीज संचयन पद्धत अवलंबतात. ही पद्धत विशेषतः नंदुरबार जिल्ह्यात आढळून येते. या प्रणालीत तलावात एका विशिष्ट प्रजातीच्या माशांचे (कॉमन कार्प) एकदाच संचयन केले जाते आणि नंतर अनेक वर्षे कोणतेही नवीन मत्स्यबीज न टाकता नियमितपणे काढणी केली जाते. या पद्धतीचा सर्वात मोठा फायदा म्हणजे सतत नवीन मत्स्यबीज टाकण्याची आवश्यकता राहत नाही, ज्यामुळे खर्च कमी होतो. शेतकरी दरवर्षी मोठे आणि विक्रीयोग्य मासे निवडकपणे काढतात, तर उर्वरित मासे पुढील वर्षांसाठी वाढू देतात. या प्रणालीमुळे शेतकऱ्यांना कमी श्रम आणि व्यवस्थापन खर्चातही मासे उत्पादन सुरू ठेवता येते. तथापि, या पद्धतीत योग्य मत्स्यप्रजातींची निवड, प्रजनन आणि जलव्यवस्थापन महत्त्वाचे ठरते.

यासोबतच, एकवेळ मत्स्यबीज संचयनामध्ये काही मर्यादा देखील आहेत. 'इनब्रीडिंग डिप्रेशन' मुळे माशांची रोगप्रतिकारक शक्ती कमी होते आणि त्यांची वाढ खुंटू शकते. तलावात जास्त संख्येने मासे तयार झाल्यास अन्न-संसाधनांची टंचाई निर्माण होऊ शकते, ज्यामुळे माशांच्या वाढीचा वेग मंदावतो. याशिवाय, दीर्घकाळ नवीन मत्स्यबीज न टाकल्यास कालांतराने माशांच्या उत्पादनावर परिणाम होतो आणि एकूण नफा कमी होतो. काही वेळा बाजारपेठेतील मागणीनुसार योग्य आकाराचे मासे उपलब्ध होत नाहीत, ज्यामुळे विक्रीतील अडथळे निर्माण होऊ शकतात.

एकवेळ मत्स्यबीज संचयनाची जोखीम कमी करण्यासाठी, मत्स्यव्यवसाय व्यवस्थापन तज्ज्ञ वेळोवेळी नवीन मत्स्यबीज टाकण्याची शिफारस करतात. विविध वंशांच्या माशांचा समावेश केल्यास इनब्रीडिंग डिप्रेशनचा धोका टाळता येतो आणि माशांची वाढ निरोगी होते. एकूणच, विस्तृत तलाव मत्स्यपालन आणि एकवेळ मत्स्यबीज संचयन ही एक कमी खर्चिक पण प्रभावी पद्धत असली तरी, तिच्यातील मर्यादा ओळखून योग्य व्यवस्थापन करणे आवश्यक आहे.

प्लास्टिक अस्तर असलेल्या शेततळ्यांमध्ये काढणी व्यवस्थापन हे मत्स्यपालन व्यवसायासाठी आव्हानात्मक असूनही संधीपूर्ण आहे. या तळ्यांची जास्त खोली, तीव्र उतार आणि मर्यादित पाणी निचरा पर्यायांमुळे काढणी प्रक्रियेत गुंतागुंत वाढते. महाराष्ट्रात निवडक काढणी, प्रजननाच्या समस्या आणि उच्च काढणी खर्चामुळे ही आव्हाने अधिक तीव्र होतात. विशेषतः तिलापिया शेतीमध्ये जास्त माशयांची संख्या, खुंटलेली वाढ, वाढलेली खाद्य मागणी आणि कमी नफा यांसारख्या समस्यांचा सामना करावा लागतो. पारंपारिक पद्धती जसे की तलावातील पाणी काढून टाकणे आणि मत्स्यनाशके वापरणे यामुळे प्रदीर्घ डाउनटाइम, पाण्याची कमतरता आणि पर्यावरणीय धोके निर्माण होतात. या समस्यांवर मात करण्यासाठी, मत्स्यपालकांनी पाण्याची उपलब्धता लक्षात घेऊन मत्स्यबीज संचयन करणे, वारंवार स्व-काढणी धोरणे स्वीकारणे, सानुकूलित काढणी उपकरणांचा वापर करणे आणि एकवेळ मत्स्यबीज संचयन यांसारख्या प्रभावी व्यवस्थापन पद्धती अवलंबाव्यात. मात्र, प्रत्येक दृष्टिकोनाशी संबंधित मर्यादा आणि धोके लक्षात घेणे आवश्यक आहे. शाश्वत आणि फायदेशीर मत्स्यपालनासाठी शेतकरी, मत्स्यव्यवसाय तज्ज्ञ आणि स्थानिक समुदाय यांच्यात सातत्यपूर्ण नवोपक्रम आणि सहकार्य आवश्यक आहे.

-------------------------------------------------------------------------------------

जागतिक स्तरावर माशांच्या वाढत्या मागणीमुळे मत्स्यपालनासाठी प्रभावी विपणन व्यवस्थापन आवश्यक बनले आहे. हे नफा, टिकाऊपणा आणि वाढ सुनिश्चित करण्यासाठी महत्त्वाचे असून, मत्स्य शेतकऱ्यांना बाजारपेठ समजून घेऊन योग्य धोरणे आखण्यास मदत करते. ग्राहकांच्या गरजा, स्पर्धा आणि मागणी लक्षात घेऊन ब्रॅंड निर्माण करणे, योग्य किंमत ठरवणे, वितरण प्रणाली सुधारणे आणि ऑनलाईन विक्रीसह आधुनिक प्रचार माध्यमांचा वापर करणे फायदेशीर ठरते. यामुळे मत्स्य उत्पादकांची बाजारातील ओळख वाढते, व्यवसाय स्थिर राहतो आणि टिकाऊ मत्स्यपालनाला चालना मिळते. महाराष्ट्रातील प्लास्टिकचे अस्तरीकरण असलेल्या शेततलावांमधील मत्स्यपालन व्यवसायाला नैसर्गिक जलस्रोतांतील स्वस्त माशांशी स्पर्धा करावी लागते. उच्च उत्पादन खर्चामुळे या माशांना बाजारात स्पर्धात्मक किंमत मिळवणे कठीण होते. यावर उपाय म्हणून उत्पादन खर्च कमी करणे, ब्रॅंडिंग करणे, अधिक मूल्य असलेले मासे वाढवणे आणि थेट ग्राहकांपर्यंत पोहोचण्यासाठी नव्या विपणन योजना राबवणे आवश्यक आहे. याव्यतिरिक्त, महाराष्ट्रातील प्लास्टिकचे अस्तरीकरण असलेल्या शेततलावांमध्ये माशांचे उत्पादन विखुरलेले असल्यामुळे पुरवठा साखळीत अकार्यक्षमता निर्माण होते. संकलन, वाहतूक आणि साठवणूक खर्च वाढतो, परिणामी उत्पादन खर्च अधिक होतो आणि स्पर्धात्मकता कमी होते. तसेच, लॉजिस्टिक आव्हाने आणि असंगत गुणवत्ता ग्राहकांच्या विश्वासावर परिणाम करतात. मात्र, हे विकेंद्रीकरण विविध ग्राहक वर्गांपर्यंत पोहोचण्याची संधीही निर्माण करते.

नैसर्गिक जलाशयांतील माशांना कमी उत्पादन खर्चाचा किमतीचा लाभ मिळत असला, तरी प्लास्टिकचे अस्तरीकरण असलेल्या शेततलावांमध्ये उत्पादित माशांना काही विशिष्ट फायदे आणि सामर्थ्ये असतात. पुढील भागात हे फायदे अधिक तपशीलवार स्पष्ट केले आहेत.

**महाराष्ट्रातील प्लास्टिकचे अस्तरीकरण असलेल्या शेततलावांमधून उत्पादित माशांचे विपणन फायदे**

- **ग्राहकांच्या जवळील उपलब्धता:** महाराष्ट्रातील ग्रामीण भागात मोठ्या प्रमाणात प्लास्टिकचे अस्तरीकरण असलेले शेततलाव असल्याने स्थानिक ग्राहकांना ताजे मासे सहज आणि जलद मिळू शकतात. या तलावांमधून मासे थेट बाजारात किंवा ग्राहकांच्या घरी पोहोचवण्यास तुलनेने कमी वेळ लागतो, परिणामी वाहतूक खर्च कमी होतो आणि ताज्या माशांची

उपलब्धता वाढते. याउलट, नैसर्गिक जलाशय ग्राहकांपासून दूर असल्याने, तेथून मासे आणण्याचा खर्च आणि वेळ अधिक असतो.

- **ताजे आणि उच्च-गुणवत्तेचे मासे:** प्लास्टिकचे अस्तरीकरण असलेल्या शेततलावांमधून मासे थेट ग्राहकांपर्यंत पोहोचवता येतात, त्यामुळे ताजेपणा आणि गुणवत्तेची हमी मिळते. हा ताजेपणा माशांची चव, पोषणमूल्य आणि ग्राहकांच्या अपेक्षा पूर्ण करतो. उलट, नैसर्गिक जलाशयांमधून मासे मिळवताना विलंब होतो, ज्यामुळे त्यांची गुणवत्ता घसरू शकते आणि खराब होण्याची शक्यता वाढते.

- **कमी विपणन खर्च:** हे तलाव स्थानिक बाजारपेठांच्या जवळ असल्यामुळे वाहतूक आणि साठवणुकीवरील खर्च कमी होतो. त्यामुळे उत्पादकांना अधिक नफा मिळतो, तर ग्राहकांना तुलनेने स्वस्त दरात मासे उपलब्ध होतात. नैसर्गिक जलस्रोतांमधून मासे आणण्यासाठी विशेष वाहतूक व शीतगृह सुविधा आवश्यक असल्याने खर्च वाढतो आणि बाजारातील किंमत वाढण्याची शक्यता असते.

- **थेट विक्रीची संधी:** या शेततलावांमधून शेतकरी मध्यस्थांशिवाय थेट ग्राहकांना किंवा स्थानिक बाजारात मासे विकू शकतात. त्यामुळे वाहतूक व दलालीचा खर्च कमी होतो आणि शेतकऱ्यांना अधिक नफा मिळतो. नैसर्गिक जलाशयांमधून मासे पुरवताना अनेक मध्यस्थ लागतात, ज्यामुळे शेवटी विक्रीतून मिळणारा पैसा शेतकऱ्यांपर्यंत पूर्णपणे पोहोचत नाही.

- **स्पर्धात्मक किंमत:** कमी वाहतूक खर्च आणि जलद वितरणामुळे प्लास्टिक अस्तरीकरण असलेल्या तलावांतील मासे तुलनेने कमी किमतीत उपलब्ध होऊ शकतात. याउलट, नैसर्गिक जलाशयांमधून येणाऱ्या माशांचे दर वाहतूक व साठवणुकीच्या वाढीव खर्चामुळे जास्त असतात.

- **सातत्यपूर्ण उपलब्धता:** नियंत्रित वातावरणात उत्पादन केल्यामुळे या तलावांमध्ये वर्षभर मासे उपलब्ध असतात, त्यामुळे नियमित पुरवठा शक्य होतो. नैसर्गिक जलस्रोतांतील मासेमारी हंगामावर अवलंबून असल्यामुळे बाजारात सातत्यपूर्ण पुरवठा राखणे कठीण होते.

- **जिवंत मासे विक्रीची सहजता:** ग्राहकांना जिवंत मासे विकणे शक्य असल्याने शेतकऱ्यांना अधिक फायदा होतो. नैसर्गिक जलस्रोतांमधून जिवंत मासे काढणे आणि पुरवणे कठीण असते.

- **निर्णय स्वातंत्र्य आणि नियोजनक्षम उत्पादन:** प्लास्टिकचे अस्तरीकरण असलेल्या शेततळ्यांमध्ये शेतकऱ्यांना बाजारातील मागणी आणि ग्राहकांच्या पसंतीनुसार माशांचे उत्पादन नियोजन करण्याचे स्वातंत्र्य मिळते. त्यामुळे ते बाजारातील बदल लक्षात घेऊन

योग्य निर्णय घेऊ शकतात आणि ग्राहकांना आवश्यक ते मासे उपलब्ध करून देऊ शकतात. याउलट, नैसर्गिक जलस्रोतांमध्ये (नदी, तलाव, धरणे) मासे नैसर्गिकरीत्या वाढत असल्याने शेतकऱ्यांना उत्पादन नियंत्रणात ठेवता येत नाही. याशिवाय, पाण्याची पातळी, हवामान आणि मासेमारीवरील निर्बंध यांमुळे बाजारातील मागणीनुसार उत्पादन करणे कठीण होते.

- **बाजारपेठेच्या मागणीनुसार उत्पादन:** प्लास्टिकचे अस्तरीकरण असलेले शेततळे शेतकऱ्यांना विशिष्ट जातींचे, आवश्यक आकाराचे आणि प्रमाणात मासे उत्पादित करण्यास मदत करतात. त्यामुळे बाजारातील मागणी लक्षात घेऊन उत्पादन करता येते. याउलट, नैसर्गिक जलस्रोतांमध्ये मासे नैसर्गिकरीत्या वाढत असल्याने उत्पादनाचे नियंत्रण कठीण असते. परिणामी, उपलब्ध माशांवरच शेतकऱ्यांना अवलंबून राहावे लागते, ज्यामुळे बाजारात सातत्यपूर्ण पुरवठा राखणे कठीण होते आणि ग्राहकांना हवे तसे मासे मिळण्यास अडचण येते.

- **गंधहीन आणि उच्च दर्जाचे मासे:** प्लास्टिक अस्तरीकरण असलेल्या शेततळ्यातील पाणी स्वच्छ आणि नियंत्रित असते, त्यामुळे येथे उत्पादित मासे निरोगी आणि गंधहीन असतात. शुद्ध पाण्यात वाढल्यामुळे त्यांच्या चवीत कोणताही दोष राहत नाही, त्यामुळे ग्राहकांना अधिक चांगला अनुभव मिळतो. याउलट, नदी, तलाव आणि धरणांमधील पाणी शहरी प्रदूषणामुळे दूषित होण्याची शक्यता असते, त्यामुळे तेथील माशांना वास येऊ शकतो. नद्यांमद्धे पाण्याची पातळी कमी झाल्यास हा वास अधिक तीव्र जाणवतो.

- **विपणनाच्या संधी आणि थेट विक्रीचा फायदा:** प्लास्टिकचे अस्तरीकरण असलेले शेततळे बहुतांश ग्रामीण भागात असल्याने शेतकऱ्यांना विपणनासाठी विविध संधी उपलब्ध होतात. ते ग्रामिण ग्राहकांशी थेट संपर्क साधून ताजे आणि उच्च गुणवत्तेचे मासे विकू शकतात, ज्यामुळे त्यांची उत्पादने स्थानिक ब्रँड म्हणून ओळखली जाऊ शकतात. याशिवाय, शेततळ्यांमध्ये वर्षभर उत्पादन घेता येते, त्यामुळे ग्राहक, दुकानदार आणि वितरक यांच्यासोबत सातत्यपूर्ण व्यावसायिक संबंध प्रस्थापित करता येतात.

**महाराष्ट्रातील प्लास्टिकचे अस्तरीकरण असलेल्या शेततळ्यांमधील मत्स्य शेतीचे विपणन आणि संधी:** महाराष्ट्रातील ग्रामीण आणि शहरी भागात माशांना मोठी मागणी आहे. राज्यात ४१,००० गावे आणि ३७८ शहरी केंद्रे आहेत, जिथे ६०% मांसाहारी लोकसंख्या म्हणजेच ११.२४ कोटी लोक राहतात. त्यांच्यासाठी प्रथिनांचा मुख्य स्रोत म्हणून माशांचे महत्त्व वाढत आहे. राज्यातील ४५% लोकसंख्या

शहरी तर ५५% ग्रामीण भागात राहते, त्यामुळे या दोन्ही भागांमध्ये माशांच्या विपणनासाठी मोठी संधी उपलब्ध आहे.

1. **मत्स्य तलावांची गावे केंद्रित निर्मिती आणि पुरवठा व्यवस्थापन:** महाराष्ट्रातील ३-४ गावांत मिळून एक मत्स्य तलाव विकसित केल्यास स्थानिक माशांची मागणी पूर्ण करण्यासाठी उत्कृष्ट संधी निर्माण होते. एका गावाची सरासरी लोकसंख्या १,४६३ असल्यामुळे अशा तलावामधून जवळच्या ३-४ गावांच्या मत्स्य गरजा पूर्ण करता येऊ शकतात.
   - यामुळे वाहतूक खर्च कमी होईल.
   - ग्राहकांना ताजे मासे थेट गावात मिळतील.
   - १०,००० पेक्षा जास्त शेततळ्यांमध्ये हे मॉडेल लागू करून उत्पादन आणि विक्री वाढवता येईल.

2. **जिवंत माशांचे विपणन आणि विक्री करण्याची संधी:** प्लास्टिक अस्तरीकरण असलेल्या शेततळ्यांमध्ये शेतकऱ्यांना जिवंत मासे थेट विकण्याची संधी मिळते.
   - ताज्या आणि उच्च गुणवत्तेच्या माशांना ग्राहकांची अधिक मागणी असते.
   - गोठवलेल्या किंवा साठवलेल्या माशांच्या तुलनेत जिवंत मासे जास्त आकर्षक असतात.
   - त्यामुळे ग्राहकांची संख्या वाढते आणि नफा वाढतो.
   - जिवंत मासे विक्रीसाठी शेततळ्यांच्या जवळ स्थानिक बाजारपेठ विकसित करता येते.

3. **शेततळ्यांपासून किरकोळ विक्री केंद्रांपर्यंत वितरण जाळे:** शेतकऱ्यांनी त्यांच्या उत्पादनांचा थेट स्थानिक किरकोळ दुकानांपर्यंत पुरवठा करण्यासाठी नेटवर्क विकसित करणे फायदेशीर ठरेल.
   - स्थानिक दुकानांशी करार करून मासे नियमित पुरवठा करता येईल.
   - यामुळे बाजारपेठेत शेतकऱ्यांची विश्वासार्हता वाढेल.
   - ग्राहकांना घराजवळ ताजे मासे सहज उपलब्ध होतील.
   - या मॉडेलमध्ये दुधाच्या वितरणासारखी नियमित पुरवठा व्यवस्था तयार करता येईल.

4. **मत्स्य पर्यटनाचा विकास:** शेततळ्यांवर मत्स्य पर्यटन केंद्र स्थापन करून ग्रामीण भागात पर्यटक आकर्षित करण्याची मोठी संधी आहे.
   - शहरी लोकांना ग्रामीण मत्स्यपालन अनुभवण्याची संधी मिळेल.
   - गाईडेड टूरद्वारे पर्यटकांना मत्स्य उत्पादन आणि प्रक्रिया दाखवता येईल.
   - पर्यटकांना माशांना खाऊ घालणे, मासेमारीचा अनुभव घेणे आणि ताज्या माशांचे पदार्थ चाखण्याची संधी मिळेल.
   - या पर्यटनामुळे शेतकऱ्यांना अतिरिक्त उत्पन्न मिळू शकते.

**5. डिजिटल विपणन आणि ऑनलाइन विक्री करण्याची संधी:** आजच्या डिजिटल युगात, इंटरनेटच्या मदतीने प्लास्टिक अस्तरीकरण असलेल्या शेततळ्यांमधील मासे ऑनलाइन विकता येतात.

- फेसबुक, इंस्टाग्राम, यूट्यूबवर जाहिरात करून ग्राहकांना आकर्षित करता येते.
- ई-कॉमर्स प्लॅटफॉर्म (ॲमेझॉन, फ्लिपकार्ट) च्या मदतीने विक्री वाढवता येऊ शकते.
- व्हॉट्सॲप आणि सोशल मीडिया गटांद्वारे थेट ग्राहकांशी संपर्क साधता येतो.
- स्थानिक ग्राहकांसाठी मोबाईल ॲपद्वारे घरी मासे वितरण सेवा सुरू करता येते.

सारांश, महाराष्ट्रातील प्लास्टिक अस्तरीकरण असलेले शेततळे मत्स्य व्यवसायासाठी मोठ्या संधी उपलब्ध करून देतात. जिवंत मासे विक्री, थेट किरकोळ पुरवठा, मत्स्य पर्यटन, आणि डिजिटल प्लॅटफॉर्मचा वापर करून या शेततळ्यांमधून उत्पादित माशांचे विपणन अधिक प्रभावी करता येईल. यामुळे शेतकऱ्यांचे उत्पन्न वाढेल आणि ग्राहकांना ताजे, सुरक्षित आणि उच्च गुणवत्तेचे मासे मिळतील.

महाराष्ट्रातील प्लास्टिकचे अस्तरीकरण असलेल्या शेततळ्यांचे फायदे, तोटे आणि संधी लक्षात घेऊन, मत्स्य विक्रीसाठी काही पद्धती पुढीलप्रमाणे सुचवण्यात आल्या आहेत.

**१. जिवंत मासे विपणन मॉडेल:** गुणवत्तापूर्ण आणि ताज्या माशांची मागणी वाढत असल्याने, जिवंत मासे विपणन ही एक मोठी संधी ठरू शकते. जिवंत मासे विक्री केवळ त्यांच्या ताजेपणाची आणि पोषणमूल्यांची खात्री देत नाही, तर ग्राहकांना वेगळा आणि विश्वासार्ह खरेदी अनुभव देते. यासाठी खालील उपाय अमलात आणता येऊ शकतात:

**अ) थेट जिवंत मासे विपणन:** मध्यस्थ टाळून शेतकऱ्यांनी थेट ग्राहकांना मासे विकल्यास त्यांना अधिक नफा मिळू शकतो आणि ग्राहकांना ताजे आणि उच्च-गुणवत्तेचे मासे उपलब्ध होतात. यासाठी काही प्रभावी धोरणे पुढीलप्रमाणे आहेत:

- **शेततळ्यावर थेट जिवंत मासे विक्री:** शेतकरी त्यांच्या तलावाजवळच थेट ग्राहकांना जिवंत मासे विकू शकतात. यामुळे मासे ताजे राहतात आणि ग्राहकांचा शेतकऱ्यांवर विश्वास वाढतो. यासाठी शेततळ्यावर एक विक्री केंद्र उभारता येईल, जिथे ग्राहक प्रत्यक्ष जाऊन मासे निवडू शकतील.
- **स्थानिक किरकोळ दुकानांमार्फत जिवंत मासे विक्री:** शेतकरी स्थानिक दुकानदारांशी करार करून, त्यांच्या दुकानांमधून जिवंत मासे विकू शकतात. यामुळे ग्राहकांना सहज उपलब्धता

मिळेल, तर शेतकऱ्यांना एक स्थिर बाजारपेठ निर्माण करता येईल. दुकानांमध्ये नियमित पुरवठा आणि जाहिरात यांचा वापर केल्यास विक्रीत वाढ होईल.

- **फिरत्या गाडीतून जिवंत मासे विक्री:** अन्नपदार्थ जसे फिरत्या गाड्यांमधून विकले जातात, तसेच जिवंत मासे विकण्यासाठी फिरती गाडी (मोबाईल फिश मार्केट) वापरणे फायदेशीर ठरू शकते. शेतकरी एका विशेषरित्या सुसज्ज गाडीत जिवंत मासे ठेवून ठराविक ठिकाणी विक्री करू शकतात. ऑक्सिजन आणि पाण्याची योग्य व्यवस्था करून हे मासे अधिक काळ ताजे ठेवता येतील. तसेच, सोशल मीडिया आणि स्थानिक जाहिरातींच्या मदतीने ग्राहकांना विक्रीच्या वेळा व ठिकाणांबद्दल माहिती देता येईल.

थेट जिवंत मासे विपणनाद्वारे शेतकऱ्यांना अधिक नफा मिळतो, ग्राहकांना ताजे मासे सहज उपलब्ध होतात आणि बाजारातील मध्यस्थांची आवश्यकता कमी होते. त्यामुळे ही संकल्पना अधिकाधिक शेतकऱ्यांनी स्वीकारल्यास त्याचा मोठा फायदा होऊ शकतो.

**आ) अप्रत्यक्ष जिवंत मासे विपणन:** या पद्धतीमध्ये शेतकरी थेट ग्राहकांना विक्री करण्याऐवजी किरकोळ विक्रेत्यांसारख्या मध्यस्थांच्या माध्यमातून जिवंत मासे पुरवतात. यामुळे मोठ्या प्रमाणावर ग्राहकांपर्यंत पोहोचण्याची संधी मिळते आणि उपलब्ध वितरण प्रणालीचा अधिक प्रभावी वापर करता येतो.

- **किरकोळ विक्रेत्यांच्या विक्री केंद्रांमधून जिवंत मासे विपणन:** शेतकरी आपल्या जिवंत माशांचा पुरवठा थेट किरकोळ विक्रेत्यांना करू शकतात, ज्यांच्याकडे विक्रीसाठी केंद्रे किंवा दुकाने असतात. यामुळे शेतकऱ्यांना स्वतः विक्री करण्याची गरज पडत नाही आणि किरकोळ विक्रेत्यांच्या स्थिर ग्राहकवर्गाचा लाभ घेता येतो. शेतकरी अशा विक्रेत्यांशी भागीदारी करू शकतात, जे त्यांच्या दुकानांमध्ये जिवंत मासे ठेवण्यास इच्छुक असतील.
- **बाजारपेठ, मासे विक्रेत्यांचे स्टॉल आणि सुपरमार्केटमधून जिवंत मासे विपणन:** शेतकरी आपल्या जिवंत माशांचा पुरवठा स्थानिक बाजारपेठांमध्ये, मासे विक्रेत्यांच्या स्टॉल्सवर किंवा जिवंत माशांसाठी खास टाक्या असलेल्या सुपरमार्केटमध्ये करू शकतात. अशा ठिकाणी विविध प्रकारचे ग्राहक येतात, त्यामुळे मोठ्या प्रमाणावर विक्री करण्याची संधी मिळते. यासाठी शेतकऱ्यांनी स्थानिक विक्रेत्यांशी भागीदारी करून, माशांच्या नियमित आणि विश्वसनीय पुरवठ्यासाठी एक प्रभावी वितरण प्रणाली विकसित करावी.

२. **थेट किरकोळ विक्री:** प्लास्टिक अस्तरीकरण असलेल्या शेततळ्यांमधून उत्पादित मासे थेट ग्राहकांना विकल्यास शेतकऱ्यांना घाऊक विक्रेत्यांवरील अवलंबित्व कमी करता येईल आणि अधिक नफा मिळवता येईल. यासाठी खालील उपाय करता येतील:

- **शेताच्या ठिकाणी विक्री:** शेतकरी त्यांच्या शेततळ्याच्या ठिकाणीच थेट विक्रीसाठी तात्पुरते स्टॉल उभारू शकतात. यामुळे ग्राहकांना ताजे मासे मिळतील.
- **घरोघरी विक्री:** शेतकरी स्थानिक ग्राहकांना घरोघरी ताजे मासे पोहोचवू शकतात, ज्यामुळे ग्राहकांचा वेळ आणि श्रम वाचतील.
- **स्थानिक बाजारपेठांमध्ये स्टॉल:** स्थानिक आठवडी बाजार, मच्छी बाजार किंवा रस्त्याच्या कडेला स्टॉल उभारून विक्री करता येईल, ज्यामुळे अधिक ग्राहक आकर्षित होतील.

३. **मत्स्य पर्यटन:** शेतकरी त्यांच्या तळ्यांना पर्यटकांसाठी आकर्षक स्थळ बनवू शकतात आणि मत्स्य पर्यटनाचा फायदा घेऊ शकतात. यामध्ये:

- **स्कूबा डायव्हिंग आणि स्नॉर्केलिंग:** पर्यटकांना तलावामध्ये उतरून मासे पाहण्याची संधी दिली जाऊ शकते.
- **काचेच्या तळाच्या बोटी:** मासे आणि जलजीवन निरीक्षणासाठी पर्यटकांना विशेष बोटींमध्ये नेले जाऊ शकते.
- **मासेमारी अनुभव:** पर्यटकांना मासे पकडण्याचा अनुभव देऊन अधिक महसूल निर्माण करता येईल.
- **मत्स्यालय:** विविध प्रकारच्या माशांचे प्रदर्शन आणि माहिती देणारे केंद्र उभारता येईल.
- **ताज्या माशांचे पदार्थ विक्री:** पर्यटकांसाठी ताज्या माशांचे जेवण उपलब्ध करून देता येईल.

४. **कृषी पर्यटन:** कृषी पर्यटनाद्वारे शेतकरी त्यांच्या शेततळ्यांना आकर्षक पर्यटनस्थळ म्हणून विकसित करू शकतात. यामुळे

- पर्यटकांना शाश्वत मत्स्यपालन शिकवता येईल.
- तलावाच्या मार्गदर्शित सहली आयोजित करून त्यांना मत्स्यपालन प्रक्रिया दाखवता येईल.
- जागेवर ताजे मासे आणि मत्स्य पदार्थ विकता येतील.
- गावातील पर्यटनाला चालना देऊन स्थानिक अर्थव्यवस्थेला मदत करता येईल.

५. **फिश रेस्टॉरंट्स:** शेतकरी त्यांच्या तलावाच्या बाजूला किंवा पाण्यावर मत्स्य रेस्टॉरंट सुरू करू शकतात. यामुळे

- निसर्गरम्य वातावरणात ताज्या माशांचे पदार्थ देऊन ग्राहकांना अनोखा अनुभव देता येईल.

- स्थानिक आणि पर्यटकांना आकर्षित करण्यासाठी पारंपरिक आणि आधुनिक पदार्थांचा समावेश करता येईल.
- तलावाच्या शांत परिसरामुळे ग्राहकांना वेगळ्या प्रकारचा अनुभव मिळेल.

**६. थेंब-थेंब विपणन (Sip-sip Marketing):** या पद्धतीमध्ये मोठ्या प्रमाणावर एकदम मासे काढण्याऐवजी ठराविक प्रमाणात नियमितपणे मासे काढले जातात. याचे फायदे:

- बाजारात सातत्याने ताजे मासे उपलब्ध राहतात.
- किमती स्थिर राहतात आणि साठवणुकीचा खर्च कमी होतो.
- शेतकऱ्यांना नियमित उत्पन्न मिळते आणि आर्थिक अस्थिरता टाळता येते.

**७. सोशल मीडिया विक्री धोरण:** शेतकरी व्हॉट्सअॅप, फेसबुक, इंस्टाग्राम यांसारख्या प्लॅटफॉर्मचा उपयोग करून आपल्या माशांची जाहिरात आणि विक्री करू शकतात. यासाठी

- माशांचे फोटो, व्हिडिओ आणि माहिती पोस्ट करून ग्राहकांशी थेट संवाद साधता येईल.
- नियमित ग्राहकांसाठी विशेष ऑफर्स आणि सवलती देऊन विक्री वाढवता येईल.
- सोशल मीडियाच्या मदतीने मोठ्या प्रमाणावर ग्राहकांपर्यंत पोहोचता येईल.

**८. डिजिटल विपणन आणि विक्री:** मोबाईल अॅप किंवा वेबसाइटद्वारे मत्स्य विक्री अधिक प्रभावी करता येईल.

- **ई-कॉमर्स प्लॅटफॉर्म:** ऑनलाइन ऑर्डरिंग आणि डिलिव्हरी सुविधा देणारे अॅप विकसित करता येईल.
- **विस्तृत माहिती:** ग्राहकांना माशांचे प्रकार, किंमत आणि उपलब्धता दर्शवता येईल.
- **ब्रॅंडिंग:** शेतकरी स्वतःचा ब्रँड विकसित करून अधिक ग्राहक आकर्षित करू शकतात.

**९. मासे पुरवठा साखळी:** शेतकरी एकत्र येऊन सुसंगत पुरवठा साखळी तयार करू शकतात.

- **शीतगृहांचा वापर:** माशांची गुणवत्ता टिकवण्यासाठी योग्य साठवणुकीची व्यवस्था करता येईल.
- **संयुक्त वाहतूक:** घाऊक आणि किरकोळ विक्रेत्यांशी थेट संपर्क साधून बाजारपेठेत पोहोचता येईल.
- **सहकारी संस्था:** शेतकरी सहकारी संस्था स्थापन करून अधिक चांगल्या संधी निर्माण करू शकतात.

थोडक्यात, प्लास्टिकचे अस्तरीकरण असलेली शेततळ्ये मत्स्य व्यवसायासाठी उत्तम संधी उपलब्ध करून देतात. पारंपरिक बाजारपेठेशी जोडून नवीन तंत्रज्ञानाचा वापर करून आणि नवीन विक्री धोरणे अवलंबून शेतकरी आपल्या उत्पन्नात वाढ करू शकतात. मत्स्य पर्यटन, डिजिटल विपणन, थेट

विक्री आणि पुरवठा साखळी व्यवस्थापन यांसारख्या संकल्पना शेतकऱ्यांना अधिक फायदेशीर ठरू शकतात.

# ६. गोड्या पाण्यातील माशांच्या प्रजाती

या प्रकरणात आपण भारतातील गोड्या पाण्यातील विविध माशांच्या प्रजातींची ओळख करून घेणार आहोत. ज्यात माशांची वैशिष्ट्ये, शरीररचना, निवासस्थान, आहार, प्रजनन पद्धती, वाढीचा वेग आणि बियानांची उपलब्धता यांची माहिती समाविष्ट आहे. येथे शेतकऱ्यांना योग्य माशांची निवड, आहार, काढणी आणि प्लास्टिकचे अस्तरीकरण असलेल्या शेततळ्यांसाठी  योग्य व्यवस्थापन कसे करावे, याबाबत मार्गदर्शन केले आहे. या प्रकरणाचे उद्दिष्ट शेतकऱ्यांना मत्स्यपालन व्यवसायात यशस्वी होण्यासाठी गोड्या पाण्यात जलद वाढणाऱ्या माशांच्या जातींची सर्व आवश्यक माहिती देऊन, उत्पादन वाढ आणि आर्थिक लाभ मिळवण्यास प्रोत्साहित करणे हा आहे. खाली गोड्या पाण्यात जलद वाढणाऱ्या माशांच्या विविध प्रजातींची माहिती दिली आहे.

**१. भारतीय प्रमुख कार्प:** भारतीय प्रमुख कार्प (IMCs) म्हणजे भारतातील मत्स्यपालन उद्योगाचा महत्त्वपूर्ण घटक, ज्यात कटला, रोहू आणि मृगळ या गोड्या पाण्यातील तीन प्रमुख माशांच्या प्रजातींचा समावेश आहे. हे मासे त्यांच्या जलद वाढ, चवदार आणि पौष्टिक मांसामुळे बाजारात लोकप्रिय आहेत. भारतीय प्रमुख कार्प केवळ अन्नसुरक्षेला मोठे योगदान देत नाहीत, तर ग्रामीण भागातील लोकांसाठी रोजगाराचे महत्त्वाचे साधन आहेत. ते सहजा सहजी इतर माशांच्या प्रजातींसह एकत्रितपणे वाढविले जातात, ज्यामुळे तलावाची उत्पादकता आणि पर्यावरण संतुलन राखले जाते.

**अ) कटला**

- **वितरण:** कटला गोड्या पाण्यात राहणारा असून भारतात सगळीकडे आढळतो. हा भारतातील नद्या, तलाव, आणि अन्य गोड्या पाण्याच्या स्रोतांमध्ये आढळणारा एक स्थानिक रहिवासी आहे. हा मासा देशभरातील विस्तृत भौगोलिक प्रदेशात आढळतो.
- **शरीररचना:** कटला मासा आपल्या विशिष्ट शारीरिक रचनेमुळे सहज ओळखला जातो. या माशाचे डोके मोठे व रूंद असते. शरीराचा मध्य भाग चांगलाच रूंद व फुगीर असतो. तोंड वरच्या बाजुला वळलेले असते व खालचा ओठ जाड असतो. अंगावरचे खवले मोठे असतात. या शारीरिक वैशिष्ट्यामुळे तो पाण्याच्या पृष्ठभागावर तरंगणारे अन्न सहजतेने ग्रहण करतो. सायप्रिनिडी कुटुंबातील हा मासा, तलावांमध्ये पाळण्यासाठी उत्तम मानला जातो कारण तो कठीण परिस्थितीला सहन करू शकतो आणि जलद वाढतो.

- **वास्तव्य:** कटला मासा मुख्यता पाण्याच्या पृष्ठभागाजवळ राहतो. हा मासा २५ ते ३४ डिग्री सेल्सियसच्या तापमानात सर्वात चांगला वाढतो. म्हणूनच दक्षिण आशियातील उष्ण आणि उष्णकटिबंधीय प्रदेशात, जिथे हवामान उबदार असते, तेथे कटल्याची शेती मोठ्या प्रमाणावर केली जाते.

- **खाद्य:** कटला मासे मुख्यत्वे पाण्याच्या पृष्ठभागावरील सूक्ष्मजीवांचा समूह असलेल्या प्लँकटनवर अवलंबून असतात. नैसर्गिक वातावरणात त्यांची प्लँकटनवर चांगली वाढ होते. मात्र, तलावांमध्ये वाढ चांगली होण्यासाठी त्यांना पूरक आहार दिला जातो. शेंगदाणा पेंड व भातकोंडा हे कटलासाठी वापरले जाणारे दोन सामान्य पूरक आहार आहेत. शेंगदाणा पेंड प्रथिनांचे उत्तम स्रोत असून, माशाच्या वाढीसाठी आवश्यक पोषक तत्वे पुरवतो. तर, भातकोंडा कार्बोहायड्रेट्स आणि फायबरचे चांगले स्रोत असून, आहारातील संतुलन राखण्यास मदत करतात.

- **पीक प्रणाली:** कटला हा महाराष्ट्रातील मत्स्यपालन क्षेत्रात एक लोकप्रिय पर्याय आहे. कारण तो बहुपीक प्रणालीसाठी अतिशय योग्य आहे. या पद्धतीत एकाच तलावात विविध प्रकारचे मासे एकत्रितपणे वाढविले जातात. कटला हा मुख्यतः पाण्याच्या पृष्ठभागावरील अन्न खाणारा मासा असल्याने तो तलावाच्या इकोसिस्टममध्ये एक विशिष्ट स्थान घेतो. यामुळे इतर माशांना खाद्यासाठी कमी स्पर्धा करावी लागते. एक आदर्श बहुपीक प्रणालीमध्ये, कटला ३५ ते ४५%, रोहू २५ ते ३५% आणि मृगल २० ते २५% या प्रमाणात असावेत.

- **प्रजनन:** कटला मासा सहसा दोन वर्षांचा झाल्यावर प्रौढ अवस्थेत पोहोचतो. यावेळी तो साधारणतः ५०-६० सेंटिमीटर लांब असतो. पावसाळ्याचा पूर्वार्ध हा याच्या प्रजननाचा हंगाम आहे.

- **वाढ:** कटला मासा मत्स्यपालनाच्या दृष्टिकोनातून अतिशय वेगाने वाढणारा मासा आहे. चांगल्या परिस्थितीत, तो एका वर्षात दीड किलोपर्यंत वाढू शकतो. तसेच, त्याची लांबीही जलद गतीने वाढते आणि दोन फूट पोहोचू शकते. यापेक्षा जास्त लांबीच्या माशांची चव चरबट असते. प्राकृतिक वातावरणात ते ५० किलोपर्यंत वजनाचे आणि २ मीटर लांबीचे होऊ शकतात.

- **बीज उपलब्धता:** कटल्याचे बियाणे सामान्यतः जून ते ऑक्टोबर या कालावधीत उपलब्ध असतात. हे त्यांच्या नैसर्गिक प्रजनन काळ आणि हॅचरीजमध्ये मोठ्या प्रमाणात उत्पादन होण्याच्या काळाशी संबंधित आहे.

## आ) रोहू

- **शरीररचना:** रोहू मासा हा सायप्रिनिडी कुटुंबातील एक गोड्या पाण्यातील मासा आहे आणि भारतातील मत्स्यपालन उद्योगात तो खूप महत्त्वाचा आहे. मराठीत 'तांबडा मासा' या नावाने ओळखला जाणारा रोहू इतर सायप्रिनिड माशांपेक्षा वेगळा आहे. रोहू मासा आपल्या वैशिष्ट्यपूर्ण आकारामुळे सहज ओळखता येतो. त्याचे शरीर लांबट आणि पातळ असून, त्याच्या ओठांची रचना खास आहे. त्याचा खालचा ओठ मऊ आणि जाड असून, त्याच्या तोंडाचा आकार थोडासा खाली वळलेला असतो. त्याच्या तोंडाभोवती असलेले चार जोड्या मिशांसारखे अवयव त्याला अन्न शोधण्यास मदत करतात. त्याचे शरीर मोठ्या आणि गुळगुळीत खवल्यांनी पूर्णपणे झाकलेले असते. ही सर्व वैशिष्ट्ये मिळून रोहू माश्याला पाण्यात जलद गतीने फिरण्यास आणि अन्न शोधण्यास सक्षम करतात. मत्स्यपालन प्रणालींमध्ये रोहूला सर्वात चवदार मासा मानले जाते.

- **वास्तव्य:** रोहू मासे भारतातील नद्या, तलाव आणि सरोवरे यासारख्या गोड्या पाण्याच्या ठिकाणी आढळतात. हे मासे पाण्याच्या मध्यभागी राहणे पसंत करतात आणि त्यांच्या आहारामध्ये पाण्यातील लहान जीव, सडलेले पदार्थ आणि पाण्यातील वनस्पतींचा समावेश असतो. रोहू मासे पाण्यातील बदल आणि थोडे दूषित पाणी सहन करू शकतात, ज्यामुळे ते वेगवेगळ्या प्रकारच्या पाण्याच्या परिस्थितीत तग धरू शकतात. त्यांना साधारण २६ ते ३३ अंश सेल्सिअस तापमान असलेले पाणी अधिक अनुकूल असते. या माशांच्या या गुणधर्मांमुळे भारतात मत्स्यपालनासाठी ते खूप उपयुक्त ठरतात, ज्यामुळे त्यांच्या शेतीतून मोठ्या प्रमाणात उत्पादन घेता येते.

- **खाद्य:** रोहू मासे सर्वभक्षक (omnivores) असतात आणि ते वेगवेगळ्या प्रकारच्या वनस्पती आणि प्राण्यांवर आहार करतात. त्यांच्या आहारामध्ये फाइटोप्लँक्टन, झूप्लँक्टन, शैवाल, सडलेले पदार्थ, लहान कीटक आणि मास्यांची अंडी यांचा समावेश असतो.

- **प्रजनन:** रोहू मासे साधारणपणे अडीच ते तीन वर्षांचे असताना प्रजननासाठी तयार होतात. पावसाळ्यात (जून ते सप्टेंबर), जेव्हा पाण्याचा प्रवाह वाढतो आणि प्लँक्टनची वाढ होते, तेव्हा ते प्रजनन करतात. प्रजननासाठी ते वाहते पाणी, म्हणजे नद्या, अधिक पसंत करतात. हे मासे खूप उपजाऊ असतात आणि त्यांच्या शरीराच्या प्रत्येक किलोग्रॅम वजनावर दोन ते अडीच लाख अंडी घालतात. फलित अंडी एक ते दोन दिवसात उबवतात, आणि पिल्ले खूप जलद वाढतात, सहा महिन्यांत त्यांची लांबी १४-१५ सेंटीमीटरपर्यंत वाढते.

- **वाढ:** रोहू मासे मत्स्यपालनात त्यांच्या जलद वाढीसाठी ओळखले जातात. योग्य परिस्थितीत ते दरवर्षी ८०० ते ९०० ग्रॅमपर्यंत वाढू शकतात, ज्यामुळे कमी वेळातच ते बाजारात विक्रीसाठी योग्य होतात. त्यामुळे हे मासे मत्स्यपालकांसाठी एक चांगला पर्याय ठरतात. नैसर्गिक अधिवासात रोहू मासे दोन मीटरपर्यंत लांब वाढू शकतात.
- **बीज उपलब्धता:** रोहू माशांची बियाणे आपल्याला मत्स्यपालन विभागातून किंवा मत्स्यपालन करणाऱ्या शेतकऱ्यांकडून मिळू शकतात. पावसाळ्याच्या काळात (जुन ते ऑक्टोबर) माशांचे प्रजनन अधिक होत असल्याने या काळात बियाणे घेणे अधिक फायद्याचे ठरते.

## इ) मृगळ

- **शरीररचना:** मृगळचे शरीर चांदीसारखे असते आणि त्याच्या पाठीवर काळसर-धूसर रंग असतो. त्याच्या पाठीवर एक कॉपर रंगाचा ठप्पा असतो, जो त्याला खास बनवतो. मृगळचे शरीर लांबट असते आणि त्याचे तोंड खाली वळलेले असून बारीक ओठांनी सजलेले असते. मृगळच्या खालच्या जिभेवर दोन बार्बल्स असतात, जे त्याला तळाशी खाद्य मिळवण्यात मदत करतात.
- **वास्तव्य:** मृगळ हा असा मासा आहे जो पाण्याच्या तळाशी राहणे पसंत करतो.
- **खाद्य:** मृगळ हा पाण्याच्या तळाशी असलेले सर्व प्रकारचे पदार्थ खाणारा मासा आहे. तो तळाशी पडलेले सडलेले पदार्थ, विविध प्रकारच्या वनस्पती आणि लहान जीव यांना आपले खाद्य बनवतो. त्याच्या आहारात शैवाल आणि पाण्यात तरंगणारे लहान जीव देखील असतात. मत्स्यपालनात आपण त्याला इतर माशांसोबत वाढवू शकतो कारण तो अनेक प्रकारचे खाद्य खाऊ शकतो.
- **प्रजनन:** मृगळ साधारणतः दोन वर्षांच्या वयात लैंगिक परिपक्वता गाठतो. रोहू प्रमाणेच, त्यांचे नैसर्गिक प्रजनन पावसाळ्यात, म्हणजेच जुलै ते सप्टेंबरच्या दरम्यान होते. या काळात पाण्याचा प्रवाह वाढतो आणि प्लँक्टन वाढते, जे लार्वा वाढीसाठी उत्तम असते. मृगळ माशांच्या मादी खूप उपजाऊ असतात, आणि त्या त्यांच्या शरीराच्या प्रति किलोग्रॅम वजनावर दोन लाखापर्यंत अंडी घालतात.
- **वाढ:** मृगळ हा खूप वेगाने वाढणारा मासा आहे. आपण त्याला योग्य वातावरणात ठेवलं तर तो एका वर्षात ९०० ग्रॅम पर्यंत वाढू शकतो. म्हणजेच, तो लवकर मोठा होतो आणि आपण त्याला लवकर बाजारात विकू शकतो. मत्स्यपालन करणाऱ्यांसाठी हा मासा खूप

फायदेशीर आहे. नद्यांमध्ये हा मासा १५ किलोपर्यंत आणि एक मीटर लांबीपर्यंतही वाढू शकतो.

- **बीज उपलब्धता:** जून ते ऑक्टोबर या कालावधीत आपल्याला मृगळ माशांची बियाणे सहज मिळू शकतात. या काळात मृगळ मासे जास्त प्रमाणात अंडी घालतात. आपण ही बियाणे सरकारी मत्स्यपालन केंद्रांवरून किंवा खासगी मत्स्यपालन करणाऱ्या शेतकऱ्यांकडून घेऊ शकता.

**२. चिनी प्रमुख कार्प्स:** चिनी प्रमुख कार्प्स (CMCs) म्हणजे गवत्या मासा (ग्रास कार्प), चंदेरी मासा (सिल्वर कार्प) आणि सायप्रिनस (कॉमन कार्प) या तीन प्रकारचे मासे. हे मासे मत्स्यपालन आणि मच्छीमारांसाठी खूप महत्त्वाचे आहेत. हे मासे चीनमध्ये आढळतात आणि ते गोड्या पाण्यात राहतात. ते खूप वेगाने वाढतात आणि कोणत्याही वातावरणात सहज जुळवून घेतात. यामुळे मत्स्यपालन करणे सोपे होते. हे मासे पाण्यातील वनस्पती नियंत्रित करण्यात आणि पाण्याची गुणवत्ता सुधारण्यात मदत करतात. चीनमध्ये हजारो वर्षांपासून या माशांची शेती केली जाते. भारतातही या माशांना आणले आहे कारण ते भारताच्या हवामानात सहज जुळवून घेतात. यामुळे भारतातील मत्स्यउत्पादन वाढले आहे आणि लोकांना पुरेसे मासे मिळण्यास मदत झाली आहे.

## अ) गवत्या मासा / ग्रास कार्प

- **शरीररचना:** भारतामध्ये आढळणारा गवत्या मासा मूळचा भारतीय नाही तर हा मासा १९५९ साली चीन मधून आणला गेला आहे. या माशयाची खास कामगिरी म्हणजे पाण्यातील वाढलेल्या वनस्पती खाऊन त्यांचे प्रमाण कमी करणे. गवत्या माशाचे शरीर लांब आणि हिरव्या रंगाचे असते, ज्यामुळे तो पाण्यातील वनस्पतींमध्ये अगदी सहजपणे लपून राहू शकतो. त्याचे तोंड लांब आणि पातळ असून त्यात मिशा नसतात, ज्यामुळे तो पाण्यातील वनस्पती सहजपणे खाऊ शकतो. शेपटीचा पर दुभंगलेला असतो, ज्यामुळे तो पाण्यात चांगला पोहू शकतो. हा मासा दिसायला काहीसा मृगळ माशासारखा असतो, पण त्यांच्यात काही महत्त्वाचे फरक आहेत. गवत्या माशाचे तोंड लांब आणि पातळ असते, तर मृगळाचे तोंड रुंद असून त्याच्या तोंडात मिशा असतात. आहाराच्या बाबतीत, गवत्या मासा मुख्यतः पाण्यातील वनस्पती खातो, तर मृगळ विविध प्रकारचे अन्न खातो. भारतात अनेक ठिकाणी पाण्यातील वनस्पतींची वाढ झपाट्याने होत असते, आणि गवत्या मासा या वनस्पतींचे

प्रमाण नियंत्रित करण्यात मदत करतो. त्यामुळे तो भारतातील मत्स्यपालन आणि पर्यावरण व्यवस्थापनासाठी एक महत्त्वाचा मासा आहे.

- **वास्तव्य:** गवत्या मासे तलावामध्ये मधल्या थरात राहतात. पाण्याच्या मध्यभागी राहणारे हे शाकाहारी मासे आहेत. ते पाण्यातील गवत आणि इतर वनस्पती खातात म्हणून त्यांना गवत्या मासे असे म्हणतात.

- **खाद्य:** गवत्या माशांचा आहार मुख्यतः वनस्पतीवर आधारित असतो, म्हणजेच ते शाकाहारी आहेत. त्यांच्या नावानेच त्यांच्या आहाराचा उल्लेख आहे, कारण ते पाण्यातील विविध प्रकारच्या वनस्पती, विशेषतः शैवाल आणि गवत खातात. यामुळे ते पाण्यातील अनावश्यक वनस्पतींचे प्रमाण कमी करून पाण्याची गुणवत्ता सुधारतात. मत्स्यपालनात गवत्या माशांचे महत्त्व मोठे आहे; ते पाण्यातील प्रदूषण करणाऱ्या आणि इतर माशांच्या वाढीस अडथळा आणणाऱ्या वनस्पतींना खाऊन तलावातील पर्यावरण संतुलित ठेवतात. जरी गवत्या मासे मुख्यतः वनस्पती खातात, तरी त्यांच्या वाढीसाठी त्यांना अतिरिक्त पोषणाची आवश्यकता असते. त्यामुळे त्यांना कडधान्य, तांदूळ किंवा गव्हाचे कुट दिले जाते. गवत्या माशांची भूक खूपच जास्त असते; ते दररोज त्यांच्या शरीराच्या वजनाच्या तिप्पट अन्न खाऊ शकतात. या कारणामुळे, काही मत्स्यपालक त्यांच्या आहारात अझोला मिसळतात, जो जलद वाढणारा आणि पौष्टिक अन्न म्हणून उपलब्ध असतो. सोप्या भाषेत सांगायचे झाले तर गवत्या मासे पाण्यातील बागवान आहेत, जे पाण्यातील वनस्पती खाऊन पाणी स्वच्छ ठेवतात.

- **प्रजनन:** गवत्या माशांना अंडी घालण्यासाठी विशिष्ट प्रकारचे वातावरण आवडते. त्यांना वाहते पाणी आणि थोडे उबदार तापमान (सुमारे २५-३० अंश सेल्सिअस) हवे असते. तलावांचे पाणी स्थिर असते, म्हणून तलावात गवत्या माशांचे नैसर्गिकरित्या प्रजनन करणे थोडे कठीण असते. सामान्यतः गवत्या मासे दोन वर्षांच्या वयात प्रौढ होतात आणि अंडी घालण्यास सुरुवात करतात. परंतु, मत्स्यपालक त्यांच्याकडून अधिक प्रमाणात अंडी घेण्यासाठी विशेष प्रकारची व्यवस्था करतात. ते नद्यांसारखे वाहते पाण्याचे वातावरण तयार करतात. यासाठी ते खास केंद्रांची उभारणी करतात, जिथे नैसर्गिक वातावरणासारखे वातावरण तयार केले जाते. या केंद्रांमध्ये पाणी वाहते ठेवले जाते आणि तापमान नियंत्रित केले जाते. यामुळे गवत्या माशांना अंडी घालण्यासाठी प्रोत्साहन मिळते आणि त्यांच्यापासून मोठ्या प्रमाणात बीज मिळते.

- **वाढ:** गवत्या माशाची वाढ जलद गतीने होते, आणि योग्य परिस्थितीत ते दरवर्षी सुमारे दोन किलोपर्यंत वाढू शकतात. यामुळे वर्षात ते विक्रीयोग्य आकारात पोहोचू शकतात. नैसर्गिक वातावरणात गवत्या मासे खूप मोठे होऊ शकतात व त्यांचे वजन ३० किलोपर्यंत जाऊ शकते.

- **बीज उपलब्धता:** गवत्या माशांना प्रजनन करण्यासाठी वाहते पाण्याची गरज असते. भारतात पावसाळा सुरू होण्याच्या काळात म्हणजेच जून ते जुलै महिन्यात, नैसर्गिक वातावरणात वाहते पाणी उपलब्ध होते. त्यामुळे याच काळात मत्स्य बीज केंद्रांमध्ये गवत्या माशांचे बीज मोठ्या प्रमाणात तयार होतात.

## आ) चंदेरा / सिल्वर कार्प

- **वितरण:** सिल्व्हर कार्प (मराठीत चंदेरा) पूर्व आशियाचा मूळ निवासी आहे आणि काही जलीय शेतीमध्ये महत्त्वाचा भाग आहे. याची शेती चीन, थायलंड, तैवान, रशिया, मलेशिया, जपान, श्रीलंका, भारत, पाकिस्तान, नेपाळ, आणि फिलीपिन्समध्ये मोठ्या प्रमाणात केली जाते. १९५९ मध्ये जपानमधून कटकला (चंदेराच्या) पिल्लांची आयात करण्यात आली. असे मानले जाते की हे बीज विशेष प्रकारच्या मत्स्य शेतीसाठी आणले गेले होते. तथापि, सिल्व्हर कार्प भारताच्या काही भागात पूर्वीपासून अस्तित्वात असल्याची शक्यता आहे.

- **शरीररचना:** डोके मोठे व निमुळते आणि मधला भाग चपटा असून पूर्ण अंगावर चंदेरी छोटे खवले असतात. तोंड छोटे व वरच्या बाजुस वळलेले असते. शरीराचा रंग सिल्वर असतो.

- **वास्तव्य:** हे मासे प्रामुख्याने तलाव आणि सरोवरांच्या वरच्या स्तरात आढळून येतात, जसे की कतला. ते मुख्यतः शैवाल आणि प्लँक्टॉन यांसारख्या सूक्ष्म जीवजंतूंवर अवलंबून असतात.

- **खाद्य:** चंदेरा मासे वनस्पती प्लवंग व सडलेल्या वनस्पतींवरील जीव जंतु, शेंगदाणा पेंड व भातकोंडा तसेच इतर मत्स्यखाद्य खातात.

- **वाढ:** चंदेराची वाढ चांगली असते. चांगल्या परिस्थितीत तो वर्षभरात दीड किलोपर्यंत वाढू शकते. चंदेरा हे मासे ४० किलोपर्यंत वजनदार होण्याची क्षमता असूनही, जलीय शेतीतील व्यवहार्यतेच्या कारणाने इतक्या मोठे मासे पाळले जात नाहीत.

- **प्रजनन:** चंदेरी मासे साधारणतः ३-४ वर्षांच्या वयात प्रौढ होतात. त्यांचा अंडी घालण्याचा हंगाम उन्हाळ्याच्या शेवटी, मे ते जून महिन्यात असतो. या काळात मादी मासे आपल्या वजनाच्या प्रति किलोग्राम १ लाखापर्यंत अंडी देऊ शकतात.

- **बीज उपलब्धता:** भारतात चंदेरा माशांची बीजे आयात करण्यामागे काही महत्त्वाची कारणे आहेत. चंदेरा माशांचा नैसर्गिक प्रजनन काळ मे ते ऑक्टोबर या कालावधीत असतो, आणि याच काळात जल शेतीसाठी आवश्यक असलेल्या फिंगरलिंग्सची सर्वाधिक मागणी असते. मात्र, भारतात चंदेरा माशांचे देशी उत्पादन हे या मागणीची पूर्तता करण्यासाठी पुरेसे नाही, कारण प्रजनन आणि पाळण्याच्या तंत्रज्ञानात अद्याप मर्यादा आहेत. आयात केलेली बीजे सामान्यतः उच्च गुणवत्तेची असतात आणि त्यांच्या वाढीचा दर देखील चांगला असतो, ज्यामुळे मत्स्यपालकांना अधिक उत्पादन मिळते. गेल्या काही वर्षांत भारतात चंदेरा माशांचे देशी उत्पादन वाढवण्यासाठी प्रयत्न सुरू झाले आहेत. काही मत्स्यपालक आणि संस्था स्वदेशी तंत्रज्ञानाचा वापर करून यशस्वीरीत्या माशांचे प्रजनन करत आहेत. तसेच, सरकार आणि संशोधन संस्थांकडून आयातीवरील अवलंबित्व कमी करण्याचे प्रयत्न सुरू आहेत. चंदेरा माशांची मागणी केवळ प्रजनन काळातच नसून वर्षभर असते.

## इ) सायप्रिनस / कॉमन कार्प

- **वितरण:** कॉमन कार्प मासा, ज्याला आपण पोपट, कोंबडा, सुपर किंवा सायप्रिनस असेही म्हणतो, याचा उगम पूर्व आशियात झाला असावा. भारतात हा मासा कधी आला याबद्दल निश्चित माहिती नाही, परंतु १९३९ मध्ये श्रीलंकेतून आणि १९५७ मध्ये थायलंडमधून त्यांच्या आगमनाचे पुरावे सापडतात. आज ते भारतात सर्वत्र आढळतात आणि जलीय शेतीसाठी महत्त्वाचे आहेत.

- **शरीररचना:** कॉमन कार्पचे शरीर लांबट आणि थोडे जाड असते. त्यांचे तोंड तळाशी अन्न शोधण्यासाठी अनुकूलित असते. तोंडाभोवती जाड ओठ आणि चार जोड्या मिशा असल्याने ते गढूळ पाण्यातही अन्न कणांचे निरीक्षण करू शकतात. त्यांच्या पाठीवर एक लांब पृष्ठपंख असतो.

- **वास्तव्य:** कॉमन कार्प हे प्रामुख्याने तलाव आणि सरोवरांच्या तळाशी राहतात आणि तळाशी असलेले अन्न शोधतात. ते सर्वभक्षक असल्याने त्यांचा आहार विविध प्रकारचा असतो. यात कीटक, जंतू, छोटे शंखधारी प्राणी आणि जलीय वनस्पतींचे सडलेले भाग यांचा समावेश होतो.

- **खाद्य:** कॉमन कार्प ही प्रजाती निसर्गात उपलब्ध अन्न शोधण्यात कुशल असली तरी त्यांच्या वाढीसाठी पूरक आहार देणे आवश्यक आहे. शेंगदाण्याची पेंड, तांदळाचा भुसा किंवा

गव्हाचा कोंडा, किंवा वाणिज्यिक माशांचे खाद्य हे पूरक आहार त्यांना संतुलित पोषण प्रदान करतात आणि परिणामी जलद वाढ होते.

- **प्रजनन:** कॉमन कार्प त्यांच्या जास्त प्रजनन क्षमतेसाठी ओळखले जातात. ते वर्षातून २ ते ३ वेळा अंडी घालू शकतात, आणि प्रत्येक वेळी खूप मोठ्या प्रमाणात अंडी देतात. मादी मासा तिच्या शरीराच्या वजनाच्या प्रति किलोग्राम दोन लाखांपर्यंत अंडी घालू शकते. यामुळे प्रत्येक प्रजनन हंगामात बऱ्याच पिल्लांचे उत्पादन होते. विशेष म्हणजे, कॉमन कार्पचे आयुष्यही मोठे असते, काही मासे २० वर्षांपर्यंत जगू शकतात.

- **वाढ:** कॉमन कार्प २० ते २८ अंश सेल्सिअस तापमानाच्या पाण्यात चांगले वाढतात. योग्य परिस्थितीत, ते दरवर्षी साधारणपणे दीड किलोग्रॅम वाढतात, ज्यामुळे ते लवकर विक्रीयोग्य आकारात येतात. त्यांची जलद वाढ आणि तळाशी अन्न शोधण्याची क्षमता त्यांना मिश्र-शेतीसाठी उपयुक्त बनवते, जिथे ते वेगवेगळ्या अन्नस्रोतांचा चांगला वापर करतात.

- **जात (उपजात):** कॉमन कार्प मध्ये अनेक आकर्षक भिन्नता आहेत. तांत्रिक दृष्ट्या उपजात म्हणून वर्गीकृत नसले तरी, निवडक प्रजननामुळे त्याचे वेगवेगळे प्रकार तयार झाले आहेत. या प्रकारांमध्ये पूर्ण स्केल्स असलेला स्केल कार्प, कमी स्केल्स असलेला लेदर कार्प, आणि मोठ्या, विखुरलेल्या स्केल्सचा खास नमुना असलेला मिरर कार्प समाविष्ट आहे. या प्रकारांचे रंग काळा, हिरवा, पिवळा, सोनेरी आणि लालसर यांसारख्या विविध रंगांमध्ये उपलब्ध असतात. या भिन्नतेमुळे कॉमन कार्प जलीय शेतीसाठी एक दृश्यात्मकदृष्ट्या विविध आणि अनुकूल मासा आहे.

- **बीज उपलब्धता:** भारतात कॉमन कार्प नैसर्गिक प्रजनन करतात, परंतु जलीय शेतीच्या गरजा पूर्ण करण्यासाठी या प्रजातीची बीजे मुख्यतः मत्स्य बीज केंद्रांमध्ये कृत्रिम प्रजननाद्वारे तयार केली जातात. या केंद्रांमध्ये नियंत्रित परिस्थितीत प्रजनन करून वर्षभर बीज उत्पादन केले जाते.

**३. मायनर कार्प:** ल्याबिओ काल्बासू, ल्याबिओ बटा आणि सिरिनस रेबा यांसारख्या लहान कार्प प्रजाती दक्षिण आशियातील मत्स्यपालन क्षेत्रात महत्त्वाची भूमिका बजावतात. या प्रजातींची उच्च वाढ दर, पर्यावरणीय अनुकूलन आणि पौष्टिक मूल्य ही त्यांची प्रमुख वैशिष्ट्ये आहेत. या मत्स्यांचे उत्पादन ग्रामीण भागातील अर्थव्यवस्थेला चालना आणि अन्न सुरक्षेला योगदान देते आहे.

**अ) कालबासू / ल्याबिओ काल्बासू**

- **ओळख:** कालबासू (काळूशी) हा भारतातील गोड्या पाण्यातील एक लोकप्रिय मासा आहे, ज्याचा वापर खाद्य म्हणून, स्पोर्ट फिशिंगसाठी, आणि शोभेच्या मासळी म्हणून केला जातो. त्याची चवदार मांसामुळे बाजारात मोठी मागणी असते. मात्र, अतिमासेमारी आणि नद्यांमध्ये वाढते प्रदूषण यामुळे त्याच्या संख्येत गेल्या काही वर्षांत घट झाली आहे, ज्यामुळे त्याच्या नैसर्गिक अधिवासाला गंभीर धोका निर्माण झाला आहे. कालबासू प्रामुख्याने गंगा, यमुना तसेच भारतातील इतर अनेक नद्यांमध्येही आढळतो.

- **शरीररचना:** कालबासू माशाच्या शरीराची रचना अशी असते की त्याचा पाठीचा भाग पोटापेक्षा उंच असतो. त्याचे ओठ जाड आणि झालरदार असून, त्याच्या तोंडात दोन जोडी मिशा असतात. या मिशा डोक्याच्या मध्यभागापासून थोड्या आधीच्या भागात असतात. त्याचा पुच्छ पंख लहान आणि तोंड किंचित रुंद असते. डोळे तांबड्या रंगाचे असतात आणि शरीर गडद काळ्या रंगाचे असते, पोटाचा भाग थोडा हलका असतो. या माशाची अधिकतम लांबी सुमारे तीन फूट होऊ शकते.

- **वास्तव्य:** कालबासू मासे प्रामुख्याने नद्यांमध्ये राहतात, पण तलाव, जलाशय, नाले या ठिकाणीही आढळतात. हिवाळा आणि उन्हाळ्यात ते नद्यांच्या खोल भागात राहतात, तर पावसाळ्यात प्रजनन करण्यासाठी उथळ भागात जातात.

- **खाद्य:** कालबासू हे सर्वभक्षी मासे असल्याने त्यांच्या आहारामध्ये विविध प्रकारचे खाद्य पदार्थ असतात, जे त्यांच्या वातावरण आणि उपलब्धतेनुसार बदलू शकतात. सामान्यतः ते पाण्यात आढळणारे भाजीपाला पदार्थ, जसे की पाणचिंचा आणि शैवाल खातात. तसेच, छोटे क्रस्टेशियन्स जसे की झींगा आणि झिंगे देखील त्यांच्या आहाराचा एक भाग असतात. पाण्यातील कीटकांच्या अळ्या आणि हिरवे-निळे शैवालही त्यांना आवडतात. याशिवाय, झूप्लँक्टन, जे सूक्ष्म पाण्यातील जीव असतात, त्यांनाही ते आपल्या आहारात समाविष्ट करतात. कालबासू सामान्यतः पाण्याच्या तळाशी राहून अन्न शोधतात आणि तेथे आढळणारे जीव व वनस्पतींवर आपला आहार अवलंबून ठेवतात.

- **आर्थिकदृष्ट्या महत्व:** कालबासू ही मत्स्य प्रजात आर्थिकदृष्ट्या अत्यंत महत्त्वाची आहे, विशेषत: तिच्या यकृतामध्ये असलेल्या उच्च प्रमाणातील व्हिटॅमिन ए मुळे. हे व्हिटॅमिन आपल्या शरीरासाठी अत्यंत आवश्यक असून, त्याच्या पोषणमूल्यांमुळे कालबासूची बाजारात मोठी मागणी असते, ज्यामुळे या माशाची किंमत चांगली मिळते. याचा मत्स्यपालन

करणाऱ्या शेतकऱ्यांना आर्थिकदृष्ट्या मोठा फायदा होतो. याशिवाय, कालबासूच्या कृत्रिम प्रजनन तंत्रज्ञानाचा विकास झाल्यामुळे या माशाची उपलब्धता देखील वाढली आहे, ज्यामुळे मत्स्यपालन क्षेत्रात उत्पादनाचा दर सुधारला आहे.

## ४. चिलापी मासा / तिलापिया

तिलापिया हा शब्द सिच्लिडी कुटुंबातील अनेक माशांच्या प्रजातींना दर्शवतो. आफ्रिकेतून आलेल्या या गोड्या पाण्यातील माशाने जलद वाढ, वेगवेगळ्या पाण्याच्या परिस्थितींमध्ये जुळवून घेण्याची क्षमता आणि रोग प्रतिकारशक्तीमुळे जलीय शेतीत मोठी लोकप्रियता मिळवली आहे. नाईल तिलापिया, ब्लू तिलापिया, मोजांबिक तिलापिया आणि रेड तिलापिया या प्रजाती जगभरात सर्वाधिक पाळल्या जातात, कारण त्या अन्नाचे प्रभावी रूपांतर करतात. तिलापियाला त्याच्या सौम्य चवी आणि उच्च प्रथिने असण्यामुळे "पाण्यातील चिकन" म्हटले जाते. तिलापिया अन्न सुरक्षा आणि विकसनशील देशांतील स्थानिक अर्थव्यवस्थेसाठी महत्त्वाची भूमिका बजावत आहे.

- **ओळख:** तिलापिया या मत्स्य प्रजातीला कार्प नंतर सर्वात जास्त व्यावसायिक महत्त्व प्राप्त आहे. या प्रजातीचे मूळ आफ्रिका खंडात आहे. भारत सरकारने १९५२ मध्ये या प्रजातीचे संवर्धन भारतात सुरू केले.

- **शरीररचना:** तिलापिया माशांची शरीररचना त्यांच्या जगण्याच्या शैलीशी पूर्णपणे जुळवून घेतलेली असते, ज्यामुळे ते विविध प्रकारच्या पाण्यात सहजपणे राहू शकतात. त्यांचे पातळ आणि चपट्या आकाराचे शरीर त्यांना खोल, उथळ पाण्यात किंवा पाण्यातील वनस्पतींमध्येही आरामात हालचाल करण्यास मदत करते. तिलापियाच्या शरीरावर ओळखण्यास सोप्या अशा सात उभ्या निळ्या रेषा असतात, ज्यामुळे त्यांची ओळख पटवणे सोपे जाते. याशिवाय, त्यांच्या पाठीच्या आणि पोटाच्या परांवर असणारे तीक्ष्ण काटे त्यांना संरक्षण प्रदान करतात, ज्यामुळे शिकारी त्यांना चावण्याचा प्रयत्न करत नाहीत. मत्स्यपालकांनी या काट्यांमुळे त्यांना हाताळताना विशेष काळजी घ्यावी. तिलापियाच्या तोंडात असणारे छोटे दाते त्यांना विविध प्रकारचे अन्न चावून खाण्यास मदत करतात, तर त्यांच्या मजबूत पंखांमुळे ते पाण्यात वेगाने तरंगू शकतात. याच्या विविध प्रजातींमध्ये काही शारीरिक फरक असू शकतात, जसे की रेषांच्या संख्येत बदल, परंतु त्यांच्या जगण्याची क्षमता आणि शैली ही सर्वत्र साधारणतः सारखीच असते.

- **मत्स्यबीजांची साठवणूक:** तिलापिया मत्स्य संवर्धनासाठी तलाव तयार केल्यानंतर, १० ग्रॅम वजनाच्या मत्स्यबीजांची साठवणूक करणे महत्त्वाचे आहे. चौरस मीटरच्या प्रत्येक ५ नग या प्रमाणात मत्स्यबीजांची साठवणूक करावी लागते. याचा अर्थ असा की, १ चौरस मीटर जागेत तुम्ही ५ या प्रमाणे १० ग्रॅम वजनाचे मत्स्यबीज ठेऊ शकता. हे प्रमाण योग्य प्रमाणात साठवणूक केल्यास, मत्स्यबीजांना वाढीच्या आणि पोषणाच्या दृष्टीने योग्य जागा मिळेल, ज्यामुळे त्यांचा विकास अधिक चांगला होतो. हे व्यवस्थापन तंत्रामुळे मत्स्यपालकांना चांगला उत्पादन आणि आरोग्य मिळवण्यात मदत होते.

- **खाद्य:** तिलापिया माशांची वाढ त्यांच्या आहारावर मोठ्या प्रमाणात अवलंबून असते, ज्यात नैसर्गिक आणि कृत्रिम आहाराचा समावेश असतो. नैसर्गिक आहारामध्ये कीटक, लहान मासे, आणि शैवाल यांचा समावेश असतो, तर कृत्रिम आहार म्हणजे माशांच्या पोषणाच्या गरजेनुसार तयार केलेले विशेष खाद्य असते. मत्स्यपालनात वाढ आणि उत्पादन वाढवण्यासाठी कृत्रिम आहार अधिक प्रभावी ठरतो, कारण त्यात प्रथिने, कार्बोहायड्रेट्स, चरबी आणि आवश्यक पोषक तत्वांचे योग्य प्रमाण असते. तिलापियाच्या वाढीसाठी तरंगणारे कृत्रिम आहार अधिक फायदेशीर ठरतात, कारण ते पाण्यात तरंगत राहून माशांना सहज उपलब्ध होतात. तसंच, पाण्याची गुणवत्ता राखणेही अत्यावश्यक असते, कारण अयोग्य आहार पाण्याची गुणवत्ता बिघडवू शकतो, ज्याचा माशांच्या आरोग्यावर परिणाम होतो. तिलापिया कृत्रिम आहारावर अधिक चांगला प्रतिसाद देतो, ज्यामुळे त्यांची वाढ जलद होते आणि त्यांच्या जगण्याची क्षमता देखील वाढते, त्यामुळे उत्पादन वाढवण्यासाठी हे एक प्रभावी साधन आहे.

- **प्रजनन:** तिलापिया मासे इतर माशांच्या तुलनेत लवकर प्रौढ होतात. प्रजनन काळात नर माशांचा रंग गडद होऊन त्यांच्या पृष्ठपंखांच्या कडांवर लालसर छटा दिसते. मादया एकाच वेळी २००० पर्यंत अंडे घालू शकतात आणि ती आपल्या तोंडात ठेवून पिल्लांना सुरक्षित ठेवतात. यामुळे तिलापियाची प्रजनन क्षमता खूप जास्त असते.

- **वाढ:** तिलापिया माशाची वाढ खाद्य आणि पाण्याच्या योग्य नियोजनावर अवलंबून असते. योग्य आहार आणि पाण्याच्या स्थितीमुळे, हा मासा सहा महिन्यात ६०० ग्रॅमपर्यंत वाढतो. इतर माशांच्या जातींपेक्षा तिलापियाची वाढ अधिक झपाट्याने होते, ज्यामुळे ते जलद वेगाने बाजारात उपलब्ध होऊ शकतात. त्यामुळे तिलापिया पाळणे आर्थिकदृष्ट्या फायदेशीर ठरते.

- **उत्पादन:** तिलापिया मासा हा मत्स्यपालन क्षेत्रात एक अतिशय लोकप्रिय आणि फायदेशीर पर्याय मानला जातो, कारण त्याची उत्पादन क्षमता आणि विविध परिस्थितींमध्ये जुळवून घेण्याची क्षमता अत्यंत उच्च आहे. तिलापियाला विशेषतः उच्च घनतेने पाळणे शक्य आहे, म्हणजेच थोड्या पाण्याच्या क्षेत्रात अधिक संख्येने मासे सहज पाळले जाऊ शकतात, यामुळे शेतकऱ्यांना अधिक उत्पादन घेता येते. याचा एक महत्त्वाचा घटक म्हणजे तिलापियाचा जलद वाढीचा दर, ज्यामुळे लवकर उत्पादन मिळते. विविध पाण्याच्या परिस्थितींमध्ये, जसे की खूप गरम, थंड, कमी ऑक्सिजन असलेले किंवा थोडे खारट पाणी, तिलापिया सहज जुळवून घेतो, ज्यामुळे त्याचे पालन विविध प्रदेशांत शक्य होते. जनुकीय सुधारित तिलापिया जाती (GIFT) यांच्या माध्यमातून तर उत्पादन क्षमता अधिकच वाढली असून, प्रति हेक्टरी १२ टन उत्पादन मिळवणे शक्य होते. यामुळे तिलापिया व्यावसायिक मत्स्यपालनासाठी अत्यंत फायदेशीर पर्याय ठरतो. त्याची जगभरात, विशेषतः अमेरिकेत, खूप मोठी मागणी आहे, कारण अमेरिका तिलापियासाठी सर्वात मोठी बाजारपेठ आहे.

- **बीज उपलब्धता:** भारतामध्ये तिलापिया मत्स्यबीजांची उपलब्धता वर्षभर आहे, आणि त्यांची मत्स्यपालन विभाग तसेच खासगी मत्स्यबीज उत्पादक केंद्रांमधून खरेदी करता येते. मत्स्यबीजांची गुणवत्ता अत्यंत महत्त्वाची असते. निरोगी, सक्रिय, आणि योग्य आकाराचे मत्स्यबीज असणे आवश्यक आहे, तसेच त्यांची रोगप्रतिकारक शक्ती चांगली असावी. साठवणूक करताना, मत्स्यबीजांना योग्य तापमानाचे पाणी आणि पुरेसा ऑक्सिजन मिळवून देणे आवश्यक आहे. वाहतूक करताना, मत्स्यबीजांना योग्य पद्धतीने वाहतूक करणे आणि त्यांना धक्का न लागण्याची काळजी घेणे आवश्यक आहे. तिलापिया विषयी अधिक माहिती "प्लास्टिकचे अस्तरीकरण असलेल्या शेततळ्यातील जबाबदार तिलापिया शेती" या भागामध्ये दिली आहे.

**५. श्वासोच्छवास करणारे मासे:** श्वासोच्छवास करणारे मासे हे एक अद्वितीय प्रकारचे जलीय प्राणी आहेत, जे पाण्यातून आणि हवेतून ऑक्सिजन घेऊ शकतात. यामध्ये विशेष श्वासोच्छवासी अंगांचा समावेश असतो, ज्यामुळे ते कमी ऑक्सिजन असलेल्या पाण्यात जगू शकतात. हे मासे सामान्यतः उष्णकटिबंधीय आणि उपोष्णकटिबंधीय प्रदेशांमध्ये आढळतात. त्यांच्या श्वासोच्छवासी अंगांमध्ये लैबिरिंथ अंग, गिल चेंबर्स, आणि श्वासोच्छवासी पिशवी यांचा समावेश असतो. उदाहरणार्थ, बेट्टा मासा आणि गौरमी मासा यांना लैबिरिंथ अंग असते, तर अनाबस

मासा गिल चेंबर्सद्वारे हवेतून ऑक्सिजन शोषतो. या माशांचा पर्यावरणीय महत्त्व देखील आहे, कारण ते कमी ऑक्सिजन पातळी असलेल्या जलाशयांमध्ये जीवन जगू शकतात आणि जलीय पर्यावरणाचे संतुलन राखण्यासाठी योगदान देतात. काही श्वासोच्छवासी मासे अन्न मत्स्यपालनासाठी देखील वापरले जातात. यामुळे, श्वासोच्छवास करणारे मासे जलीय जीवसृष्टीचे अद्वितीय उदाहरण असून त्यांच्या खास अंगांमुळे ते विविध पाण्याच्या परिस्थितींमध्ये जगण्यास सक्षम आहेत.

## अ) पंकज / पंगॅशिअस

- **ओळख:** पंगॅशिअस हा एक प्रकारचा कॅटफिश आहे, जो पँगासाइड कुटुंबात मोडतो. या माशाला पंकज, पंगास, बासा, रिव्हर कॉबलर, व्हिएतनामी कॉबलर, स्वाई, आणि फिश टॅंकमधील शार्क अशी विविध नावे आहेत. मूळतः आग्नेय आशियातील, विशेषतः वियतनाम, थायलंड, आणि कंबोडिया मध्ये आढळणारे हे मासे त्यांच्या पोषणमूल्यामुळे प्रसिद्ध आहेत. पंगॅशिअस माशांमध्ये उच्च प्रथिनांचा समावेश असून आवश्यक पोषण द्रव्यांची घनता देखील चांगली आहे, ज्यामुळे ते निरोगी आहारात एक महत्त्वाचा घटक ठरतात.

- **शरीररचना:** पंगॅशिअसची शरीररचना अद्वितीय आहे. या माशाला काळ्या किंवा गडद राखाडी रंगाचे पंख असतात, ज्यामुळे ते जलदपणे वातावरणाशी मिसळून जातात. याच्या पृष्ठपक्षावर सहा ब्रान्चेस असलेल्या डोर्सल फिन पंखांचा समावेश आहे, ज्यामुळे त्याला पोहण्यात मदत होते. पंगॅशिअसचे शरीर कडक असून, त्याचे डोके गोलाकार आणि लांबीपेक्षा रुंद असते. या रचनेमुळे पंगॅशिअस जलचर जीवनशैलीत चपळता आणि स्थिरता राखण्यास सक्षम असतो.

- **खाद्य:** पंगॅशिअस हा मुख्यतः मांसाहारी मासा आहे, ज्याचा आहार लहान मासे, कीटक, क्रस्टेशियन्स आणि इतर लहान जलचर प्राण्यांपासून बनलेला असतो. तथापि, काही प्रमाणात तो सर्वभक्षी म्हणूनही वर्गीकृत केला जाऊ शकतो, कारण कधी कधी तो शेवाळ आणि काही पाण्यातील वनस्पतीदेखील खातो. तरीही, त्याचा मुख्य आहार मांसाहारीच असतो. मत्स्यपालनात पंगॅशिअसला कृत्रिम आहार दिला जातो, जसे की राईस ब्रान, पेलेटेड खाद्य, जे त्याच्या वाढीसाठी आवश्यक पोषक तत्वे पुरवतात. पंगॅशिअसची वाढ विविध घटकांवर अवलंबून असते, ज्यामध्ये माशाचे वय, पाण्याची गुणवत्ता, आहाराची गुणवत्ता, तापमान, आणि पर्यावरणीय परिस्थिती यांचा समावेश होतो. माशाच्या वाढीचे निश्चित प्रमाण नसले तरी, त्याच्या आहाराच्या गुणवत्ता आणि आनुवंशिक गुणधर्मांवर वाढीचा वेग अवलंबून असतो.

- **प्रजनन:** पंगॅशिअस मादी तीन वर्षांच्या वयानंतर तर नर दोन वर्षांच्या वयानंतर प्रजननक्षम होतात. या प्रजातीचे मासे वर्षात दोन वेळा अंडी घालतात, ज्यामुळे त्यांची प्रजनन क्षमता अधिक असते.

- **वाढ:** पंगॅशिअस माशांची वाढ खूप जलद असते. एका वर्षात तो दीड किलोपर्यंत वाढू शकतो. यासाठी आदर्श तापमान २२ ते २६ अंश सेल्सियस असते. या तापमानात मासा निरोगी राहून चांगल्या प्रकारे वाढतो.

- **बीज उपलब्धता:** पंगॅशिअस मासाच्या बोटुकल्यांची उपलब्धता साधारणतः मार्च महिन्यापासून सुरू होते. म्हणजेच, मार्च महिन्यापासून शेतकरी आपल्या तळ्यात बोटुकल्या सोडून पंगॅशिअस माशांचे संवर्धन सुरू करू शकतात.

- **विशेष बाब:** पंगॅशिअस माशांमध्ये एक अनोखी क्षमता असते, ती म्हणजे ते हवेतील ऑक्सिजनचा उपयोग करू शकतात. यामुळे, जेव्हा पाण्यातील ऑक्सिजनची पातळी कमी असते, तेव्हाही ते जिवंत राहू शकतात. ही क्षमता त्यांना अशा ठिकाणी जगण्यास सक्षम करते जिथे इतर माशांना जगणे कठीण असते.

**आ) मरळ:** सामान्य भाषेत सापशीर म्हणून ओळखला जाणारा मासा मराठीत मरळ म्हणून ओळखला जातो. त्याचे शास्त्रीय नाव चन्ना असून, या प्रजातीत पट्टीदार सापशीर आणि जंबो सापशीर यांसारख्या अनेक प्रकारचे मासे आहेत. मरळ हा आंध्र प्रदेश आणि तेलंगणा राज्याचा राज्य मासा म्हणूनही ओळखला जातो.

- **वितरण:** मरळ माशांचे संवर्धन आशियातील अनेक देशांमध्ये, जसे की तैवान, फिलिपिन्स आणि थायलंडमध्ये केले जाते. भारतात, आंध्र प्रदेश हे मरळ मत्स्यपालनाचे प्रमुख केंद्र आहे. या राज्यातील पर्यावरणीय परिस्थिती मरळ माशांच्या वाढीसाठी अतिशय अनुकूल असल्याने येथे या माशांचे उत्पादन मोठ्या प्रमाणात होते.

- **शरीररचना:** मरळ माशाचे डोके सापाच्या डोक्यासारखे लांबट असते. त्याचे शरीर काळपट तपकिरी किंवा हिरवट रंगाचे असते, ज्यामुळे तो पाण्यात लपून राहू शकतो. त्याच्या पाठीवर एक विशिष्ट पंख असतो आणि पोटावर काळे पट्टे असतात. हे पट्टे त्याला त्याच्या आसपासच्या वातावरणात मिसळून जाण्यास मदत करतात.

- **वास्तव्य:** मरळ मासे भारतातील नद्या आणि तलावांमध्ये आढळतात. श्वासोच्छ्वासासाठी ते पाण्याच्या पृष्ठभागावर येतात. चिकन मातीचा थर असलेले तलाव मरळ माशांसाठी योग्य

असतात, कारण ते या माशांना लपण्यासाठी आणि खाद्य शोधण्यासाठी सुरक्षित जागा देतात.

- **प्रजनन:** मरळ मासे त्यांच्या उच्च प्रजनन क्षमतेसाठी प्रसिद्ध आहेत, आणि याची काही वैशिष्ट्ये त्यांच्या प्रजाती टिकवून ठेवण्यास मदत करतात. मादी मरळ मासा एका वेळी हजारोंच्या संख्येने अंडी घालू शकते, ज्यामुळे त्यांची संख्या जलद गतीने वाढते. याशिवाय, मरळ माशांच्या अंड्यांचे उबवण्याचे प्रमाणही खूप चांगले आहे, म्हणजेच, घातलेल्या अंड्यांपैकी मोठ्या प्रमाणात अंड्यांतून पिल्ले जन्माला येतात. प्रजनन प्रक्रियेत नर आणि मादी दोघांची महत्त्वाची भूमिका असते; मादी अंडी घालते आणि नर त्यावर शुक्राणू सोडून निषेचन करतो. मादी अंड्या सुरक्षित ठिकाणी, जसे की पाण्यातील वनस्पतींच्या दरम्यान किंवा खडकांच्या छिद्रांमध्ये ठेवते, ज्यामुळे अंड्यांना शिकाऱ्यांपासून संरक्षण मिळते. मरळ माशांच्या उच्च प्रजनन क्षमतेची कारणे त्यांच्या खाद्य साखळीत खालच्या पातळीवर असलेले स्थान आणि विविध पाण्याच्या परिस्थितींमध्ये अनुकूलनाची क्षमता यामध्ये दडलेली आहेत. यामुळे ते विस्तृत भौगोलिक क्षेत्रात सहज पसरलेले आहेत, आणि त्यामुळे त्यांच्या प्रजाती टिकून राहण्यास मदत होते.

- **वाढ:** मरळ माशांची वाढ मुख्यतः त्यांना मिळणाऱ्या आहाराच्या प्रमाण आणि गुणवत्तेवर अवलंबून असते. भरपूर प्रमाणात आणि पोषक तत्वांनी युक्त आहार त्यांच्या वाढीला चालना देतो. याशिवाय, पाण्याची गुणवत्ता, तापमान, ऑक्सिजनचे प्रमाण आणि इतर पर्यावरणीय घटकही वाढीवर प्रभाव टाकतात. मरळ माशांच्या वेगवेगळ्या प्रजातींची वाढीची गती वेगळी असते; सामान्यतः ते आपल्या आयुष्याच्या पहिल्या काही वर्षांत सर्वात जलद वाढतात, नंतर त्यांची वाढीची गती कमी होते. अधिकतम आकार त्यांच्या प्रजातीवर अवलंबून असतो; काही प्रजातींचे मरळ मासे 2-3 फूट लांब होऊ शकतात, तर इतर काही प्रजातींचे आकार यापेक्षा लहान असतात. पाण्याचे तापमान, पाण्याची उपलब्धता, खाद्य साखळीतील इतर प्राणी, प्रदूषण इत्यादी घटकही मरळ माशांच्या वाढीवर प्रभाव टाकतात. काही प्रजातींचे मरळ मासे 10-15 वर्षे जगू शकतात, जे त्यांच्या प्रजाती आणि पर्यावरणीय परिस्थितीवर अवलंबून असते.

- **बीज उपलब्धता:** मरळ माशांचे प्रजनन मुख्यतः उन्हाळ्यात होते, त्यामुळे एप्रिल ते ऑगस्ट या कालावधीत त्यांची बोटुकली बाजारात सहज उपलब्ध असते.

- **विशेष बाब:** मरळ मासे आपल्या मांसाहारी स्वभावामुळे एकमेकांना शिकार करतात, विशेषतः मोठे मरळ लहान मरळांना आपल्या आकाराचा फायदा घेऊन शिकार करतात. या वर्तनाचे कारण खाद्यसाठी तीव्र स्पर्धा आहे, कारण मर्यादित जागेत अनेक मरळ मासे असल्याने मजबूत मरळ कमकुवत मरळांना शिकार करून आपल्या अस्तित्वासाठी लढतात. त्यांच्यातील भूसंपत्तीचे महत्त्व देखील असते; मरळ मासे आपल्या आजूबाजूच्या एका विशिष्ट क्षेत्राला आपली भूसंपत्ती मानतात आणि या क्षेत्रावर घुसणाऱ्या इतर मरळांना शिकार करतात. प्रजनन काळात मादी मरळांसाठी नर मरळांमध्ये स्पर्धा वाढते, ज्यात मजबूत नर कमकुवत नरांना मारून टाकतात. या वर्तनामुळे मरळ माशांचा मृत्यूदर वाढतो, विशेषतः लहान आणि कमकुवत माशांचा मृत्यूदर अधिक असतो. याचा परिणाम म्हणून, मरळ माशांची एकूण संख्या कमी होते, ज्यामुळे मत्स्यपालन उद्योगावर नकारात्मक परिणाम होतो. यामुळे खाद्य साखळीत महत्त्वाची भूमिका बजावणारे मरळ मासे कमी होतात, ज्यामुळे संपूर्ण पर्यावरणावर परिणाम होऊ शकतो. या परिस्थितीला नियंत्रित करण्यासाठी मत्स्यपालन व्यवस्थापन, सुरक्षित आश्रयस्थान उपलब्ध करणे, आणि पुरेसे खाद्य उपलब्ध करून देणे यांसारख्या उपाययोजना केल्या जाऊ शकतात, ज्यामुळे खाद्यसाठी स्पर्धा कमी होईल.

## इ) चितळ

- **वितरण:** चितळ हा सायप्रिनिडे कुलातील एक गोड्या पाण्यातील मासा आहे. या माशाचे वितरण भारतासह आशियातील काही देशांमध्ये आढळते. हा मासा सामान्यतः नद्या, तलाव आणि धरणांसारख्या गोड्या पाण्याच्या स्रोतांमध्ये तळाशी राहतो. विशेष म्हणजे, चितळ मासे कमी ऑक्सिजन असलेल्या पाण्यातही सहज जगू शकतात. भारतात हा मासा अनेक ठिकाणी संवर्धित केला जातो आणि उत्तर प्रदेशने तर चितळ माशाला राज्याचा मासा म्हणून घोषित केले आहे.

- **शरीररचना:** चितळ मासा शांत आणि संथ वाहणाऱ्या पाण्यात राहतो, त्याचे शरीर लांब आणि पातळ असून दोन्ही बाजूंनी उदास दिसते. या माशाच्या पाठीवर रुपेरी तिरकस पट्टे असतात, पाठीचा रंग गडद राखाडी आणि पोट चमकदार चांदीचे असते, तसेच डोक्याचे प्रमाण शरीराच्या तुलनेत कमी असते.

- **खाद्य:** चितळ माशाचा आहार मांसाहारी असतो. तो छोटे मासे, झिंगे, गोगलगाय आणि इतर पाण्यातील कीटक खाऊन जगतो. चितळ माशाचे संवर्धन करताना त्याला जिवंत खाद्य

म्हणून तिलापीया किंवा गप्पी सारखे मासे दिले जातात. हे जिवंत खाद्य चितळ माशाच्या वाढीसाठी चांगले पोषण प्रदान करतात.

- **प्रजनन:** चितळ माशांचे प्रजनन खूपच रंजक असते. प्रजननाच्या काळात ते गोड्या पाण्यातून निमखारे पाणी शोधण्यासाठी प्रवास करतात. पावसाळ्यात ते पाण्याखाली खड्डे खोदून किंवा पाणवनस्पतींच्या दरम्यान अंडी घालतात. एक मादी चितळ मासे साधारणतः १००० पर्यन्त अंडी घालू शकते.

- **वाढ:** योग्य व्यवस्थापन केल्यास चितळ मासा एका वर्षात दोन किलोपर्यंत वाढू शकतो. या माशाची लांबी जास्तीत जास्त तीन फूट पर्यंत होऊ शकते.

- **बीज उपलब्धता:** चितळ माशांचे प्रजनन मुख्यतः जून आणि जुलै महिन्यात होते. त्यामुळे या काळातच त्यांचे बीज उपलब्ध होते. चितळ माशाचे बीज हॅचरीमध्ये तयार केले जात नाही, तर ते नद्या, तलाव यासारख्या नैसर्गिक पाण्याच्या स्रोतातून पकडले जाते. हे बीज नर-मादीसोबत किमान एक महिना ठेवणे आवश्यक असते. पण अनेकदा बीज विक्रेते अधिक नफा मिळवण्यासाठी हे बीज लवकरच नर-मादीपासून वेगळे करतात. यामुळे बीज कमकुवत होते आणि अनेकदा मरतात.

## ई) पाबदा

- **ओळख:** भारतीय नद्यांमध्ये आढळणाऱ्या माशांमध्ये पाबदा मासा एक विशेष स्थान धारण करतो. त्याची चव इतकी सुस्वादू आहे की त्याला "बटर फिश" असेही म्हणतात. महाराष्ट्रातील येलदरी जलाशय आणि पूर्णा नदी या पाबदा माशांसाठी प्रसिद्ध आहेत. विशेषत: पूर्णा नदीतील पाबदा मासा संपूर्ण भारतात प्रसिद्ध आहे. हा मासा आशिया खंडात, विशेषत: भारत, पाकिस्तान आणि बांगलादेश सारख्या देशांमध्ये आढळणारा एक प्रकारचा कॅटफिश आहे. तो प्रामुख्याने तलाव, दलदल आणि भातशेतांमध्ये आढळतो.

- **शरीररचना:** पाबदा माशाचे शरीर पातळ आणि दोन्ही बाजूंनी चपट्यासारखे असते. मध्यभागी ते थोडे अरुंद असते. त्याच्या शरीरावर चांदीचा चमकदार रंग असतो आणि त्याच्या तोंडात मिशांची एक जोडी असते. पोटापासून शेपटी पर्यंत पेल्विक फिन असतो. हे मासे सहसा पाण्याच्या वरच्या भागात आढळतात.

- **खाद्य:** पाबदा मासा हा सर्वभक्षी प्राणी आहे. तो प्रोटोजोआ, कीटक आणि इतर लहान जलचर प्राणी खाऊन जगतो. पण त्याला फिशमिल हे खाद्य सर्वात जास्त आवडते.

- **वाढ:** पाबदा माशाची लांबी साधारणतः २५ सेंटीमीटरपर्यंत वाढू शकते. वजनाच्या दृष्टीने, हा मासा साधारणपणे २५० ते ३०० ग्रॅमपर्यंत पोहोचतो. पाबदा माशाचे वाढीचे दर त्याच्या पोषण आणि पर्यावरणीय परिस्थितींवर अवलंबून असतात, ज्यामुळे त्याचे वजन आणि आकार नियंत्रित होतात. योग्य आहार आणि अनुकूल पर्यावरणीय परिस्थितींमध्ये याची वाढ अधिक चांगली होऊ शकते.

- **विशेस गुणधर्म:** हे मासे पोषक तत्वांनी भरपूर असून त्याची चवही खूप चांगली असते. यामुळे बाजारात या माशांची मोठी मागणी आहे व त्यामुळे किंमतही चांगली मिळते.

## ३) वालशिवडा

- **ओळख:** वालशिवडा मासा हा सिल्युरिफॉर्म गणाच्या सिल्युरिडी कुळातील एक सदस्य आहे. याला मार्जारमिना समूह म्हणूनही ओळखले जाते. महाराष्ट्रात याला वालशिवडा, वडशिवडा, पदीन, पडन आणि सवडा अशी विविध स्थानिक नावे आहेत. या माशाचे शास्त्रीय नाव Wallago attu आहे. वालशिवडा मासा भारतातील बहुतेक नद्यांमध्ये, विशेषत: यमुना, गंगा आणि कृष्णा या नद्यांमध्ये मोठ्या प्रमाणात आढळतो. हा मासा खाडीच्या खारट पाण्यातही आढळतो आणि श्रीलंका व म्यानमारमध्येही दिसून येतो.

- **शरीररचना:** शरीराचा रंग चंदेरी असतो, आणि याला खवले नसतात. शरीर दोन्ही बाजूंनी चपटे असून, पाठीमागची बाजू सरळ असते. डोके मोठे आणि जबडा रुंद असतो, ज्यामध्ये चार मिशा असतात. जबड्यात धारदार दात असतात. धड आणि शेपटी हळूहळू निमुळती होत जातात. पाठीवर एकच पर असतो.

- **खाद्य:** वालशिवडा मासा हा एक असा मासा आहे जो आपल्या भूक शांत करण्यासाठी नेहमीच शिकार शोधत असतो. तो इतर मासे, अंडी आणि झिंगे यांना आपले भक्ष्य बनवतो. त्याच्या या खाद्यसवयीमुळे त्याला "गोड्या पाण्यातील शार्क" असे संबोधले जाते. तो आपल्या परिसरातील जैवविविधतेवर प्रभाव पाडतो आणि इतर जलचरांच्या संख्येत घट आणू शकतो.

- **प्रजनन:** वालशिवडा मासा प्रामुख्याने पावसाळ्याच्या सुरुवातीच्या काळात प्रजनन करतो. या काळात मादी मासा मोठ्या प्रमाणात अंडी घालते. अंड्यातून बाहेर पडलेली पिल्ले जलचर पर्यावरणात सहजपणे जुळवून घेतात आणि वेगाने वाढतात.

- **वाढ:** वालशिवडा मासा ही एक मोठी मासा प्रजाती आहे. हा मासा १ मीटर लांबीपर्यंत वाढू शकतो आणि त्याचे वजन ४० किलोग्रॅमपर्यंत होऊ शकते. मात्र, बाजारात ५० सेंटीमीटर

लांबीच्या माशांची सर्वाधिक मागणी असते. हा आकार ग्राहकांना अधिक आकर्षक वाटतो आणि त्यामुळे या आकाराच्या माशांची विक्री अधिक होते.

- **विशेष बाब:** वालशिवडा हा मासा आपल्या आक्रमक शिकारी वृत्तीमुळे मत्स्यपालनाच्या दृष्टिकोनातून अत्यंत हानिकारक आहे. तो इतर माशांना शिकार करून मत्स्यपालनातील संतुलन बिघडतो. त्यामुळे इतर माशांच्या प्रजातींचे अस्तित्व धोक्यात येते.

## ऊ) कोई मासा

- **ओळख:** आशिया खंडातील विविध देशांमध्ये, विशेषत: भारत, पाकिस्तान, श्रीलंका, थायलंड, मलेशिया आणि फिलिपिन्स या देशांतील गोड्या पाण्याच्या जलाशयांमध्ये, तळ्यांत आणि डबक्यांमध्ये हा मासा आढळतो. या माशाला कमी ऑक्सिजन असलेल्या पाण्यातही जगण्याची अद्भुत क्षमता आहे.

- **शरीररचना:** कोई मासा हा एक असा मासा आहे जो आपल्या मजबूत संरचनेमुळे वेगळा दिसतो. त्याचे शरीर मजबूत आणि गोलसर असते. त्याची त्वचा खडबडीत असून त्यावर मजबूत शल्क असतात. त्याचा पृष्ठपंख लांब आणि मजबूत असून तो शेपटीच्या जवळपासपर्यंत पसरलेला असतो. ही वैशिष्ट्ये त्याला इतर माशांपासून वेगळे करतात.

- **खाद्य:** कोई मासा सर्वभक्षक असून त्याचे आहारात मुख्यत्वे लहान मासे, जलचर कीटक, वनस्पती आणि शैवाळांचा समावेश असतो.

- **प्रजनन:** पावसाळा सुरू होताच, कोई मासा आपल्या प्रजननाच्या काळात प्रवेश करतो. वाढत्या पाण्याच्या तापमानामुळे त्यांच्या शरीरातील हार्मोन्स सक्रिय होतात आणि प्रजनन प्रक्रिया सुरू होते. या काळात मादी मासा पाण्यात मोठ्या प्रमाणात अंडी सोडते. नर मासा ती अंडी फलित करून नवीन पिढीला जन्म देण्याची प्रक्रिया सुरू करतो.

- **वाढ:** कोई माशाची वाढ ही त्याला उपलब्ध असलेल्या खाद्य आणि त्याच्या आसपासच्या पाण्याच्या तापमान, ऑक्सिजन पातळी इत्यादी पर्यावरणीय घटकांवर अवलंबून असते. अनुकूल परिस्थितीत ते खूप वेगाने वाढू शकतात आणि फक्त एका वर्षातच प्रौढ होऊ शकतात.

- **बीज उपलब्धता:** कोई माशाची बियाणे स्थानिक जलाशयांमध्ये आणि मत्स्यपालन केंद्रांमध्ये सहज उपलब्ध असतात. विशेषत: जून ते ऑगस्ट या काळात बियाणे मोठ्या प्रमाणात मिळतात. पश्चिम बंगाल, आसाम, ओडिशा, त्रिपुरा, उत्तर प्रदेश आणि बिहार या राज्यांमध्ये ही बियाणे सहज उपलब्ध आहेत.

**६. इतर मासे:** यामध्ये रुपचंद, जिताडा व कोळंबी यांची खाली ओळख करून दिली आहे.

## अ) रुपचंद

- **ओळख:** या माशाचे शास्त्रीय नाव पिरान्हा आहे आणि तो दक्षिण अमेरिकेतील नद्यांमध्ये आढळतो. भारतात, आंध्र प्रदेशच्या एलूर येथे या माशाची गोड्या पाण्यात कृत्रिम पद्धतीने पैदास केली जाते. याला स्थानिक भाषेत रुपचंद, चायनीज पापलेट, रेड बेलीड पिरान्हा किंवा लाल पिरान्हा असेही म्हणतात. त्यांची चव पापलेटसारखी असते आणि त्यात एकच काटा असतो.

- **शरीररचना:** रुपचंद माशाचे शरीर पसरट आणि चपटे असून त्याचा रंग चांदीसारखा आहे. त्याच्या शरीरावर बारीक खवले असतात. त्याचे डोके तुलनेने मोठे असते आणि जबडे बळकट व तीक्ष्ण दातांनी युक्त असतात. या माशाची सरासरी लांबी ३५ सेंटीमीटर असते, परंतु काही मासे ६० सेंटीमीटरपर्यंत मोठे होऊ शकतात.

- **खाद्य:** रुपचंद माशांना वाढण्यासाठी प्रथिनयुक्त आहार आवश्यक असतो. सुरुवातीच्या काळात त्यांना प्रथिनयुक्त खाद्य द्यावे. घरगुती खाद्यात राईस पॉलिश आणि मोहरी पेंड त्यांच्यासाठी पोषक असतात. तसेच, बाजारात उपलब्ध असलेले कंपनीच्या तयार खाद्यही ते चांगल्या प्रकारे खातात.

- **वाढ:** रुपचंद मासा हा जलद वाढणारा मासा आहे. अनुकूल परिस्थितीत तो एका वर्षात एक किलोपेक्षा जास्त वजन वाढवू शकतो. त्याच्या वाढीसाठी त्याला पुरेसे प्रमाणात खाद्य आवश्यक असते. साधारणपणे, एक किलो वजन वाढवण्यासाठी त्याला अंदाजे दीड किलो खाद्य लागते.

- **बीज उपलब्धता:** सामान्यतः मार्च आणि एप्रिल महिन्यात रुपचंद माशाची पिल्ले बाजारात उपलब्ध असतात.

- **विशेष बाब:** रुपचंद मासे गटात राहून शिकार करतात आणि इतर माशांना खातात. हे मासे मोनोकल्चरमध्ये वाढवता येतात. मोठे झाल्यावर ते आक्रमक होतात आणि माणसाला जखमी करू शकतात. म्हणून, सरकारी तलावात त्यांची शेती करण्यास मनाई आहे.

## आ) जिताडा

- **ओळख:** जिताडा मासा, ज्याला खजुरा, भेक्ती किंवा लॅटेस रिफेर असेही म्हणतात, हा महाराष्ट्र, बंगाल आणि दक्षिण आशियातील काही भागांमध्ये आढळतो. हा मासा रायगड

जिल्हा, गंगा, गोदावरी, महानदी आणि कृष्णा नद्यांमध्ये प्रामुख्याने सापडतो. तसेच, सिंधपासून चीन पर्यंतच्या किनारपट्टीवर देखील याच्या काही प्रजाती आढळतात. जिताडा हा लॅटिन कुळातील पर्सिफॉर्मीस गणातील असून, या नावाखाली अनेक प्रजातींचा समावेश असतो, ज्यामुळे प्रत्येक प्रजातीचे भौगोलिक वितरण थोडे वेगळे असू शकते. सामान्यतः, जिताडा हा गोड्या पाण्यात आढळतो, परंतु काही प्रजाती खाऱ्या पाण्यातही जगण्यास सक्षम असतात. यामुळे, जिताडा मासा विविध पर्यावरणीय परिस्थितींमध्ये जुळवून घेऊ शकतो, ज्यामुळे त्याची आहार आणि जीवशास्त्र यामध्ये विविधता निर्माण होते.

- **शरीररचना:** जिताडा मास्याचा रंग करडा ते हिरवट असून त्याच्या पाठीचा भाग काळसर आणि पोटाचा भाग चंदेरी असतो. त्याचे शरीर लांबट, दोन्ही बाजूंनी संकुचित आणि चपटे असते. शरीरावरील खवले पातळ, एकमेकांवर आच्छादित आणि किंचित वक्र असतात. खवल्यांची उघडलेली टोके दातेरी असतात आणि त्यांच्या कडा लहान दातांसारख्या काट्यांनी सजलेल्या असतात. वरच्या जबड्यात मोठे दात घशाच्या दिशेने वळलेले असतात, तर खालच्या जबड्यातील दात लहान असतात.

- **खाद्य:** जिताडा हा एक मांसाहारी मासा आहे. तो आपल्या आहारात लहान कवचधारी प्राणी, गोगलगाय आणि इतर लहान जलचर प्राणी समाविष्ट करतो. जिताड्याचे संवर्धन करताना, तिलापियाची पिल्ले त्याच्यासाठी एक उत्तम खाद्य स्रोत म्हणून वापरली जातात.

- **प्रजनन:** जिताडा मासा आपल्या जीवनाच्या सुरुवातीच्या काही वर्षांत गोड्या पाण्यात राहतो. प्रजननक्षम नर आणि मादी किनाऱ्याच्या जवळ प्रजननासाठी स्थलांतर करतात आणि तिथेच अंडी घालतात. या माशांची प्रजननक्षमतेसाठी लागणारी लांबी ठराविक असते, आणि मादीचा आकार नराच्या तुलनेत मोठा असतो.

- **बीज उपलब्धता:** जिताडाच्या बीजांची उपलब्धता जून महिन्यापासून सुरू होते आणि ऑक्टोबर महिन्यापर्यंत चालू राहते. ही बीजे केंद्रीय निमखारे पाणी मत्स्य संवर्धन संस्था, चेन्नई आणि राजीव गांधी मत्स्यपालन केंद्र, सिरकाली (तामिळनाडू) या ठिकाणी मिळू शकतात.

- **वाढ:** जिताडा मासा दोन वर्षांच्या आत चांगल्या प्रमाणात वाढतो आणि त्याचे वजन काही किलोपर्यंत पोहोचते. हेक्टरी तीन टन उत्पादन मिळू शकते. मध्यम उष्ण तापमान त्याच्या वाढीसाठी अनुकूल ठरते.

**इ) कोळंबी**

- **ओळख:** मॅक्रोब्रॅशियम रोसेनबर्गी म्हणून ओळखल्या जाणाऱ्या विशाल गोड्या पाण्यातील कोळंबीला जंबो कोळंबी किंवा पोषा कोळंबी असेही म्हणतात. ही कोळंबी भारतातील जलकृषी क्षेत्रात एक महत्त्वाची प्रजाती आहे. गोड्या पाण्यातील दुसऱ्या क्रमांकाची सर्वात जलद वाढणारी कोळंबी म्हणून ओळखली जाणारी ही प्रजाती बंगालच्या उपसागराकडे वाहणाऱ्या नद्यांमध्ये मुबलक प्रमाणात आढळते. आंध्र प्रदेश हा या कोळंबीचा प्रमुख उत्पादक राज्य आहे. याला झिंगा, पोचा, खटवी किंवा स्कँम्पी असेही म्हणतात.

- **शेतीची पद्धत:** कोळंबी शेतीसाठी ०.१ ते ०.२ हेक्टर क्षेत्रफळ आणि १.५ ते २ मीटर खोल तलाव आवश्यक आहे. तलावात ८ ते १० महिने पाणी असावे. लहान-मोठे तलाव, चराऊ क्षेत्रे, नैसर्गिक आणि कृत्रिम जलाशये या सर्वांमध्ये कोळंबी शेती करता येते.

- **खाद्य:** कोळंबींच्या वाढीसाठी पुरेसा आहार आवश्यक आहे. तलावातील नैसर्गिक उत्पादनावर पूर्णपणे अवलंबून राहणे धोकादायक आहे. कारण, अन्नाची कमतरता असल्यास, कोळंबींमध्ये काननिबलिझम (एकाच प्रजातीतील प्राणी एकमेकांना खाणे) होऊ शकते. यामुळे तलावातील कोळंबींची संख्या कमी होते आणि उत्पादन प्रभावित होते.

- **वाढ:** कोळंबींची वाढ त्यांना दिलेल्या खाद्यपदार्थांच्या प्रमाणावर अवलंबून असते. साधारणतः १ किलो कोळंबी उत्पादन करण्यासाठी १.५ ते २ किलो खाद्यपदार्थ आवश्यक असतात. योग्य वातावरणात, कोळंबी ८ महिन्यांत ८५० ग्रॅमपर्यंत वाढू शकतात. एकल पद्धतीने कोळंबी शेतीत, ८ महिन्यांत प्रति हेक्टर ७५० ते १२०० किलो कोळंबींचे उत्पादन मिळवणे शक्य आहे. योग्य व्यवस्थापन आणि तंत्रज्ञानाचा वापर करून, हे उत्पादन प्रति हेक्टर ५ टनपर्यंत वाढवता येते.

- **बीज उपलब्धता:** जंबो कोळंबीची बीज दोन मुख्य स्रोतांमधून उपलब्ध होतात: नदीमुख आणि हॅचरी. नदीमुखातून नैसर्गिकपणे उगवलेली बीज गोळा केली जातात, तर हॅचरीमध्ये कृत्रिम पद्धतीने बीज उत्पादन केले जाते. कोळंबी शेतीसाठी हॅचरीतील बीजांचा वापर करणे अधिक फायदेशीर असते. ही बीज एकसमान आकाराची आणि प्रजातीची असतात, त्यात रोग नाहीत आणि ती नैसर्गिक बीजांपेक्षा जास्त टिकाऊ असतात.

या प्रकरणात आपण भारतातील जलद वाढणाऱ्या गोड्या पाण्यातील प्रजातींबाबत माहिती पहिली. वरील माहितीमध्ये या प्रजातींच्या जीवनशैली, वातावरण, आहार, भौगोलिक वितरण, प्रजनन

पद्धती, वाढीचा दर आणि बीज उपलब्धतेची सखोल चर्चा केली आहे. या माशांचा अभ्यास आणि प्लास्टिकच्या तलावांची रचना यांचा सखोल अभ्यास केल्याने शेतकरी आपल्या तलावासाठी सर्वात योग्य माशांची निवड करण्यास सक्षम होतील अशी आशा आहे. आम्ही महाराष्ट्रातल्या प्लास्टिकचे अस्तर असलेल्या तलावांमध्ये केलेल्या अभ्यासानुसार, तिलापिया, पांगासियस आणि कॉमन कार्प या माशांच्या प्रजाती योग्य पद्धतीने वाढवल्या गेल्या तर या तळ्यांमद्धे चांगले उत्पादन देतात.

<table>
<tr><td>कटला</td><td>रोहू</td></tr>
<tr><td>मृगळ</td><td>सायप्रिनस / कॉमन कार्प</td></tr>
<tr><td>गवत्या मासा / ग्रास कार्प</td><td>चंदेरा / सिल्वर कार्प</td></tr>
<tr><td>चिलापी मासा</td><td>पंगॉशिअस</td></tr>
</table>

रुपचंद

मरळ

कालबासू

कोळंबी

चितळ

वालशिवडा

पाबदा

जिताडा

Fishbase.com

# ७. प्लास्टिकचे अस्तरीकरण असलेल्या शेततळ्यातील माशांचे अन्न

मत्स्यपालन उद्योगाच्या यशस्वीतेसाठी मत्स्य खाद्य हा अत्यंत महत्त्वपूर्ण घटक आहे, कारण माशांची निरोगी वाढ, उत्पादकता आणि दीर्घायुष्य यासाठी संतुलित आहार आवश्यक असतो. जगभरात मत्स्यपालनाची मागणी वाढत असल्याने माशांच्या खाद्याच्या गुणवत्तेवर अधिकाधिक भर देणे गरजेचे झाले आहे. मत्स्य खाद्य हे विविध प्रकारच्या कच्च्या मालाच्या मिश्रणापासून तयार केले जाते, जे माशांच्या विशिष्ट प्रजाती आणि त्यांच्या वाढीच्या टप्प्यानुसार बदलत असते. एक संतुलित मत्स्य खाद्य प्रथिने, कार्बोहायड्रेट्स, स्निग्धता, जीवनसत्त्वे आणि खनिजे या पोषक घटकांनी समृद्ध असते. ज्यामुळे माशांच्या शरीराच्या विकासासाठी आणि त्यांच्या रोगप्रतिकारक शक्ती वाढविण्यास मदत होते. महाराष्ट्रातील प्लास्टिकचे अस्तरीकरण असलेल्या शेततळ्यांमध्ये मत्स्य शेती वाढत असली तरी या तळ्यांच्या विशिष्ट पर्यावरणीय परिस्थितीमुळे मत्स्य खाद्य निवडताना आपल्यासमोर काही आव्हानं उभे राहतात. प्लास्टिकचे अस्तर आणि या शेततळ्यांची जास्त खोली यामुळे पाण्याचे तापमान, ऑक्सिजनचे प्रमाण आणि पोषक तत्वांची उपलब्धता तसेच व्यवस्थापण पद्धतीं यांवर परिणाम होतो. त्यामुळे, या तळ्यांमधील माशांसाठी विशिष्ट प्रकारचे मत्स्य खाद्य आवश्यक असते. या तळ्यांच्या परिस्थितीनुसार माशांच्या पोषणाच्या गरजा पूर्ण करण्यासाठी वैज्ञानिकांनी विशेष फॉर्म्युलेशन विकसित करणे महत्त्वाचे आहे. जे माशांना आवश्यक पोषक तत्व पुरवण्यासोबतच त्यांच्या रोगप्रतिकारक शक्ती वाढविण्यास आणि जलद गतीने वाढण्यास मदत करेल.

तळ्यातील माशांचे यशस्वी संगोपन आणि वाढीसाठी त्यांना योग्य प्रकारचे आणि पुरेसे आहार देणे अत्यंत महत्त्वाचे आहे. माशांच्या आहाराचे मुख्यतः तीन प्रकार पडतात: नैसर्गिक आहार, पूरक आहार आणि संपूर्ण आहार.

१. **नैसर्गिक खाद्य:** पारंपरिक मत्स्यपालन पद्धतींमध्ये माशांची वाढ मुख्यतः तळ्यातील नैसर्गिक आहारावर अवलंबून असते. या नैसर्गिक आहारात विघटित वनस्पती, सूक्ष्मजीव, प्लँकटन, कीटक, घोंघे, जलचर वनस्पती आणि इतर लहान मासे यांचा समावेश होतो.

- **सेंद्रिय कचरा:** विघटित वनस्पती आणि प्राण्यांचे जैविक पदार्थ.
- **बॅक्टेरिया:** पोषण चक्रात महत्त्वाची भूमिका बजावणारे सूक्ष्मजीव.

- **प्लवंग (प्लँकटन):** सूक्ष्म वनस्पती (फायटोप्लँकटन) आणि सूक्ष्म प्राणी (झूप्लँकटन).
- **कीटक आणि कृमी:** जलकृमी, कीटकांच्या अळ्या आणि प्रौढ कीटक.
- **घोंघे:** मासे खाऊ शकतात असे लहान मोलस्क.
- **जलचर वनस्पती:** विविध प्रकारच्या जल वनस्पती.
- **लहान मासे:** तळ्यात उपलब्ध भक्ष्य प्रजाती.

नैसर्गिक खाद्य माशांच्या वाढीसाठी आधारभूत असले तरी माशांची उत्पादनक्षमता वाढवण्यासाठी पूरक आहाराची आवश्यकता असते. हे पूरक आहार माशांची वाढ जलद गतीने होण्यास मदत करतात.

२. **पूरक खाद्य:** तळ्यातील माशांना आवश्यक असलेले पोषक तत्व पुरवण्यासाठी नैसर्गिक खाद्या व्यतिरिक्त वापरले जाणारे अतिरिक्त अन्न म्हणजे पूरक खाद्य. हे खाद्य सहसा स्थानिक पातळीवर उपलब्ध असते आणि स्वस्त पदार्थांपासून तयार केले जाते. जसे की,

- **वनस्पती:** वनस्पतींची पानं, तुकडे आणि इतर भाग.
- **कृषी उप-उत्पादन:** तांदळ, गहू, मका इ. चा भुसा, पेंड आणि पीक प्रक्रियेतील इतर उप-उत्पादने.

हे खाद्य कार्पसारख्या विविध माशांच्या प्रजातींची उत्पादनक्षमता वाढवण्यासाठी वापरले जाते. कारण ते नैसर्गिक खाद्यातून मिळणाऱ्या पोषक तत्वांची कमतरता भरून काढते.

३. **संपूर्ण खाद्य:** माशांच्या सर्वोत्तम वाढीसाठी आवश्यक असलेले सर्व पोषक तत्वांचे संतुलित मिश्रण म्हणजे संपूर्ण खाद्य. हे खाद्य विशेषतः उच्च घनतेच्या मत्स्य शेतीसाठी वापरले जाते. यात सर्व आवश्यक प्रथिने, कार्बोहायड्रेट्स, चरबी, जीवनसत्वे आणि खनिजे असतात, जसे की:

- **प्रथिने:** मासे, सोयाबीन आणि इतर प्रथिन समृद्ध स्रोतांपासून प्राप्त केले जाते.
- **कर्बोदके:** ऊर्जा स्रोत म्हणून समाविष्ट केले जाते.
- **स्निग्धता:** माशांचे तेल किंवा वनस्पती तेलांमधून मिळणाऱ्या आवश्यक चरब्यापासून प्राप्त केले जाते.
- **जीवनसत्वे आणि खनिजे:** संतुलित पोषणासाठी टाकले जातात.

संपूर्ण खाद्य उच्च पोषणात्मक गरज असलेल्या प्रजातींसाठी अत्यंत महत्त्वाचे असते, जसे की:

- **कॅटफिश:** जसे की पंगास, मागूर, सिंगी आणि पाब्दा.
- **तिलापिया:** संतुलित पोषणाची आवश्यकता असलेली लोकप्रिय प्रजाती.

थोडक्यात, मत्स्य शेतीतील माशांच्या आहाराला तीन मुख्य भागात विभागले जाऊ शकते: नैसर्गिक, पूरक आणि संपूर्ण खाद्य. नैसर्गिक खाद्य हे तळ्यात नैसर्गिकरित्या उपलब्ध असते आणि पारंपरिक पद्धतींमध्ये प्राथमिक आहार म्हणून वापरले जाते. मात्र, माशांची जलद गतीने वाढ होण्यासाठी आणि उत्पादन वाढवण्यासाठी पूरक आणि संपूर्ण खाद्य आवश्यक असते. विशेषत: प्लास्टिक अस्तर असलेल्या शेततळ्यांमध्ये या खाद्यांचे योग्य संतुलन राखणे हे माशांच्या आरोग्यासाठी आणि उत्पादनक्षमतेसाठी अत्यंत महत्त्वाचे आहे. या अध्यायात आपण या तीनही प्रकारच्या खाद्यांबद्दल सविस्तर चर्चा करणार आहोत. मागील अध्यायात आपण माशांच्या विविध प्रजाती आणि त्यांच्या खाद्य पद्धतींबद्दल शिकलो आहोत. या अध्यायातील माहितीचा वापर करून आपण आपल्या माशांसाठी योग्य आहार तयार करू शकतो आणि आपल्या शेततळ्यातून अधिक उत्पादन घेऊ शकतो.

## नैसर्गिक खाद्य

तळ्यातील पाण्यात नैसर्गिकरित्या उपलब्ध असलेले आणि माशांच्या वाढीसाठी आवश्यक असलेल्या सर्व जीवजंतूंना नैसर्गिक खाद्य म्हणतात. हे खाद्य पारंपरिक पद्धतींनी मत्स्यपालन करताना माशांच्या आहारात महत्त्वाची भूमिका बजावते. खाली काही नैसर्गिक खाद्या विषयी सविस्तर माहिती पाहुयात;

१. **सेंद्रिय कचरा:** सेंद्रिय कचरा म्हणजे तळ्याच्या तळाशी जमा होणारा सर्व जैविक कचरा, ज्यामध्ये विघटित झालेली वनस्पती, माशांनी न खाल्लेले जास्तीचे खाद्य, मृत कीटक इत्यादींचा समावेश होतो. हा कचरा तळ्याच्या परिसंस्थेत एक महत्त्वाची भूमिका बजावतो. सेंद्रिय कचऱ्याचे काही फायदे आहेत; तो अनेक जीवजंतूंसाठी खाद्य म्हणून कार्य करतो, जसे की तळाशी राहणारे मासे, गोगलगाई, आणि कीटक. त्याचबरोबर सेंद्रिय कचऱ्याच्या विघटनामुळे पोषक तत्वे मुक्त होतात, जी वनस्पतींच्या वाढीसाठी उपयुक्त ठरतात.

तथापि, सेंद्रिय कचऱ्याचे काही तोटेही आहेत. जर सेंद्रिय कचऱ्याचे प्रमाण जास्त झाले, तर त्याच्या विघटनासाठी आवश्यक ऑक्सिजन कमी पडतो. यामुळे पाण्यातील ऑक्सिजनची पातळी कमी होते, ज्यामुळे मास्यांना श्वास घेण्यास त्रास होतो. याशिवाय, सेंद्रिय कचऱ्यामुळे पाण्यात नायट्रोजन आणि फॉस्फरस सारखी पोषक तत्वे वाढतात, ज्यामुळे शैवालांची अतिशय जास्त वाढ होऊन पाणी प्रदूषित होते. या परिस्थितीत रोगजनक सूक्ष्मजीव वाढण्याची शक्यता वाढते, ज्यामुळे माशांना रोग होण्याचा धोका निर्माण होतो.

प्लास्टिक अस्तर असलेल्या शेततळ्यांमध्ये सेंद्रिय कचऱ्याची समस्या अधिक गंभीर असते. या तळ्यांची खोली जास्त असते, ज्यामुळे मासे तळाशी जमा झालेला कचरा खाऊ शकत नाहीत. परिणामी, सेंद्रिय कचऱ्याचे प्रमाण वाढते आणि त्यामुळे उद्भवणाऱ्या समस्याही अधिक गंभीर होतात. या समस्यांचा सामना करण्यासाठी योग्य खाद्य व्यवस्थापन आवश्यक असते, ज्यामुळे माशांना योग्य प्रमाणात खाद्य देणे, नियमितपणे तळाची सफाई करणे, पाण्याची गुणवत्ता चांगली ठेवणे, आणि ऑक्सिजन पंप वापरून पाण्यातील ऑक्सिजनची पातळी संतुलित ठेवणे यासारखे उपाय आवश्यक आहेत. थोडक्यात सेंद्रिय कचरा हा तळ्याच्या परिसंस्थेतील एक महत्त्वाचा घटक असला तरी त्याचे प्रमाण नियंत्रणात ठेवणे आवश्यक असते. ज्यामुळे योग्य व्यवस्थापनाने सेंद्रिय कचऱ्यामुळे उद्भवणाऱ्या समस्या कमी करून मत्स्यपालन यशस्वी करणे शक्य आहे.

२. **बॅक्टेरिया:** शेततळ्यातील पाण्यात असलेले बॅक्टेरिया हे एक महत्त्वाचे सूक्ष्मजीव असतात. ते पाण्यातील सेंद्रिय पदार्थ, मृत जीव आणि मलमूत्र यांना विघटित करतात. या प्रक्रियेतून पोषक तत्वे मुक्त होतात, जी नंतर फायटोप्लँक्टन आणि झूप्लँक्टन यांसारख्या इतर सूक्ष्मजीवांना मिळतात. हे सूक्ष्मजीव लहान माशांचे खाद्य असतात आणि याचप्रमाणे लहान मासे मोठ्या माशांचे खाद्य असतात. अशा प्रकारे बॅक्टेरिया हे तळ्यातील खाद्य साखळीतील एक महत्त्वपूर्ण कडी आहेत.

३. **किडे आणि कीटक:** शेततळ्यातील किडे आणि कीटक हे तळ्याच्या आरोग्यासाठी खूप महत्त्वाचे आहेत. ते तळ्यातील खाद्य साखळीतील एक महत्त्वाचा घटक असतात. या किटकांना खाऊन मासे वाढतात आणि त्यामुळे मत्स्यपालन व्यवसायाला बळ मिळते.

शिवाय, विविध प्रकारचे किटक असल्याने तळ्यातील जैवविविधता वाढते आणि तळे अधिक निरोगी राहतात.

४. **घोंघे:** शेततळ्यांमध्ये घोंघे हे अत्यंत महत्त्वाचे आणि उपयोगी जीव आहेत, जे तळ्याचे संतुलन राखण्यात महत्त्वपूर्ण भूमिका बजावतात. घोंघे शैवालांना खाऊन त्यांच्या वाढीवर नियंत्रण ठेवतात, ज्यामुळे पाण्यातील ऑक्सिजनची पातळी कमी होण्याची शक्यता कमी होते, आणि पाण्यातील इतर जलचर प्राण्यांना श्वास घेण्यास मदत होते. तसेच ते मृत सेंद्रिय पदार्थ, जसे की मृत किटक आणि वनस्पतींचे अवशेष खाऊन पाण्याची गुणवत्ता सुधारतात, यामुळे पाण्यात रोगजनक सूक्ष्मजीव वाढण्याची शक्यता कमी होते. घोंघे अनेक माशांसाठी नैसर्गिक आहार असतात, त्यामुळे ते खाद्य साखळीत एक महत्त्वपूर्ण कडी बनतात. विविध प्रकारच्या घोंघ्यांमुळे तळ्यातील जैवविविधता वाढते, जे तळ्याच्या आरोग्यासाठी खूप आवश्यक आहे. तथापि, तळ्यात योग्य प्रमाणात घोंघे असणे आवश्यक आहे; कारण त्यांची संख्या जास्त झाली तर ते पाण्यातील ऑक्सिजन कमी करणे किंवा वनस्पतींना नुकसान पोहोचवणे यासारखे समस्यात्मक ठरू शकतात. यामुळे घोंघे हे तळ्यांसाठी एक अमूल्य खजिना आहेत, कारण ते तळ्याच्या आरोग्यासाठी, पाण्याची गुणवत्ता सुधारण्यासाठी आणि जैवविविधता वाढवण्यासाठी महत्त्वपूर्ण भूमिका बजावतात.

५. **जलचर वनस्पती:** जलचर वनस्पती शेततळ्यातील ऑक्सिजन वाढवतात आणि विविध जीवांना अन्न आणि आश्रय देतात. पण महाराष्ट्रातील प्लास्टिकचे अस्तरीकरण असलेल्या शेततळ्यात या वनस्पतींची वाढ मंदावते. प्लास्टिक पेपर मुळे माती आणि पाण्याचा संपर्क तुटल्याने वनस्पतींना आवश्यक पोषक तत्वे मिळत नाहीत. परिणामी, शेततळ्यात या वनस्पतींची वाढ मंदावते.

६. **लहान मासे:** शेततळ्यातील लहान मासे हे पारिस्थितिक तंत्राचा एक महत्त्वाचा घटक आहेत. हे मासे मोठ्या माशांसाठी आवश्यक अन्न स्रोत म्हणून काम करतात. लहान मासे तळ्यातील अन्न साखळीतील एक महत्त्वाची कडी आहेत, कारण ते प्लवंग, किटक आणि इतर सूक्ष्म जीव खातात आणि बदल्यात मोठ्या माशांचे भक्ष्य बनतात. यामुळे तळ्यातील पोषक तत्वांचे चक्र सुरळीत चालू राहते. नैसर्गिक आहाराच्या दृष्टिकोनातून लहान मासे मोठ्या माशांसाठी संतुलित आहार देतात, जो कृत्रिम खाद्यांच्या तुलनेत अधिक पोषक असतो. प्लास्टिकचे अस्तरीकरण असलेल्या शेततळ्यांमद्धे हे लहान मासे वाढण्याची दोन कारणे असू शकतात. एक म्हणजे इनलेटमधून पाण्याबरोबर माश्यांचा प्रवेश आणि दुसरे म्हणजे पूर्वीच्या साठ्यातून

शिल्लक राहिलेले मासे यांचा समावेश होतो. जर तळे पूर्णपणे खाली करून पुन्हा भरले जात नसेल, तर काही लहान मासे तळ्यातच शिल्लक राहतात. तथापि, हे लहान मासे जास्त प्रमाणात झाले तर या माशांचा काही प्रमाणात त्रास होऊ शकतो. कारण हे मासे पाळीव माशांसोबत अन्नासाठी स्पर्धा करतात, ज्यामुळे पाळीव माशांची वाढ मंदावू शकते. त्यामुळे या भक्ष्य माशांची संख्या नियंत्रणात ठेवणे पण महत्त्वाचे असते.

७. **प्लवंग:** प्लवंग हे सूक्ष्म, एककोशिकीय किंवा बहुकोशिकीय जीव असतात जे पाण्यात मुक्तपणे तरंगतात. आणि ते जलीय अन्न साखळीचा पाया म्हणून सर्व जलचर परिसंस्थांसाठी अत्यंत महत्त्वाचे असतात. प्लवंगाचे दोन प्रमुख प्रकार आहेत: फायटोप्लँक्टन आणि झूप्लँक्टन. फायटोप्लँक्टन वनस्पतींच्या गटातील असून, त्यात शैवाल, डायटॉम्स आणि डिनोफ्लॅजलेट्स यांचा समावेश होतो. हे सूर्यप्रकाश आणि पाण्यातील पोषक तत्वांचा वापर करून प्रकाशसंश्लेषणाद्वारे स्वतःचे अन्न तयार करतात. झूप्लँक्टन प्राणी गटातील असून, त्यात प्रोटोजोअन्स, मोलस्क्स आणि लहान क्रस्टेशियन्स यांचा समावेश होतो. जे फायटोप्लँक्टन आणि इतर लहान जीव खाऊन जगतात. प्लवंग जलीय अन्न साखळीतील पहिला टप्पा आहेत, आणि ते मोठ्या माशांसह शार्क, व्हेल आणि इतर समुद्री प्राण्यांसाठी पण अन्न पुरवतात. फायटोप्लँक्टन हे सूक्ष्म जीव आहेत जे प्रकाशसंश्लेषणाद्वारे ऑक्सिजन तयार करतात आणि पृथ्वीच्या वातावरणातील बहुतांश ऑक्सिजनचे उत्पादन करतात. ते पाण्यातील पोषक तत्वांचे चक्रण आणि पाण्याची गुणवत्ता राखण्यात महत्त्वपूर्ण भूमिका बजावतात, तसेच वातावरणातील कार्बन डायऑक्साइड शोषून घेऊन हवामान बदलाच्या परिणामांना कमी करण्यास मदत करतात. प्लवंगाच्या प्रजनन आणि वितरणावर तापमान, लवणता, pH आणि पोषक तत्वांचे प्रमाण या घटकांचा मोठा परिणाम होतो. प्लवंगाचा अभ्यास केल्याने जलचर परिसंस्थांच्या आरोग्याबद्दल सखोल माहिती मिळते, ज्याचा उपयोग जल प्रदूषण, जलवायु बदल आणि मानवी क्रियाकलापांच्या प्रभावांचा अंदाज घेण्यासाठी होऊ शकतो.

प्लवंगाचे आकारानुसार खालीलप्रमाणे वर्गीकरण केले जाऊ शकते, ज्यामध्ये प्रत्येक श्रेणी वेगवेगळ्या आकाराच्या जीवांचे प्रतिनिधित्व करतात:

- **पिकोप्लँक्टन:** हे सर्वात लहान प्लवंग असून यांचा आकार सामान्यतः 2 मायक्रोमीटर ($\mu$) पेक्षा कमी असतो.
- **नॅनोप्लँक्टन:** या प्लवंगांचा आकार 2 ते 20 मायक्रोमीटर ($\mu$) पर्यंत असतो.
- **मायक्रोप्लँक्टन:** हे 20 ते 200 मायक्रोमीटर ($\mu$) आकाराचे असतात.
- **मॅक्रोप्लँक्टन:** मॅक्रोप्लँक्टनमध्ये सर्वात मोठ्या आकाराचे प्लवंग समाविष्ट होतात, ज्यांचा आकार 200 मायक्रोमीटर ($\mu$) पेक्षा जास्त असतो.

जलीय अन्नसाखळी आणि परिसंस्थेच्या चक्रात प्लँक्टनचे प्रत्येक आकारमान एक महत्वाची भूमिका बजावते.

**जलकृषीत प्लँक्टन का महत्वाचे आहे:** प्लवंग हे सूक्ष्म जीव आहेत जे पाण्यात मुक्तपणे तरंगतात आणि ते जलचर अन्न साखळीचा पाया असून सर्व जलीय पारिस्थितिक तंत्रांसाठी अत्यंत महत्त्वाचे असतात. विशेषतः जलकृषी क्षेत्रात, प्लँक्टनची भूमिका अत्यंत महत्वाची आहे. नैसर्गिक जलाशयांमध्ये प्लवंग, माश्यांचा लार्वा आणि भुरासाठी प्राथमिक अन्न स्रोत असतात. ते प्रथिने, लिपिड्स, कार्बोहायड्रेट्स, व्हिटॅमिन्स, खनिजे, अमिनो आम्ल, आणि फॅटी आम्ल यांसारख्या आवश्यक पोषण घटकांचा समृद्ध स्रोत आहेत. कृत्रिम खाद्यांच्या तुलनेत, जिवंत प्लवंग अधिक पोषक असतात, ज्यामुळे माश्यांची वाढ वेगवान होते आणि आरोग्य चांगले राहते. माश्यांची पिल्ले लार्वा अवस्थेत असताना त्यांची पचन प्रणाली पूर्ण विकसित झालेली नसते, त्यामुळे प्लँक्टन सारखे लहान आणि पचायला सोपे अन्न त्यांच्यासाठी आदर्श ठरते. तसेच प्लँक्टन पाण्यात सक्रियपणे तैरतात, ज्यामुळे माश्यांना त्यांना सहजपणे पकडता येते आणि त्यामुळे त्यांचा आहार घेण्याचा सराव वाढतो.

**प्लँक्टनचे व्यापक वर्गीकरण:** त्यांच्या आहाराच्या स्रोतानुसार, प्लँक्टनला मुख्यतः दोन प्रकारात विभागले जाऊ शकते:

**अ) फायटोप्लँक्टन:** फायटोप्लँक्टन हे सूक्ष्म वनस्पती आहेत, जे सूर्यप्रकाश आणि पाण्यातील पोषक तत्त्वांचा वापर करून प्रकाशसंश्लेषणाद्वारे ऊर्जा निर्माण करतात. हे तलावाच्या पारिस्थितिक तंत्रामध्ये प्राथमिक उत्पादक म्हणून कार्य करतात, त्यामुळे तळ्यातील इतर जीवसृष्टीसाठी महत्त्वपूर्ण असतात. यांचा वापर झूप्लँक्टनसाठी अन्न स्रोत म्हणून होतो. मत्स्यपालन

तळ्यांमध्ये सामान्यपणे आढळणारे फायटोप्लँक्टनचे प्रकार म्हणजे शैवाल, डायटॉम्स आणि डिनोफ्लॅजलेट्स.

**तळ्यातील पारिस्थितिकी तंत्रात फायटोप्लँक्टनचे महत्त्वपूर्ण योगदान:** फायटोप्लँक्टन हे सूक्ष्म वनस्पती आहेत जे पाण्यात मुक्तपणे तरंगतात. ते तळ्यातील पारिस्थितिक तंत्राचा पाया मानले जातात आणि त्यांचे अनेक महत्त्वपूर्ण कार्य आहेत. जसे की,

- **प्राथमिक उत्पादक:** फायटोप्लँक्टन सूर्यप्रकाश आणि पाण्यातील पोषक तत्वांचा वापर करून स्वतःचे अन्न स्वतः तयार करतात. या प्रक्रियेला प्रकाशसंश्लेषण म्हणतात. प्रकाशसंश्लेषणाद्वारे फायटोप्लँक्टन सेंद्रिय पदार्थ तयार करतात, जे खाद्य साखळीतील इतर सर्व सजीवांसाठी ऊर्जेचे प्राथमिक स्रोत असते. म्हणूनच, फायटोप्लँक्टनला तळ्यातील पारिस्थितिक तंत्रातील प्राथमिक उत्पादक म्हणून ओळखले जाते.

- **ऑक्सिजन उत्पादन:** प्रकाशसंश्लेषणादरम्यान, फायटोप्लँक्टन ऑक्सिजन सोडतात. हा ऑक्सिजन पाण्यात विरघळतो आणि तळ्यातील सर्व सजीवांना श्वास घेण्यासाठी उपलब्ध होतो. म्हणूनच, फायटोप्लँक्टन पाण्यातील ऑक्सिजनचे मुख्य स्त्रोत आहेत.

- **पोषक तत्वांचे चक्रण:** फायटोप्लँक्टन पाण्यातून पोषक तत्वे शोषून घेतात आणि त्यांच्या शरीरात साठवून ठेवतात. जेव्हा फायटोप्लँक्टन मरतात, तेव्हा त्यांचे शरीर विघटित होते आणि त्यातील पोषक तत्व पुन्हा पाण्यात मिसळतात. या प्रक्रियेमुळे पाण्यातील पोषक तत्वांचे चक्रण होते आणि इतर सजीव या पोषक तत्वांचा पुन्हा वापर करू शकतात.

- **आहार स्रोत:** फायटोप्लँक्टन, झूप्लँक्टन (जसे की रोटिफर्स, क्लॅडॉसेरन्स आणि कोपेपोड्स) आणि इतर लहान जलचर जीवांसाठी प्राथमिक आहार स्रोत आहेत. झूप्लँक्टन मध्यम आकाराच्या माशांना आणि नंतर मोठ्या माशांना अन्न पुरवते. म्हणूनच, फायटोप्लँक्टन जलीय अन्न साखळीतील महत्त्वपूर्ण कडी आहे.

- **पाण्याची गुणवत्ता:** फायटोप्लँक्टन पाण्यातील अतिरिक्त पोषक तत्वे शोषून घेतात, ज्यामुळे पाण्याची गुणवत्ता सुधारते. जर पाण्यात पोषक तत्वांचे प्रमाण जास्त असेल, तर फायटोप्लँक्टनचा प्रचंड प्रसार होऊ शकतो, ज्याला *अल्गल ब्लूम* म्हणतात. अल्गल ब्लूममुळे पाण्यातील ऑक्सिजनचे प्रमाण कमी होते आणि इतर सजीवांचा मृत्यू होऊ शकतो.

एकूणच, फायटोप्लॅक्टन तळ्यातील पारिस्थितिक तंत्राच्या संतुलन आणि आरोग्यासाठी अत्यंत महत्त्वपूर्ण आहेत. ते खाद्य साखळीतील प्राथमिक उत्पादक असून, ऑक्सिजन उत्पादन, पोषक तत्वांचे चक्रण आणि पाण्याची गुणवत्ता सुधारण्यात महत्त्वपूर्ण भूमिका बजावतात.

***तळ्यातील पारिस्थितिक तंत्रात फायटोप्लॅक्टनमुळे उद्भवणाऱ्या संभाव्य समस्या:*** जरी फायटोप्लॅक्टन तळ्यातील पारिस्थितिक तंत्रासाठी अत्यावश्यक असले तरी त्यांच्या अत्यधिक वाढीमुळे अनेक समस्या उद्भवू शकतात.

- **शैवालांची विस्फोटक वाढ:** शैवालांची विस्फोटक वाढ (अल्गल ब्लूम) ही एक मुख्य समस्या आहे. ज्याचे कारण पाण्यातील पोषक तत्वांचे प्रमाण, विशेषतः नायट्रोजन आणि फॉस्फरसचे प्रमाण वाढणे हे आहे. यामुळे फायटोप्लॅक्टनची प्रचंड वाढ होते, जे पाण्याची पारदर्शकता कमी करते, इतर जलचर वनस्पतींना सूर्यप्रकाश मिळण्यास अडथळा आणते आणि पाण्यातील ऑक्सिजनचे प्रमाण कमी करते. तसेच, पाण्याचा रंग बदलतो, अप्रिय वास येतो, आणि पाण्याच्या पृष्ठभागावर थर तयार होतो. यामुळे पाण्यातील विषारी पदार्थांचे प्रमाण वाढू शकते. ज्यामुळे जलचर प्राण्यांचा मृत्यू होऊ शकतो. पाण्याची गुणवत्ता खराब होते आणि पाणी पिण्यासाठी उपयोगी नसते. आणि त्यामुळे मत्स्यपालन व पर्यटन व्यवसाय पण प्रभावित होतात.

- **ऑक्सिजनची कमी:** ऑक्सिजनची कमी ही आणखी एक गंभीर समस्या आहे. शैवालांची विस्फोटक वाढ झाल्यानंतर ते मरतात आणि त्यांचे विघटन होते. या विघटनाच्या प्रक्रियेत बॅक्टेरिया ऑक्सिजन वापरतात, त्यामुळे पाण्यातील ऑक्सिजनचे प्रमाण कमी होते. या परिस्थितीत मासे आणि इतर जलचर जीव मरण पावण्याची शक्यता वाढते.

- **विषांचा स्राव:** काही प्रकारचे फायटोप्लॅक्टन, जसे की डिनोफ्लॅजलेट्स आणि सायनोबॅक्टेरिया विषारी पदार्थ तयार करतात. यामुळे मासे, पक्षी आणि इतर प्राणी या विषारी पदार्थांमुळे मरू शकतात. याशिवाय, मनुष्याने या पाण्याचा वापर केल्यास त्यांच्या आरोग्यावरही परिणाम होऊ शकतो. ज्यामुळे जीवनसत्त्वे आणि आरोग्याशी संबंधित समस्या निर्माण होऊ शकतात.

- **पाण्याच्या pH मध्ये उतार-चढाव:** फायटोप्लॅक्टनच्या प्रकाशसंश्लेषण आणि श्वसन क्रियेमुळे पाण्याचा pH स्तर सतत बदलत असतो. दिवसा, प्रकाशसंश्लेषणामुळे pH स्तर वाढतो, तर

रात्री श्वसनामुळे pH स्तर कमी होतो. हे अचानक बदल जलचर जीवांच्या वाढीवर आणि प्रजननावर नकारात्मक परिणाम करू शकतात.

- **सौंदर्य आणि मनोरंजनाचे प्रश्न:** शैवालांची विस्फोटक वाढ तळ्यातील सौंदर्य आणि मनोरंजन मूल्यावरही परिणाम करते. हे पाण्याचा रंग बदलते, अप्रिय वास निर्माण करते, आणि पाण्याच्या पृष्ठभागावर थर तयार होतो, ज्यामुळे तळ्याचे सौंदर्य कमी होते. यामुळे, जलीय पर्यावरणात मनोविज्ञानात्मक प्रभावही पडतो.

हे सर्व परिणाम एकमेकांना प्रभावित करतात आणि तळ्यातील पारिस्थितिक तंत्राला गंभीर धोका निर्माण करतात. त्यामुळे शैवालांची विस्फोटक वाढ रोखण्यासाठी काही उपाय करणे आवश्यक आहे. या उपायांमध्ये पाण्यातील पोषक तत्वांचे संतुलित प्रमाण ठेवणे, पाण्याची गुणवत्ता सुधारण्याचे प्रयत्न करणे, तळ्याची नियमित स्वच्छता करणे आणि जैविक उपचार पद्धतींचा वापर करणे आवश्यक आहे.

**फायटोप्लँक्टनच्या वाढीसाठी आवश्यक गोष्टी:** फायटोप्लँक्टन हे सूक्ष्म वनस्पती आहेत जे पाण्यात मुक्तपणे तरंगतात. ते प्रकाशसंश्लेषणाद्वारे आपले अन्न स्वतः तयार करतात. त्यामुळे त्यांच्या वाढीसाठी काही विशिष्ट गोष्टींची आवश्यकता असते.

- **पोषण घटक:** फायटोप्लँक्टनला वाढण्यासाठी नायट्रोजन आणि फॉस्फरस सारखे पोषक तत्वांची आवश्यकता असते. हे पोषक तत्व पाण्यात विरघळलेले असतात आणि ते पावसाच्या पाण्यातून, खतांच्या वापरातून आणि सेंद्रिय पदार्थांच्या विघटनातून उपलब्ध होतात. याशिवाय, फायटोप्लँक्टनला इतरही काही सूक्ष्म पोषक तत्वांची आवश्यकता असते, जसे की लोह आणि सिलिकॉन.
- **सूर्यप्रकाश:** फायटोप्लँक्टन प्रकाशसंश्लेषणाद्वारे ऊर्जा तयार करतात, म्हणून त्यांना वाढण्यासाठी सूर्यप्रकाश आवश्यक असतो. ते चांगला सूर्यप्रकाश मिळणाऱ्या पाण्याच्या वरच्या थरात अधिक प्रमाणात आढळतात.
- **कार्बन डायऑक्साईड:** प्रकाशसंश्लेषण प्रक्रियेत फायटोप्लँक्टन कार्बन डायऑक्साईडचा वापर करतात. पाण्यात विरघळलेला कार्बन डायऑक्साईड फायटोप्लँक्टनला उपलब्ध असतो.

- **तापमान:** फायटोप्लँक्टनच्या विविध प्रजातींच्या वाढीसाठी वेगवेगळे अनुकूल तापमान आवश्यक असते. सामान्यतः उष्णकटिबंधीय प्रदेशातील पाण्यात फायटोप्लँक्टनची वाढ अधिक वेगाने होते.

- **पाण्याची स्थिरता:** जर पाण्याचे स्तर स्थिर असतील तर फायटोप्लँक्टन सूर्यप्रकाश असलेल्या पाण्याच्या वरच्या थरात राहू शकतात. जर पाणी मिसळत असेल, तर फायटोप्लँक्टन खोल पाण्यात जाऊ शकतात आणि त्यांना पुरेसा सूर्यप्रकाश मिळत नाही.

- **pH स्तर:** फायटोप्लँक्टनसाठी ७.५ ते ८.५ या दरम्यानचा pH स्तर अनुकूल असतो. अत्यंत आम्ल किंवा क्षारक पाण्यात फायटोप्लँक्टन वाढू शकत नाहीत.

- **लवणता:** ताज्या पाण्यातील फायटोप्लँक्टन आणि समुद्रातील फायटोप्लँक्टन यांच्या लवणतेच्या गरजा वेगवेगळ्या असतात. प्रत्येक प्रजातीची विशिष्ट लवणता असते ज्यामध्ये ती चांगली वाढते.

- **अस्पष्टता:** पाण्याच्या जास्त अस्पष्टतामुळे सूर्यप्रकाश पाण्यात शिरू शकत नाही आणि फायटोप्लँक्टनची वाढ मंदावते.

फायटोप्लँक्टनच्या वाढीसाठी पोषण, प्रकाश, तापमान, pH, लवणता आणि अस्पष्टता यासारख्या अनेक घटकांचे योग्य संतुलन आवश्यक असते. या घटकांमध्ये कोणताही बदल फायटोप्लँक्टनच्या वाढीवर परिणाम करू शकतो.

**महाराष्ट्रातील प्लास्टिकचे अस्तरीकरण असलेली शेततळी आणि प्लवंग:** तुम्हाला माहितच आहे की महाराष्ट्रातील शेतकरी पाणी साठविण्यासाठी मोठ्या प्रमाणावर प्लास्टिक अस्तरयुक्त शेततळ्यांचा वापर करत आहेत. ही तळी जमिनीतून पाणी गळती रोखण्यासाठी प्रभावी ठरत असली तरी या तंत्रज्ञानाचा पर्यावरणावर, विशेषतः तळ्यातील सूक्ष्म जीवजंतूंवर, उदा. प्लँक्टनवर, नकारात्मक परिणाम होतो. प्लँक्टनसाठी ही तळी आव्हानात्मक ठरत आहेत कारण प्लास्टिक अस्तरामुळे पाण्याचा जमिनीशी संपर्क तुटतो. त्यामुळे जमिनीतून मिळणारी नायट्रोजन, फॉस्फरस यांसारखी पोषक तत्वे पाण्यात पोहोचू शकत नाहीत, जी प्लँक्टनच्या वाढीसाठी अत्यंत आवश्यक असतात. याशिवाय, ही तळी साधारणतः खोल असतात, ज्यामुळे सूर्यप्रकाश तळाच्या भागापर्यंत पोहोचू शकत नाही. प्लँक्टनला प्रकाशसंश्लेषणासाठी सूर्यप्रकाशाची गरज असते, ज्याच्या मदतीने ते कार्बन डायऑक्साइड आणि पाणी वापरून स्वतःचे अन्न तयार करतात आणि ऑक्सिजन उत्सर्जित

करतात. यामुळे तळ्यातील पोषक चक्र देखील बिघडते, कारण जमिनीतून पोषक तत्वांचा पुरवठा कमी होतो आणि प्रकाशसंश्लेषणाचा अभाव जाणवतो. तळ्यातील ऑक्सिजनची पातळी कमी झाल्यामुळे इतर जीवजंतूंचे अस्तित्व देखील धोक्यात येते. त्यामुळे प्लास्टिक अस्तरयुक्त तळ्यांचा परिणाम फक्त पाणी साठवणुकीपुरता मर्यादित राहत नाही, तर तळ्यातील जीवसृष्टीच्या संतुलनावरही होतो.

**प्लास्टिक अस्तरयुक्त शेततळ्यांमध्ये प्लँक्टनची वाढवण्याची शक्यता:** प्लास्टिक अस्तरयुक्त शेततळ्यांमध्ये प्लँक्टन वाढण्याची शक्यता नाकारून चालत नाही. जरी या पाण्याचा जमिनीशी थेट संपर्क नसला तरी प्लँक्टनच्या वाढीसाठी आवश्यक असलेले नायट्रोजन आणि फॉस्फरस यांसारखे पोषक घटक इतर मार्गाने उपलब्ध होऊ शकतात. जसे की;

- **पोषक घटकांचा बाहेरून पुरवठा:** प्लँक्टनच्या वाढीसाठी आवश्यक पोषक घटक तळ्यात थेट खतांची मात्रा घालून बाह्य स्त्रोतांद्वारे आणता येतात. अशा घटकांच्या मदतीने नायट्रोजन, फॉस्फरस आणि इतर आवश्यक पोषक तत्वांचा पुरवठा केला जाऊ शकतो. त्याचबरोबर तळ्यात प्लँक्टनची वाढ प्रोत्साहित करण्यासाठी खतांचा वापर करताना जल परिसंस्थेचे आरोग्य टिकवणे पण अत्यावश्यक असते. या प्रक्रियेत आपले मुख्य उद्दिष्ट म्हणजे तळ्यातील पाण्याची गुणवत्ता आणि सजीवांना नुकसान न पोहोचवता प्लँक्टनची वाढ करणे हे असले पाहिजे. यासाठी, पाण्याच्या गुणवत्तेचे नियमित निरीक्षण करणे आवश्यक असते, ज्यामध्ये pH, विरघळलेला ऑक्सिजन पातळी, आणि पोषक घटकांचे प्रमाण तपासणे गरजेचे असते. जास्त प्रमाणात खतांचा वापर केल्यास पोषक घटकांचा अतिरिक्त साठा होऊन हानिकारक शैवाल वाढीची समस्या, ऑक्सिजन कमी होणे, आणि मासे मृत्यू यांसारख्या समस्या उद्भवू शकतात.

खोल, प्लास्टिक अस्तरयुक्त शेततळ्यांमध्ये जलविद्रव्य खते (वॉटर-सोल्युबल फर्टिलायझर्स) वापरणे चांगले ठरू शकते, कारण ती पाण्यात वेगाने विरघळून पोषक घटक सर्वत्र समान पसरतात. यामध्ये नायट्रोजन आणि फॉस्फरससारखे पोषक घटक योग्य प्रमाणात असणे आवश्यक असते. जीवामृतसारखी सेंद्रिय खते देखील उपयुक्त ठरू शकतात, कारण त्यातील सूक्ष्मजीव जैविक पदार्थांचे विघटन करून पोषक घटक हळूहळू सोडतात. शेतकऱ्यांनी खतांचा वापर नियंत्रित प्रमाणात करावा आणि प्लँक्टनच्या प्रतिसादानुसार हळूहळू मात्रा वाढवावी.

यामुळे अचानक पोषक घटकांची सांद्रता वाढण्याचे प्रमाण कमी होते आणि प्लँक्टनची संतुलित वाढ होते. त्याचप्रमाणे, ज्या खतांमध्ये हानिकारक रसायने किंवा जड धातू असतात, त्यांचा वापर टाळावा, कारण ते तळ्यात साठून परिसंस्थेवर प्रतिकूल परिणाम करू शकतात. त्यामुळे, तळ्यातील प्लँक्टन वाढवण्यासाठी खतांचा वापर करताना सावधपणे व्यवस्थापन आणि नियमित निरीक्षण आवश्यक आहे.

- **जैविक पदार्थांचे विघटन:** महाराष्ट्रातील प्लास्टिक अस्तरयुक्त शेततळ्यांमध्ये शेणखत (FYM) विघटन प्रक्रियेद्वारे आवश्यक पोषक घटक उपलब्ध करून देऊन प्लँक्टनच्या वाढीला प्रोत्साहन देऊ शकते. परंतु शेततळ्यांमध्ये शेणखताचे  संभाव्य नकारात्मक परिणाम टाळण्यासाठी काही काळजी घेणे आवश्यक आहे. तळ्यात शेणखत वापरण्यापूर्वी ते पूर्णपणे कुजलेले असावे, अन्यथा तळ्याच्या तळाशी जमा होऊन ते ऑक्सिजनच्या कमतरतेस कारणीभूत ठरू शकते, ज्यामुळे हानिकारक अनऑरोबिक परिस्थिती निर्माण होऊ शकते. पोषक घटकांचे समान वितरण सुनिश्चित करण्यासाठी आणि नकारात्मक परिणाम कमी करण्यासाठी, पूर्णपणे कुजलेले शेणखत पाण्यात मिसळून द्रव किंवा स्लरी स्वरूपात वापरण्याची शिफारस केली जाते, कारण यामुळे याचे वितरण प्रभावीपणे होते. यासाठी शेणखत पूर्णपणे कुजवून ते पाण्यात मिसळून स्लरी तयार करणे योग्य ठरते. त्याचबरोबर शेतकऱ्यांनी पाण्याच्या गुणवत्तेच्या बाबी, जसे की विरघळलेला ऑक्सिजन आणि पोषक घटकांची पातळी यांचे नियमितपणे निरीक्षण करणे महत्त्वाचे असते, जेणेकरून शेणखतांचे प्रमाण योग्य ठेवता येईल आणि तळ्यातील परिसंस्थेतील एकूण संतुलन राखता येईल. या काळजीपूर्वक व्यवस्थापन प्रक्रियामुळे तळ्यातील पोषक घटकांचे संतुलन योग्य ठेऊन शाश्वत प्लँक्टन वाढ सुनिश्चित केली जाऊ शकते.

- **वातावरणातून जमा होणारे कण:** म्हणजे हवेत मिसळलेले सूक्ष्म कण आणि धूळ यांचे पाण्यात जमा होणे. हे कण वारा, पाऊस आणि इतर हवामान बदलांच्या परिणामी एका ठिकाणाहून दुसऱ्या ठिकाणी वाहून नेले जातात. महाराष्ट्रातील प्लास्टिक अस्तरयुक्त शेततळ्यांमध्ये वातावरणातून जमा होणारे कण खूप महत्त्वाची भूमिका बजावतात, कारण या कणांमध्ये नायट्रोजन, फॉस्फरस आणि इतर पोषक तत्वे असतात जे प्लँक्टनच्या वाढीसाठी आवश्यक आहेत. या कणांमुळे तळ्यात पोषक तत्वांचा पुरवठा होतो, ज्यामुळे प्लँक्टनची वाढ होते आणि यामुळे माश्यांच्या वाढीसाठी अन्न पुरवठा उपलब्ध होतो.

महाराष्ट्रातील कृषी क्षेत्रात मोठ्या प्रमाणावर खुल्या जागा असल्याने या जागांवरून वारा वाहताना धूळ उडते, ज्यामध्ये पोषक तत्वे असतात. कोरडे हवामान आणि वारंवार वारे यामुळे धुळीची वादळे उटली जातात, आणि ही धूळ तळ्याच्या पाण्यावर पडून पोषक तत्वे पुरवते. तथापि, वातावरणातून जमा होणाऱ्या कणांमध्ये कधीकधी हानिकारक पदार्थ देखील असू शकतात, जसे की औद्योगिक प्रदूषणामुळे हवेत पसरलेले धातूचे कण, जे तळ्यात जमा होऊ शकतात आणि मास्यांच्या आरोग्यासाठी हानिकारक ठरू शकतात. म्हणून, वातावरणातून जमा होणाऱ्या कणांचा फायदा घेण्यासोबतच त्यांच्या हानिकारक परिणामांबद्दलही जागरूक असणे आवश्यक आहे. एकूणच, वातावरणातून जमा होणारे कण प्लास्टिक अस्तरयुक्त शेततळ्यांमध्ये पोषक तत्वांचा एक महत्त्वपूर्ण स्रोत आहेत, जे प्लँक्टनच्या वाढीला आणि मास्यांच्या उत्पादनाला प्रोत्साहन देतात, परंतु हानिकारक प्रभावांबद्दल सजग राहणे आवश्यक आहे.

- **मासे आणि जलजीव:** महाराष्ट्रातील प्लास्टिक अस्तरयुक्त शेततळ्यांमध्ये मासे आणि इतर जलजीव एक महत्त्वाचा घटक आहेत, जे एकीकडे तळ्यातील पोषक चक्रात योगदान देतात तर दुसरीकडे काही समस्याही निर्माण करतात. मासे आणि इतर जलजीव त्यांच्या मलमूत्राद्वारे तळ्यात पोषक तत्वे सोडतात, जी प्लँक्टनच्या वाढीसाठी आवश्यक असतात. प्लँक्टन वाढल्याने मास्यांना पुरेसा अन्न मिळतो, ज्यामुळे मत्स्यपालनाचे उत्पादन वाढते. याशिवाय, मासे आणि जलजीव एकमेकांवर आणि त्यांच्या आजूबाजूच्या वातावरणावर अवलंबून असतात, त्यामुळे ते एक संतुलित जल परिसंस्था निर्माण करतात. तथापि, या खोल तळ्यांमध्ये मास्यांचा कचरा तळाशी साठण्याची समस्या निर्माण होते. प्लास्टिक अस्तरमुळे हा कचरा नैसर्गिकपणे विघटित होऊ शकत नाही, परिणामी अनऑरोबिक परिस्थिती निर्माण होते, ज्या परिस्थितीत ऑक्सिजन कमी होतो आणि हानिकारक सूक्ष्मजीव वाढतात, विषारी पदार्थ तयार होतात. यामुळे पाण्याची गुणवत्ता बिघडते, ज्याचा परिणाम मास्यांच्या आरोग्यावर होतो. या समस्यांना तोंड देण्यासाठी नियमित स्वच्छता आवश्यक आहे, तळ्यात पुरेसा ऑक्सिजन मिळवण्यासाठी वायू संप्रवेशक प्रणालींचा वापर करणे गरजेचे आहे, आणि पाण्याची गुणवत्ता नियमितपणे तपासणे महत्त्वाचे आहे. तसेच, तळ्यातील माश्यांची संख्या नियंत्रणात ठेवणे आवश्यक आहे. या व्यवस्थापन पद्धतींचा अवलंब केल्यास, मासे आणि जलजीव यांचे संतुलन राखणे शक्य होईल.

- **पाण्याच्या स्रोतांमधून:** महाराष्ट्रातील प्लास्टिक अस्तरयुक्त शेततळ्यांमध्ये पाणी विविध स्रोतांमधून आणले जाते, जसे की कूप, बोरवेल, नद्या, कालवे, धरणे आणि गावातील तळे. हे बाह्य पाणीस्रोत फक्त पाणीच पुरवत नाहीत, तर त्यात नैसर्गिकरित्या अनेक पोषक तत्वेही असतात. या पोषक तत्वांचा स्रोत मुख्यतः माती, विघटित होणारे जैविक पदार्थ आणि भूपृष्ठातील खनिजे आहेत. जेव्हा पाणी मातीतून वाहून जाते, तेव्हा त्यात मातीतील पोषक तत्वे मिसळतात; नद्या आणि कालवे विघटित होणारे जैविक पदार्थ सोडतात, तर खनिजे पाण्यात विरघळून पोषक तत्वांचा समावेश करतात. जेव्हा हे पोषक तत्वांनी समृद्ध पाणी शेततळ्यात येते, तेव्हा तळ्यातील पोषक तत्वांची पातळी वाढते, ज्यामुळे प्लँक्टनच्या वाढीस आवश्यक असलेले नायट्रोजन आणि फॉस्फरस यांसारखे महत्वाचे घटक उपलब्ध होतात. तथापि, अतिरिक्त पोषक तत्वे बाह्य पाण्यातून येण्यामुळे हानिकारक शैवालांची वाढ होऊ शकते, म्हणून बाह्य पाण्याची गुणवत्ता तपासणे महत्त्वाचे आहे, कारण काहीवेळा प्रदूषक देखील असू शकतात. त्यामुळे बाह्य पाण्याच्या स्रोतांमधून पोषक तत्वे आणून शेततळ्यात प्लँक्टनची वाढ करता येते, परंतु याबाबत काळजी घेणे आवश्यक आहे.

म्हणून, प्लास्टिक अस्तरयुक्त शेततळ्यात जरी पाण्याचा मातीशी संपर्क नसला तरीही योग्य परिस्थिती असल्यास प्लँक्टन वाढू शकते.

**शेततळ्यातील शैवालांच्या विस्फोटक वाढीवर (अल्गल ब्लूम) नियंत्रण:** शेततळ्यांमध्ये शैवालांची वाढ एक सामान्य समस्या आहे. ही वाढ नियंत्रणात न ठेवल्यास ती मास्यांच्या आरोग्यासाठी धोकादायक ठरू शकते आणि तळ्यातील पाण्याची गुणवत्ता बिघडवू शकते. शैवालांच्या वाढीवर नियंत्रण ठेवण्यासाठी अनेक पद्धती उपलब्ध आहेत, प्रत्येक पद्धतीचे स्वतःचे फायदे आणि तोटे आहेत. शैवाल नियंत्रणाच्या सामान्य पद्धतींमध्ये पोटॅशियम पर्मंगनेट, जो २ पीपीएम द्रावणात वापरला जातो आणि इतर जलजीवांना कमी हानी पोहोचवतो, याचा समावेश आहे. त्याचबरोबर, लाइम उपचारांमध्ये कॅल्शियम हायड्रॉक्साइड किंवा चुना वापरून शैवालांचे गाळण करणे आणि तळ्याच्या तळाशी बसवणे शक्य होते. तसेच तरंगणाऱ्या शैवालांना हाताने काढून टाकणे. तथापि, प्लास्टिक अस्तरयुक्त तळ्यात शैवाल नियंत्रण करणे थोडे अधिक आव्हानात्मक ठरते, कारण खोल तळ्यांमध्ये शैवालांपर्यंत पोहोचणे कठीण असते, प्लास्टिक अस्तरामुळे काही उपचार पद्धतींचा वापर करणे कठीण होते, आणि या पद्धती तुलनेने महाग असू शकतात.

शैवाल नियंत्रण पद्धतींचा वापर करून शेतकरी आपल्या माश्यांसाठी आरोग्यदायी वातावरण निर्माण करू शकतात, ज्यामुळे माश्यांचे उत्पादन वाढते आणि त्यांची गुणवत्ता सुधारते. जलकृषी तळ्यात शैवाल नियंत्रणाची यशस्वीता सुनिश्चित करण्यासाठी नियमित निरीक्षण आणि देखभाल आवश्यक असते, तसेच शैवालांच्या वाढीचे कारण शोधून त्यावर उपाययोजना करणे महत्त्वाचे असते. थोडक्यात, शेततळ्यातील शैवालांचे नियंत्रण हा एक जटिल विषय आहे. कोणती पद्धत वापरावी हे तळ्याच्या आकार, खोली, पाण्याच्या गुणवत्ते आणि इतर घटकांवर अवलंबून असते. त्यामुळे शेतकऱ्यांनी आपल्या तळ्याची नियमितपणे तपासणी करावी आणि विशेषज्ञांचे योग्य मार्गदर्शन घेऊनच उपाययोजना करावी.

**जलकृषी तळ्यात प्लँक्टनच्या उपस्थितीची पडताळणी करण्याच्या पद्धती:** जलकृषी तळ्यातील प्लँक्टनची उपस्थिती आणि प्रमाण हे तळ्याच्या आरोग्य आणि उत्पादनक्षमतेचे महत्त्वपूर्ण सूचक आहे. त्यामुळे प्लँक्टनची पडताळणी करून आपण तळ्यातील खाद्य साखळीची स्थिती समजू शकतो. प्लँक्टनची पडताळणी करण्याच्या पद्धती खालील प्रमाणे आहेत.

- **दृश्य निरीक्षण:** दृश्य निरीक्षण ही एक सोपी आणि स्वस्त पद्धत आहे, ज्या अंतर्गत पाण्याचा रंग पाहिल्यावर प्लँक्टनची उपस्थिती समजून येते. उदाहरणार्थ, हिरव्या शैवालांमुळे पाण्याचा रंग हिरवा दिसू शकतो. तथापि, या पद्धतीने आपल्याला प्लँक्टनबद्दल फक्त मोजकीच माहिती मिळते.
- **पाण्याचे नमुने घेणे:** पाण्याचे नमुने घेणे ही दुसरी पद्धत आहे, ज्यामध्ये तळ्यातील विविध ठिकाणांहून पाण्याचे नमुने गोळा करून सूक्ष्मदर्शकाखाली निरीक्षण केले जाते. यामुळे आपल्याला प्लँक्टनच्या प्रकार आणि प्रमाणाबद्दल अधिक तपशीलवार माहिती मिळते.
- **पाण्याची गुणवत्ता चाचणी:** आणखी एक महत्त्वाची पद्धत म्हणजे पाण्याची गुणवत्ता चाचणी, ज्यात पाण्यातील क्लोरोफिलची पातळी मोजली जाते. क्लोरोफिल हे प्लँक्टनमध्ये आढळणारे एक रंगद्रव्य आहे, आणि उच्च क्लोरोफिल पातळी प्लँक्टनच्या अधिक प्रमाणाचे संकेत देते.
- **व्यवसायिक मूल्यांकन:** व्यवसायिक मूल्यांकन देखील एक उपयुक्त पद्धत आहे, ज्यामध्ये जलकृषी तज्ज्ञ सल्लागार तळ्याचे व्यापक मूल्यांकन करतात. यामध्ये प्लँक्टनच्या व्यतिरिक्त इतर घटकांचेही विश्लेषण केले जाते, जे तळ्यातील एकूण आरोग्य समजून घेण्यासाठी मदत करते.

मत्स्य तलावात प्लँक्टनची पडताळणी महत्त्वाची आहे कारण ती खाद्य साखळीच्या आरंभात असलेल्या प्लँक्टनच्या उपलब्धतेवर अवलंबून असते. प्लँक्टन मास्यांचे प्राथमिक खाद्य असल्याने त्याची संख्या आणि उपस्थिती मास्यांच्या वाढीवर थेट परिणाम करतात. याशिवाय, प्लँक्टनची संख्या वाढल्यास पाण्याची गुणवत्ता बिघडू शकते, ज्यामुळे तळ्यातील एकूण आरोग्यावर नकारात्मक प्रभाव पडतो. थोडक्यात, मत्स्य तळ्यातील प्लँक्टनची पडताळणी ही एक महत्त्वाची प्रक्रिया आहे, जी आपल्याला तळ्यातील खाद्य साखळी, पाण्याची गुणवत्ता, आणि तळ्याचे आरोग्य याबद्दल माहिती देते. या माहितीच्या आधारे, आपण तळ्याचे व्यवस्थापन अधिक प्रभावीपणे करू शकतो, ज्यामुळे तळ्यातील उत्पादनक्षमता वाढते आणि जलजीवांचे आरोग्य राखले जाते.

**आ) झूप्लँक्टन:** झूप्लँक्टन म्हणजे सूक्ष्म प्राणी जे प्लँक्टन आणि इतर जैविक पदार्थांवर आहार घेतात. ते तळ्यातील परिसंस्थेत प्राथमिक उपभोक्ता किंवा द्वितीयक उत्पादक म्हणून कार्यरत असतात आणि मास्यांसाठी एक महत्त्वाचा आहार स्रोत ठरतात. मत्स्यतळ्यात आढळणाऱ्या सामान्य झूप्लँक्टनच्या प्रकारांमध्ये रोटिफर्स यांचा समावेश आहे, जे त्यांच्या पोषण मूल्यामुळे लहान मासे / लार्वा यांच्या प्राथमिक आहारात उपयोगी येतात. आर्टेमिया हे त्यांच्या उच्च पोषण मूल्यामुळे आणि जिवंत आहार म्हणून उपयुक्ततेसाठी प्रसिद्ध आहेत. कोपेपोड्स हे लहान क्रस्टेशियन्स असून, ते मास्यांसाठी एक सतत आहार स्रोत प्रदान करतात. क्लॅडॉसेरन्स, जसे की पाण्याचा उंदीर (वॉटर फ्लीज), हे देखील मास्यांच्या आहारासाठी महत्त्वाचे शिकार प्राणी आहेत. याशिवाय, ट्युबिफेक्स कृमी आणि चिरोनॉमिड लार्वा यांसारखे इतर जीव तळ्यातील खाद्य जाळ्यात महत्त्वपूर्ण योगदान देतात. झूप्लँक्टनची प्रचुरता आणि विविधता तळ्याच्या आरोग्याचे महत्त्वपूर्ण संकेतक असते, जे मास्यांच्या वाढीवर आणि जलकृषी प्रणालींच्या एकूण उत्पादनक्षमतेवर प्रभाव टाकतात.

**पेरिफायटन - एक महत्त्वाचा आहार स्रोत:** पेरिफायटन हा एक अद्भुत नैसर्गिक स्रोत आहे जो आपल्या जलस्रोतांमध्ये अनेक महत्त्वपूर्ण भूमिका बजावतो. हा पाण्यातील पृष्ठभागांना चिकटून राहणाऱ्या सूक्ष्मजीवांचा एक जटिल समुदाय आहे, ज्यात अल्गी, बॅक्टेरिया आणि इतर अनेक जीव समाविष्ट असतात. पेरिफायटन जलचरांसाठी एक उत्तम आहार स्रोत म्हणून कार्य करते, कारण यामध्ये भरपूर प्रमाणात प्रथिने, कार्बोहायड्रेट्स आणि इतर पोषक तत्वे असतात, जे मासे, कवचधारी प्राणी आणि इतर जलचरांसाठी आवश्यक आहेत. ते पाण्यातील पोषक तत्वांचे शोषण करून

जलगुणवत्ता सुधारतात आणि लहान किडे तसेच इतर जलचर प्राण्यांना निवासस्थान प्रदान करतात. पेरिफाइटन पोषण चक्रामध्ये महत्त्वपूर्ण भूमिका बजावतात, कारण मृत पेरिफाइटनचे खाद्य म्हणून वापर होत असल्यामुळे इतर जीवांना आवश्यक पोषक तत्वे उपलब्ध होतात.

महाराष्ट्रातील प्लास्टिकचे अस्तरीकरण असलेल्या शेततळ्यांमध्ये पेरिफाइटनची वाढ करण्यासाठी कृत्रिम तरंगणारे पृष्ठभाग ठेवणे एक प्रभावी उपाय आहे, कारण यामुळे पेरिफाइटिक जीवांना चिकटण्यासाठी एक चांगले सबस्ट्रेट उपलब्ध होते. हे पृष्ठभाग तळ्यातील अशा ठिकाणी ठेवले पाहिजेत जिथे जलसंचालन सर्वाधिक असते, ज्यामुळे पोषक तत्वांची उपलब्धता वाढेल. पेरिफाइटनच्या वाढीसाठी विविध प्रकारचे पृष्ठभाग, जसे की कृत्रिम तरंगणारी पृष्ठफळे, खडे, लाकूड आणि इतर नैसर्गिक सामग्री वापरली जाऊ शकते. पाण्याचे तापमान, पोषक तत्वांची उपलब्धता, प्रकाशाच्या प्रमाणावर आणि इतर पर्यावरणीय घटकांवर पेरिफाइटनची वाढ अवलंबून असते. पेरिफाइटनची उत्पादकता वाढवून आपण मत्स्य उत्पादन, पाण्याची गुणवत्ता आणि जलपरिसंस्थेचे आरोग्य सुधारू शकतो. एकूणच, पेरिफाइटन जलपरिसंस्थेतील अत्यंत महत्त्वपूर्ण घटक आहेत, जे जलचरांसाठी आहार स्रोत प्रदान करतात, पाण्याची गुणवत्ता सुधारतात आणि जैवविविधतेला समर्थन देतात.

शेततळ्यांमधील **नैसर्गिक खाद्य** स्रोतांची संपूर्ण माहिती घेतल्यानंतर आता आपण **पूरक** आणि **पूर्ण आहार** यावर लक्ष केंद्रित करणार आहोत. हे आहार माशांना त्यांच्या पोषणाच्या गरजा पूर्ण करण्यासाठी विशिष्ट फॉर्म्युलेशनच्या आधारे बनविले जाते. त्याला आपण **फॉर्म्युलेटेड फीड** म्हणतो. तर चला मग आपण फॉर्म्युलेटेड फीड विषयी अधिक माहिती घेऊयात.

## फॉर्म्युलेटेड फीड

फॉर्म्युलेटेड फीड हे एक विशेष प्रकारचे अन्न आहे, जे वैज्ञानिक पद्धतीने माशांच्या वाढीच्या प्रत्येक टप्प्यात त्यांच्या शरीरासाठी आवश्यक असलेल्या सर्व पोषक तत्वांचे योग्य प्रमाण देण्यासाठी तयार केले जाते. हे अन्न प्रथिने, चरबी, कार्बोहायड्रेट्स, जीवनसत्त्वे आणि खनिजे यांचे संतुलित मिश्रण असून यामुळे मास्यांची चांगली वाढ, प्रजननक्षमता आणि आरोग्य सुधारते. या फॉर्म्युलेशनमध्ये मास्यांच्या मांसाहारी, शाकाहारी किंवा सर्वाहारी स्वभावाचा विचार करून आहार तयार केला जातो.

**फार्म्यूलेटेड मत्स्य खाद्याचे महत्त्व:** फार्म्यूलेटेड खाद्य माशांना संतुलित आहार पुरविते, ज्यामुळे त्यांना त्यांच्या शरीराच्या गरजेनुसार सर्व आवश्यक पोषक तत्वांचे योग्य प्रमाण मिळते, आणि यामुळे माशांची आरोग्यदायी वाढ, विकास आणि प्रजनन सुनिश्चित होते. योग्य पोषणामुळे माशांची रोगप्रतिकारक शक्ती वाढते, ज्यामुळे ते विविध रोगांपासून सुरक्षित राहतात आणि मत्स्यपालन व्यवसायातील नुकसान कमी होते. हे खाद्य माशांच्या पचन तंत्रासाठीपण सुलभ असते, ज्यामुळे ते पूर्णपणे पचते व त्याचा अपव्यय कमी होतो आणि जल प्रदूषण टाळले जाते. तसेच फार्म्यूलेटेड खाद्य पचविण्यास सोपे असल्याने, माशांचे वजन त्यातून मिळालेल्या खाद्याच्या प्रमाणात अधिक प्रमाणात वाढते, ज्याला खाद्य रूपांतरण म्हणतात. याशिवाय, फार्म्यूलेटेड खाद्य वापरण्यामुळे माशांना नियमित आणि कार्यक्षमपणे खायला देणे सोपे होते, त्यामुळे मत्स्यपालनाची प्रक्रिया अधिक सोपी आणि व्यवस्थित होते. शेवटी, फार्म्यूलेटेड खाद्यामुळे मत्स्यपालन अधिक टिकाऊ बनते, कारण यामुळे कमी खर्चात अधिक उत्पादन मिळवता येते आणि पर्यावरणावर कमी परिणाम होतो. हे खाद्य विविध माशांच्या प्रजाती आणि त्यांच्या वाढीच्या विविध टप्प्यांच्या विशिष्ट पोषणाच्या गरजेनुसार तयार केले जाऊ शकते.

**माशांसाठी योग्य आहार निवडताना आणि तयार करताना लक्षात घ्यावयाच्या महत्त्वाच्या गोष्टी:** माशांच्या आरोग्यदाई वाढीसाठी योग्य आहार खूप महत्त्वाचा आहे. माशांच्या विविध प्रजातींच्या आहारातील गरजा वेगवेगळ्या असतात. त्यांच्या वयानुसार, राहण्याच्या ठिकाणानुसार आणि त्यांच्या सवयींनुसार त्यांना वेगवेगळे पोषक तत्वे आवश्यक असतात. या लेखात आपण माशांसाठी योग्य आहार कसा निवडायचा आणि तयार करायचा ते पाहणार आहोत. माशांसाठी योग्य आहार निवडण्यासाठी चरण-दर-चरण मार्गदर्शिका खाली दिली आहे.

१. **आवश्यक पोषणाचा अभ्यास करणे:** वेगवेगळ्या मास्यांच्या प्रजातींना विविध पोषण आवश्यकतांची गरज असते. सामान्यतः, माशांना प्रथिने, चरबी, कार्बोहायड्रेट्स, जीवनसत्वे आणि खनिजे यांचे संतुलन आवश्यक असते. उदाहरणार्थ, मांसाहारी माशांना जास्त प्रथिनांची गरज असते, तर शाकाहारी माशांना अधिक कार्बोहायड्रेट्स आणि तंतुमय पदार्थांची आवश्यकता असते.

२. **माशांच्या जीवनाचा टप्पा विचारात घेणे:** माशांसाठी खाद्य निवडताना किंवा तयार करताना, त्यांच्या जीवनाच्या टप्प्याचा विचार करणे अत्यंत महत्त्वाचे असते. कारण त्यांच्या पोषण

गरजा त्यांच्या वाढीच्या वेगवेगळ्या टप्प्यांमध्ये बदलत असतात. माशांच्या प्रत्येक जीवन टप्प्याला अनुकूल आहार दिल्यास त्यांची योग्य वाढ, आरोग्य, आणि प्रजनन सुनिश्चित होते. माशांच्या विविध जीवन टप्प्यांमध्ये त्यांच्या पोषणविषयक गरजा भिन्न असतात:

- **लार्वा आणि फ्राय:** जलद वाढीसाठी उच्च प्रथिने आणि ऊर्जा आवश्यक असते.
- **किशोरावस्था:** वाढ आणि विकासासाठी संतुलित आहाराची आवश्यकता असते.
- **प्रौढ मासे:** आहार ज्यामध्ये पुरेशा प्रमाणात प्रथिने, चरबी, आणि कार्बोहायड्रेट्स असणे आवश्यक असते.
- **प्रजनन मासे (ब्रूडस्टॉक):** प्रजननाला मदत करण्यासाठी जास्त प्रथिने आणि विशिष्ट पोषक तत्त्वांनी युक्त सुधारित आहार आवश्यक असते.

३. **आहाराच्या सवयींचा विचार करणे:** माशांसाठी खाद्य तयार करताना त्यांच्या आहाराच्या सवयींचा विचार करणे अत्यावश्यक आहे. मासे मांसाहारी, शाकाहारी किंवा सर्वभक्षी आहेत हे समजून घेणे त्यांच्या विशिष्ट पोषणाच्या गरजेनुसार खाद्य तयार करण्यात मदत करते.

- **मांसाहारी:** या माशांना प्रामुख्याने प्राणी स्रोतांमधून मिळणारे जास्त प्रथिन आवश्यक असते.
- **शाकाहारी:** या माशांना अधिक वनस्पतिजन्य घटक आणि तंतुमय पदार्थांची गरज असते.
- **सर्वभक्षी:** या माशांना वनस्पती आणि प्राणी स्रोतांचा संतुलित आहार आवश्यक असतो.

४. **खाद्य घटक निवडा:** माशांच्या पोषणाच्या गरजा पूर्ण करण्यासाठी योग्य खाद्य घटकांची निवड करणे आवश्यक असते. खाद्यामध्ये प्रथिने, चरबी, कार्बोहायड्रेट्स, जीवनसत्वे आणि खनिजे यांचे संतुलित मिश्रण असावे लागते, जे माशांची एकूण वाढ आणि आरोग्य सुनिश्चित करते.

- **प्रथिनांचे स्रोत:** फिश मील, सोयाबीन मील, शेंगदाणा पेंड, कीटक मील, आणि इतर प्राणी किंवा वनस्पतिजन्य प्रथिने.

- **चरबी:** फिश ऑइल, वनस्पतीजन्य तेल आणि ऊर्जा व आवश्यक फॅटी ऍसिड्ससाठी इतर चरबीचे स्रोत.

- **कार्बोहायड्रेट्स:** धान्य, मका, कडधान्ये आणि ऊर्जा मिळवण्यासाठी इतर वनस्पतिजन्य कार्बोहायड्रेट्स.

- **जीवनसत्त्वे आणि खनिजे:** प्रीमिक्स पूरक पदार्थ, जेणेकरून मास्यांना सर्व आवश्यक सूक्ष्म पोषकतत्त्वे मिळू शकतील.

५. **मास्यांच्या आहारातील आवश्यक पोषक तत्त्वांचे महत्त्व जाणून घेणे:** माशांच्या योग्य वाढीसाठी, आरोग्यासाठी आणि प्रजननासाठी संतुलित आहार आवश्यक असतो. प्रथिने, लिपिड्स, कार्बोहायड्रेट्स, जीवनसत्त्वे आणि खनिजे यासारखी आवश्यक पोषक तत्त्वे एकूणच मास्यांच्या योग्य वाढीमध्ये महत्त्वपूर्ण भूमिका बजावतात.

- **प्रथिने / अमिनो ऍसिड्स:** वाढ, ऊतींची दुरुस्ती, एकूण आरोग्य आणि प्रजननासाठी आवश्यक असतात.

- **लिपिड्स / चरबी / फॅटी ऍसिड्स:** वाढ आणि प्रजननासाठी चयापचय ऊर्जा स्रोत. रोगप्रतिकारक प्रणालीसाठी आवश्यक असणाऱ्या अणूंच्या निर्मितीचे पूर्वस्रोत.

- **कार्बोहायड्रेट्स:** ऊर्जा स्रोत, विशेषतः शाकाहारी आणि सर्वभक्षी माशांसाठी.

- **जीवनसत्त्वे:** इतर पोषक तत्त्वांचा वापर सुलभ करणे, वाढ आणि हार्मोन निर्मितीचे नियमन करण्यासाठी मदत करतात.

- **खनिजे:** बाह्यकवच निर्मितीमध्ये मदत करतात आणि स्नायूंच्या कार्यप्रणाली आणि मज्जासंस्थेच्या कार्यात मदत करतात.

६. **खाद्याचे स्वरूप विचारात घेणे:** मत्स्य खाद्याचे स्वरूप योग्य पोषण सुनिश्चित करण्यासाठी आणि वेगवेगळ्या प्रजातींच्या आहाराच्या सवयींनुसार अनुकूल करण्यासाठी अत्यंत महत्त्वाचे असते. सामान्य खाद्य स्वरूपांमध्ये पेलट आणि फ्लेक्स समाविष्ट असतात जे विशिष्ट आहाराच्या आवश्यकतांना आणि आवडीनुसार अनुकूलित केलेले असतात.

- **पेलट:** सर्वाधिक सामान्य स्वरूप, विविध आकार आणि तरंगणाऱ्या (फ्लोटिंग) किंवा बुडणाऱ्या (सिंकिंग) प्रकारांमध्ये उपलब्ध असतात.

- **फ्लेक्स:** लहान माशांसाठी आणि पृष्ठभागावर खाणाऱ्या माशांसाठी उपयुक्त असतात.

७. **उत्पादन प्रक्रिया:** मत्स्य खाद्य तयार करताना त्यांची पोषणाची गुणवत्ता, चव आणि पचनक्षमता यांची काळजी घेणे अतिशय महत्त्वाचे असते. यासाठी एक्सट्रूशन आणि पेलटायझिंगसारख्या विशेष पद्धती वापरल्या जातात. या पद्धतींमुळे खाद्य पदार्थ अधिक पोषक आणि स्वादिष्ट बनतात.

८. **पर्यावरणीय विचार:** असे खाद्य निवडावे जे पर्यावरणाला हानी पोहोचवत नाही. कमी कचरा निर्माण करणारे आणि पाणी प्रदूषित न करणारे खाद्य निवडणे गरजेचे आहे.

९. **निरीक्षण आणि समायोजन:** माशांना निरोगी आणि सक्रिय वाढीसाठी त्यांचे नियमित निरीक्षण करणे आवश्यक असते. त्यांचे वर्तन, शरीराचा रंग, पंखांची हालचाल आणि पाण्याची गुणवत्ता यांचे लक्षपूर्वक निरीक्षण केले पाहिजे. जर त्यांना कोणतीही समस्या असल्याचे दिसून आले तर बनविलेल्या आहारात आवश्यक बदल करा.

मास्यांसाठी योग्य खाद्य तयार करणे त्यांच्या आरोग्यासाठी आणि वाढीसाठी अत्यंत आवश्यक असते. मास्यांच्या प्रजाती व त्यांच्या विशिष्ट गरजांचा विचार करून आणि अन्नघटकांची काळजीपूर्वक निवड करून संतुलितपणे वापरल्यास शेतकऱ्यांना त्यांच्या माशांसाठी सर्वोत्तम पोषण उपलब्ध करून देता येते.

**मत्स्य खाद्यासाठी पदार्थांची निवड:** खाद्य तयार करताना पदार्थांची निवड खाद्याच्या गुणवत्तेवर मोठा प्रभाव टाकते. पदार्थांचे भौतिक, रासायनिक, आणि जैविक गुणधर्म समजून घेणे अत्यंत महत्त्वाचे असते.

१. **मत्स्य खाद्य पदार्थाचे भौतिक गुणधर्म आणि त्यांचे मूल्यांकन कसे करावे:** मत्स्य खाद्य तयार करताना त्यात वापरल्या जाणाऱ्या पदार्थाच्या भौतिक गुणधर्मांचे मूल्यांकन करणे आवश्यक आहे. हे गुणधर्म खाद्याची गुणवत्ता आणि माश्यांच्या आरोग्यासाठी महत्त्वाचे असतात.

अ) **पदार्थांचे भौतिक गुणधर्म:** माश्यांचे खाद्य तयार करताना त्यात वापरल्या जाणाऱ्या पदार्थांचे भौतिक गुणधर्म म्हणजे आकार, रंग, घनता इ. यांचे मूल्यांकन करणे आवश्यक असते.

पदार्थांचे दिसणे आणि टेक्स्चरचे मूल्यांकन केल्यामुळे चव आणि पचनक्षमतेवर प्रभाव टाकणारी पदार्थांची गुणवत्ता निश्चित केली जाते.

- **खाद्य घटकांचे दिसणे:** खाद्य घटकांच्या दिसण्यावरून त्यांची गुणवत्ता निश्चित करता येते. जर सर्व घटक एकसारखे दिसत असतील तर ते चांगली गुणवत्ता दर्शवतात. रंगातील बदल हे खराब साठवण, प्रदूषण किंवा विषारी पदार्थांचे संकेत असू शकतात.
- **टेक्स्चर:** खाद्य घटकांचे टेक्स्चर म्हणजे त्यांचा कठीणपणा किंवा मऊपणा. हे टेक्स्चर खाद्याची गुणवत्ता आणि माशांच्या पचनक्षमतेवर प्रभाव पाडते. जास्त कठीण किंवा मऊ घटक माशांच्या आहारासाठी योग्य नसू शकतात.

**आ)पदार्थांचे गुणवत्ता मूल्यांकन:** मत्स्य खाद्य तयार करताना वापरलेल्या घटकांचे गुणवत्ता मूल्यांकन करणे अत्यंत महत्त्वाचे असते, कारण यामुळे पोषणाची अखंडता आणि सुरक्षा सुनिश्चित केली जाते. रंग, समरूपता, वास, चव (जर लागू असेल तर), आणि स्पर्श यांसारखे पॅरामिटर्स घटकांचा ताजेपणा, संभाव्य प्रदूषक, आणि माशांच्या सेवनासाठी उपयुक्ततेबद्दल महत्त्वपूर्ण माहिती उपलब्ध करून देतात.

- **रंग:** पदार्थांच्या रंगाचे निरीक्षण करून त्याची गुणवत्ता, पक्वता आणि संभाव्य प्रदूषण यांची माहिती मिळवता येते. रंगातील बदल धान्याच्या प्रौढते, साठवणूक परिस्थिती, आणि कीटकनाशक किंवा फंगीसाइड्सच्या वापराचे संकेत देऊ शकतात.
- **समरूपता:** पदार्थ शुद्ध असावा, म्हणजे त्यात इतर कोणतेही पदार्थ मिसळलेले नसावेत. आपल्याला धान्यात इतर धान्य, तणांचे बीज, कीटक किंवा तुटलेले तुकडे आहेत का हे पाहणे गरजेचे असते. जर असे काही असेल तर ते माशांसाठी हानिकारक ठरु शकते.
- **वास:** पदार्थाचा वास घेणे ही त्याची गुणवत्ता तपासण्याची एक महत्त्वाची पद्धत आहे. एका चांगल्या गुणवत्तेच्या पदार्थाचा एक विशिष्ट प्रकारचा वास असतो. खराब किंवा असामान्य वास हे खराब होणे किंवा प्रदूषणाचे संकेत देऊ शकतात.
- **चव:** पदार्थाची चव चाखणे (जर लागू असेल तर) ही त्याची गुणवत्ता तपासण्याची एक पद्धत आहे. चवीतील कोणताही बदल, जसे की कडवटपणा, खराब होणे किंवा विषारी पदार्थाचे संकेत देऊ शकतात.

- **स्पर्श:** पदार्थ हाताळून पाहून आपण त्याचा ताजेपणा आणि गुणवत्ता समजू शकतो. चांगले धान्य कोरडे असते आणि चिकट नसते. पण जर ते ओले किंवा गाठ्यांमध्ये असेल तर ते खराब साठवले गेले असावे किंवा त्यात काही अशुद्ध पदार्थ मिसळले गेले असावेत असे समजावे.

या भौतिक गुणवत्तेच्या निकषांचे काळजीपूर्वक मूल्यांकन करून शेतकरी मासळीच्या खाद्याची गुणवत्ता सुनिश्चित करू शकतात आणि माश्यांच्या आरोग्यासाठी योग्य असलेले खाद्य निवडू शकतात.

२. **मत्स्य खाद्य पदार्थांचे रासायनिक गुणधर्म आणि त्यांचे मूल्यांकन:** मत्स्यपालन उद्योगात यशस्वी होण्यासाठी मासळीला योग्य पोषण देणे अतिशय महत्त्वाचे आहे. मत्स्य खाद्यातील रासायनिक गुणधर्मांचे बारकाईने विश्लेषण करून आपण मासळीच्या आरोग्य आणि वाढीसाठी सर्वोत्तम पोषण सुनिश्चित करू शकतो. हे विश्लेषण खाद्याच्या गुणवत्तेची हमी देण्यासाठी अनेक महत्त्वपूर्ण पैलूंचा विचार करते.

- **प्रोक्सिमेट संरचना आणि पोषण प्रोफाइल विश्लेषण:** प्रोक्सिमेट विश्लेषणामध्ये खाद्यातील पाणी, कच्चा प्रथिन, कच्ची चरबी, कच्चा तंतू, एकूण राख आणि नायट्रोजन-मुक्त अर्क (NFE) या घटकांचे प्रमाण मोजले जाते. पोषण प्रोफाइलचे विश्लेषण मासळीच्या शरीराच्या विविध कार्य पूर्ण करण्यासाठी आवश्यक असलेल्या पोषक तत्वांची उपलब्धता दर्शवते. या प्रक्रियेद्वारे मिळालेल्या माहितीच्या आधारे, मासळीच्या वाढीसाठी आवश्यक असलेल्या पोषक तत्वांचे प्रमाण निश्चित करण्यास मदत होते.

- **प्रदूषकांचा संकेत - अम्ल-असंपृक्त राख:** अम्ल-असंपृक्त राख म्हणजे ती खनिजे जी अम्लात विरघळत नाहीत. याचे प्रमाण जास्त असल्यास खाद्यात माती किंवा वाळू मिसळले असण्याची शक्यता असते. त्यामुळे, या संकेतावर आधारित खाद्याची गुणवत्ता आणि सुरक्षितता सुनिश्चित करण्यासाठी उपाययोजना केली जाऊ शकते.

- **खनिजांचे प्रमाण - कॅल्शियम आणि फॉस्फरसची निर्धारिती:** कॅल्शियम आणि फॉस्फरस हे दोन्ही खनिज माशांच्या हाडांच्या वाढीसाठी अत्यंत आवश्यक आहेत. यांचे योग्य प्रमाण असणे महत्त्वाचे आहे, अन्यथा माशांच्या हाडांच्या समस्या उद्भवू शकतात. नियमितपणे यांचे मूल्यांकन करून शेतकऱ्यांना योग्य खनिज सामग्री सुनिश्चित करता येते.

- **आम्ल - आम्लांचे अनुमान आणि प्रथिनांची पचनक्षमता:** आम्ल आम्लांचे अनुमान म्हणजे प्रथिनांच्या घटकांची एक श्रेणी, ज्यामध्ये लाइसिन एक महत्त्वाचे आम्ल आहे. लाइसिनच्या पचनक्षमतेवर प्रक्रिया प्रक्रियांचा प्रभाव असतो. लाइसिन नष्ट झाल्यास मासळीच्या वाढीवर नकारात्मक परिणाम होऊ शकतो. त्यामुळे, आम्ल आम्लांचे मूल्यांकन आणि प्रक्रिया पद्धतींचा विचार करणे आवश्यक असते.

- **जीवनसत्त्वांची अखंडता राखणे:** जीवनसत्त्वे ही शरीराच्या अनेक कार्यांसाठी आवश्यक असलेली सूक्ष्म पोषक तत्वे आहेत. प्रक्रियेदरम्यान जीवनसत्त्वे नष्ट होऊ शकतात, ज्यामुळे मासळीच्या आरोग्यावर परिणाम होतो. जीवनसत्त्वांचे संरक्षण सुनिश्चित करणे आवश्यक आहे, जेणेकरून मासळीच्या पोषणाची अखंडता राखली जाईल याची काळजी घ्यावी.

- **प्रदूषक स्तरांचे निरीक्षण:** प्रदूषकांमध्ये भारी धातू, मायकोटॉक्सिन, कीटकनाशक आणि अँटीबायोटिक्स यांचा समावेश होतो. या प्रदूषकांचे प्रमाण जास्त असल्यास मासळीच्या आरोग्यासाठी धोकादायक ठरू शकते. प्रदूषकांचे स्तरांचे नियमितपणे निरीक्षण करणे आवश्यक आहे, जेणेकरून संभाव्य धोक्यांपासून संरक्षण करता येईल.

- **अँडिटिव्हजचे नियमन:** अँडिटिव्हजमध्ये संरक्षक, बाइंडर्स, अँटिऑक्सिडंट्स, आणि आकर्षक यांचा समावेश आहे. यांचे प्रमाण नियंत्रित असणे आवश्यक आहे, अन्यथा ते मासळीच्या आरोग्यासाठी हानिकारक ठरू शकतात. अँडिटिव्हजचे योग्य नियमन खाद्याची गुणवत्ता आणि सुरक्षितता सुनिश्चित करण्यास मदत करते.

मत्स्य खाद्याच्या रासायनिक गुणधर्मांचे बारकाईने विश्लेषण करून गुणवत्ता नियंत्रण, सुरक्षा आणि पोषण मूल्य निश्चित करता येते. यामुळे, मासळीच्या खाद्याची गुणवत्ता सुनिश्चित केली जाते, धोकादायक पदार्थांचे प्रमाण कमी केले जाते आणि मासळीच्या वाढीसाठी आवश्यक असलेले सर्व पोषक तत्व उपलब्ध केले जातात.

३. **जैविक गुणधर्म:** माशांच्या आरोग्य आणि वाढीसाठी त्यांना दिले जाणारे खाद्य योग्य पोषण मूल्य असलेले असणे गरजेचे असते. यासाठी खाद्यातील विविध घटकांची जैविक गुणवत्ता तपासली जाते. यामध्ये खाद्य पचवण्याची क्षमता, मासे ते खाद्य स्वीकारतील का याची खात्री करण्यासाठी चाचण्या, खाद्य दिल्यानंतर माशांची वाढ किती झाली याचे निरीक्षण आणि त्यांची रोगांशी लढण्याची क्षमता वाढली की नाही याचा अभ्यास यांचा समावेश होतो.

तसेच, खाद्यात हानिकारक सूक्ष्मजीव असतील का याची तपासणी करून खाद्याची सुरक्षितता सुनिश्चित केली जाते.

- **पचनक्षमता:** मासे, खाद्यातील पोषक घटक किती प्रभावीपणे पचवू शकतात आणि त्यांचा वापर करू शकतात हे जाणून घेण्यासाठी इन-विट्रो किंवा इन-विव्हो चाचण्या करणे आवश्यक असते.
- **खाद्य स्वीकार्यता:** दिलेले खाद्य मासे किती प्रमाणात स्वीकारतात आणि त्याचा उपभोग किती घेतात हे जाणून घेण्यासाठी खाद्य चाचण्या करणे आवश्यक असते.
- **आरोग्यावर परिणाम:** खाद्यामुळे आरोग्यात सुधारणा झाली आहे का किंवा काही समस्या निर्माण झाल्या आहेत का हे पाहण्यासाठी माशांचे निरीक्षण करणे आवश्यक असते. यामध्ये वाढीचा दर, प्रजनन क्षमता आणि रोगप्रतिकारक क्षमता यांचा समावेश असतो.
- **सूक्ष्मजीव संक्रमण स्तर:** खाद्य सुरक्षिततेसाठी बॅक्टेरिया, बुरशी आणि परजीवी यांसारख्या हानिकारक सूक्ष्मजीवांच्या उपस्थितीचे परीक्षण करणे आवश्यक असते.

या भौतिक, रासायनिक आणि जैविक गुणधर्मांचे बारकाईने मूल्यांकन केल्याने मत्स्य शेतकऱ्यांना उच्च गुणवत्तेचे, पोषणयुक्त आणि सुरक्षित मत्स्य खाद्य तयार करता येते.

**माशांच्या आहारासाठी घटक पदार्थ निवडताना लक्षात घ्यावयाच्या व्यावहारिक बाबी:** माशांच्या आहारासाठी घटक पदार्थ निवडताना व्यावहारिक बाबींचा विचार करणे अत्यावश्यक असते. माशांचे आरोग्य आणि वाढीसाठी पोषक तत्त्वांची उपलब्धता महत्त्वाची असली तरी, आर्थिक व्यवहार्यता आणि कार्यक्षमता यांचा विचार करून घटक पदार्थांची निवड करणे देखील तितकेच महत्त्वाचे असते. यासाठी विविध बाबींचा विचार करून आपण माशांच्या आहारासाठी सर्वोत्तम घटक निवडू शकतात.

- **घटक पदार्थांचा खर्च:** खर्च हा घटक पदार्थ निवडताना एक महत्त्वाचा मुद्दा असतो. कमी किमतीचे असे घटक निवडणे आवश्यक असतात जे माशांच्या पोषणाच्या गरजा पूर्ण करू शकतील. तसेच, खाद्याची गुणवत्ता कमी न करता खर्च कमी ठेवण्याचा प्रयत्न करणेही महत्त्वाचे असते. असे घटक निवडल्याने उत्पादन खर्च कमी होतो आणि त्यामुळे नफा वाढू शकतो, ज्यामुळे शेतकऱ्यांना आर्थिक फायदा होतो.

- **उपलब्धता:** असे घटक निवडणे आवश्यक असते जे वर्षभर सातत्याने आणि सहज उपलब्ध असतात. यासाठी विश्वासार्ह विक्रेत्यांकडून खरेदी करणे योग्य ठरते, ज्यामुळे नियमितपणे त्याचा पुरवठा मिळतो. त्याचबरोबर, ज्या घटकांची उपलब्धता आपल्या परिसरात असते अशा घटकांची निवड केल्याने वाहतूक खर्च कमी करण्यास मदत होते.

- **वाहतूक, हाताळणी आणि प्रक्रिया खर्च:** वाहतूक, हाताळणी आणि प्रक्रिया या बाबींचा विचार करणे देखील गरजेचे असते. घटक पदार्थ जवळच्या ठिकाणाहून खरेदी केल्यास वाहतूक खर्च कमी होतो. तसेच, असे घटक निवडणे आवश्यक आहे जे हाताळायला सोपे असतील आणि ज्यांना विशेष प्रकारच्या उपकरणांची आवश्यकता नसते. घटक पदार्थांवर प्रक्रिया करताना कमीत कमी खर्च येणारी पद्धती निवडल्यास एकूण उत्पादन खर्च कमी होतो.

- **साठवण:** साठवण हे देखील एक महत्त्वाचे असते. असे घटक निवडणे जे दीर्घ काळ टिकतात आणि त्यांना विशेष प्रकारच्या साठवण सुविधांची आवश्यकता नसते. सुलभ साठवण पद्धतींमुळे घटक पदार्थांची गुणवत्ता कायम राहते आणि खाद्याची उपलब्धता सातत्याने ठेवता येते.

- **पोषण मूल्य:** पोषण मूल्य देखील अत्यावश्यक आहे. निवडलेले घटक पदार्थ माशांच्या सर्व पोषण गरजा पूर्ण करणारे असावेत. माशांच्या वाढीसाठी आवश्यक असलेल्या जीवनसत्त्वे, खनिजे, आणि प्रथिनांचा समावेश घटकांमध्ये असावा. प्रथिने हे माशांच्या वाढीसाठी सर्वात महत्त्वाचे पोषक तत्त्व आहे, त्यामुळे घटकांमध्ये पुरेशा प्रमाणात प्रथिने असणे आवश्यक आहे.

- **पर्यावरणीय प्रभाव आणि सुरक्षा:** याशिवाय, पर्यावरणीय प्रभाव आणि सुरक्षा हे घटक देखील विचारात घ्यावेत. असे घटक निवडावेत ज्यांच्या उत्पादनामुळे पर्यावरणावर नकारात्मक प्रभाव होणार नाही. तसेच, घटक पदार्थ माशांच्या आरोग्यासाठी सुरक्षित असणे आवश्यक आहे, ज्यामुळे माशांचा मृत्युदर कमी राहील आणि उत्पादनात वाढ होईल.

माशांच्या आहारासाठी घटक निवडताना केवळ पोषण मूल्याचाच विचार करणे पुरेसे नाही, तर आर्थिक व्यवहार्यता, उपलब्धता, हाताळणी आणि साठवण या सर्व बाबींचा विचार करणे आवश्यक आहे. या सर्व घटकांचा विचार करूनच आपण माशांच्या आहारासाठी सर्वोत्तम घटक निवडू शकतो आणि मत्स्यपालन व्यवसायात यशस्वी होऊ शकतो. स्थानिक स्तरावर उपलब्ध असलेले घटक निवडल्यास वाहतूक खर्च कमी होतो आणि स्थानिक अर्थव्यवस्थेला चालना मिळते. घटकांच्या

प्रक्रियेनंतर निर्माण होणारा कचरा कसा व्यवस्थापित केला जाईल याचाही विचार करावा. तसेच, मत्स्यपालन क्षेत्रात नवीन तंत्रज्ञानाचा वापर केल्यास खाद्य उत्पादन अधिक कार्यक्षम बनवता येते, ज्यामुळे उत्पादन प्रक्रियेत सुधारणा करता येऊ शकते.

**मत्स्य खाद्याचे स्रोत:** मत्स्य खाद्य मुख्यतः दोन प्रकारच्या स्रोतांवर अवलंबून असते: पारंपरिक आणि अपारंपरिक. पारंपरिक स्रोत, जसे की फिशमील, सोयाबीन मील आणि प्रक्रिया केलेली धान्ये. यांचा मत्स्य खाद्यामध्ये व्यापक वापर होतो कारण ते पौष्टिक, उपलब्ध आणि किफायतशीर असतात. मात्र, यांच्या शाश्वततेवर प्रश्नचिन्ह उभे राहतात आणि त्यांच्या किंमतीत उतार-चढाव होत असतो. दुसरीकडे, अपारंपरिक स्रोत, जसे की पारंपरिकपणे खाद्य म्हणून वापरली जात नसलेली वनस्पती, किफायतशीर आणि शाश्वत पर्याय म्हणून उदयास येत आहेत. परंतु यांच्या पोषण मूल्याबाबत काही शंका असल्याने त्यांचा वापर करताना काळजीपूर्वक संतुलित आहार तयार करणे आवश्यक असते.

१. **पारंपरिक मत्स्य खाद्य स्रोत:** पारंपरिक मत्स्य खाद्य स्रोत म्हणजे मासळीच्या वाढीसाठी वापरली जाणारे पारंपरिक पदार्थ. या पदार्थांचा मत्स्य खाद्य उद्योगात मोठ्या प्रमाणावर वापर केला जातो, कारण ते मासळीच्या आरोग्यासाठी आवश्यक असलेले सर्व पोषक तत्वे पुरवतात. याशिवाय, हे पदार्थ सहज उपलब्ध असतात आणि किफायतशीर असतात. यामध्ये फिश मील, सोयाबीन मील आणि प्रक्रिया केलेली धान्ये यांचा समावेश होतो.

   **क) प्रथिनांचे स्रोत:** मास्यांच्या वाढीसाठी प्रथिने हे एक आवश्यक पोषक तत्व आहे. वेगवेगळ्या मास्यांना वेगवेगळ्या प्रकारच्या प्रथिनांची आवश्यकता असते. या लेखात आपण मास्यांसाठी वापरले जाणारे विविध प्रथिन स्रोत, त्यांचे पोषक मूल्य आणि त्यांच्या वापराचे फायदे यांचा सखोल अभ्यास करणार आहोत.

   - **फिशमील:** मास्यांची चांगली वाढ होण्यासाठी फिशमील हे एक महत्त्वाचे खाद्य आहे. हे मासे किंवा मास्यांच्या तुकड्यांपासून बनवले जाते आणि यामध्ये प्रथिने आणि अमिनो ॲसिड्स यासारखी पोषक तत्वे भरपूर प्रमाणात असतात.
   - **सोयाबीन मील:** किफायतशीर आणि प्रथिनांनी समृद्ध असल्याने सोयाबीन मील हे फिशमीलला एक पर्यायी स्रोत म्हणून वाढत्या प्रमाणात वापरले जात आहे. सोयाबीन मील

हे वनस्पतीजन्य प्रथिनचे एक उत्तम स्रोत आहे, परंतु यामध्ये फिशमीलमध्ये आढळणाऱ्या काही आवश्यक अमिनो ॲसिड्सचा अभाव असू शकतो.

- **इतर वनस्पतिजन्य प्रथिने:** शेंगदाणा पेंड, मोहरी पेंड, कॉर्नमील आणि गव्हाचे ग्लूटेन यांसारखे वनस्पतीजन्य पदार्थही मास्यांना प्रथिने देण्यासाठी वापरले जातात. मात्र, हे पदार्थ सर्वच मास्यांना योग्य असतात असे नाही. त्यांची उपयोगिता माश्यांच्या प्रजाती आणि त्याच्या पचनशक्तीवर अवलंबून असते.

- **पशुजन्य उप-उत्पादणे:** कधीकधी मास्यांच्या आहारात कोंबडी किंवा इतर मांस यांचे पीठ मिश्रित केले जाते. हे मास्यांना आवश्यक असलेले सर्व प्रकारचे अमिनो ॲसिड्स पुरवतात. परंतु, काही ठिकाणी प्राणी हक्कांशी संबंधित कायद्यांच्या कारणाने किंवा इतर काही कारणांमुळे याचा वापर मर्यादित असू शकतो.

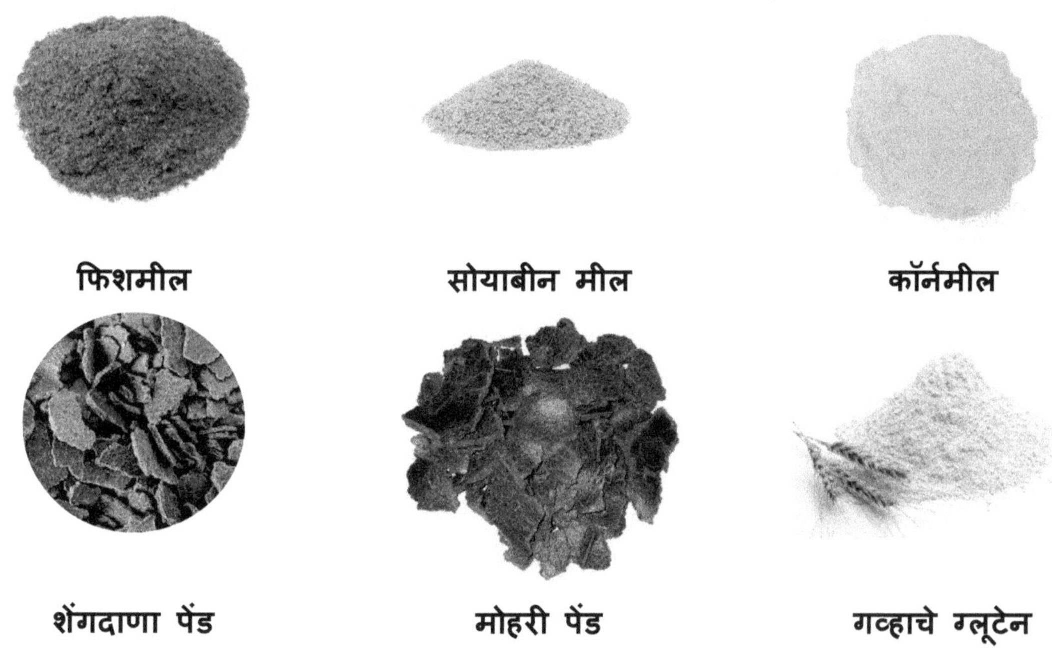

फिशमील  सोयाबीन मील  कॉर्नमील

शेंगदाणा पेंड  मोहरी पेंड  गव्हाचे ग्लूटेन

**ख) कर्बोदकांचे स्रोत:** प्रक्रिया केलेले धान्य (जसे की राईस ब्रान, व्हीट ब्रान आणि कॉर्न ग्लूटेन मील) हे माशांसाठी एक कर्बोदक स्रोत म्हणून काम करतात. तथापि, माशांची पचनसंस्था जटिल कर्बोदकांचे विघटन करण्यासाठी पूर्णपणे सक्षम नसते. त्यामुळे, या प्रकारच्या धान्यांच्या समावेशाचे संतुलन साधणे महत्त्वाचे असते जेणेकरून माश्यांच्या आरोग्यावर त्याचा नकारात्मक प्रभाव होणार नाही.

राईस ब्रान     डिऑइलड राईस     मेझ ब्रान     व्हीट ब्रान

ब्रान

**ग) लिपिड (चरबी) स्रोत:** मत्स्यपालनात माश्यांचे आरोग्य आणि वाढीसाठी योग्य प्रकारचे लिपिड (चरबी) देणे अत्यंत आवश्यक असते. लिपिड माश्यांच्या शरीरात अनेक महत्त्वपूर्ण कार्ये पार पाडतात. ते ऊर्जा पुरवठा करण्यास महत्त्वाची भूमिका बजावतात, कारण लिपिड हे माशांच्या शरीरासाठी ऊर्जेचे एक महत्त्वपूर्ण स्रोत असते. याशिवाय, लिपिड कोशिका पडदे तयार करण्यास मदत करतात, जे कोशिकांचे संरक्षण करतात आणि त्यांच्यातील पदार्थ आत-बाहेर जाण्यास नियंत्रित करतात. काही विटामिन, जसे की विटामिन A, D, E आणि K, लिपिडमध्ये विरघळतात, आणि त्यांचे शरीरात शोषण होण्यासाठी लिपिडची उपस्थिती आवश्यक असते. तसेच, लिपिड काही हार्मोन तयार करण्यासाठी आवश्यक असतात. माशांच्या आहारात मुख्यतः दोन प्रकारचे लिपिड स्रोत वापरले जातात: मत्स्य तेल आणि वनस्पती तेल.

- **मत्स्य तेल:** मत्स्य तेल हे ओमेगा-3 फॅटी आम्लाचा एक समृद्ध स्रोत असतो, जो माशांच्या हृदयाच्या आरोग्यासाठी, दाह कमी करण्यासाठी आणि मस्तिष्काच्या विकासासाठी अत्यंत महत्त्वाचे आहे.
- **वनस्पती तेल:** दुसरीकडे सोयाबीन तेल, तांदळाचे तेल आणि इतर वनस्पती तेल ऊर्जेचे स्रोत म्हणून वापरले जातात. या तेलांमध्येही काही प्रमाणात फॅटी आम्ले असतात, परंतु त्यांचे प्रोफाइल मत्स्य तेलापेक्षा वेगळे असतात. उदाहरणार्थ, वनस्पती तेलात ओमेगा-6 फॅटी आम्ले जास्त प्रमाणात असतात.

माशांच्या आहारात लिपिड स्रोतांची निवड करताना, माशांच्या प्रजाती, वाढीचा टप्पा आणि इतर घटकांचा विचार करणे आवश्यक असते. एकाच प्रकारचे तेल सर्व माशांसाठी योग्य नसते, त्यामुळे माशांच्या आहारात लिपिड स्रोतांची निवड करताना तज्ञाचा सल्ला घेणे उचित ठरते.

मत्स्य तेल

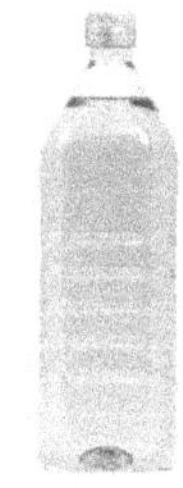

वनस्पती तेल

## घ) इतर स्रोत

- **विटामिन आणि खनिजे:** विटामिन आणि खनिजे हे सूक्ष्म पोषक तत्व आहेत जे माशांच्या चयापचय क्रिया, ऊर्जा उत्पादन आणि इतर शारीरिक कार्यांसाठी आवश्यक असतात. या पोषक तत्वांची कमतरता माशांच्या आरोग्यावर नकारात्मक परिणाम करू शकते.

- **बांधक पदार्थ:** बांधक पदार्थ म्हणून गव्हाचे पीठ किंवा गूळ वापरण्यामुळे मत्स्य खाद्य गोळ्या अधिक मजबूत बनतात. यामुळे खाद्य पाण्यात पसरत नाही आणि मासे त्याचा पूर्णपणे उपभोग घेऊ शकतात. याशिवाय, बांधक पदार्थ खाद्याला एक विशिष्ट आकार देण्यास मदत करतात जेणेकरून माशांना खाद्य सहजपणे ओळखता येते.

## ङ) पारंपरिक मत्स्य खाद्य स्रोताचे फायदे:

- **संतुलित पोषण:** पारंपरिक मत्स्य खाद्य स्रोत सामान्यतः माशांच्या वाढीसाठी आवश्यक असलेले सर्व पोषक तत्वे प्रदान करतात. यात प्रथिने, लिपिड्स, विटामिन आणि खनिजे यांचा समावेश होतो. हे पोषण संतुलन माशांच्या आरोग्य आणि उत्पादकतेसाठी महत्त्वपूर्ण असते.

- **विस्तृत उपलब्धता:** पारंपरिक मत्स्य खाद्य घटक जसे की सोयामील, फिश मील, मत्स्यतेल आणि वनस्पती तेल, सहसा मोठ्या प्रमाणात उपलब्ध असतात. यामुळे उत्पादकांना सतत पुरवठा सुनिश्चित करण्यास मदत होते.

- **स्थापित पद्धती:** पारंपरिक मत्स्य आहार तयार करण्याच्या पद्धती बऱ्याच काळापासून वापरल्या जात आहेत. यामुळे या पद्धतींची प्रभावीता आणि विश्वासार्हता सिद्ध झाली आहे.

च) पारंपरिक मत्स्य खाद्य स्रोताचे तोटे:

- **शाश्वततेची चिंता:** पारंपरिक मत्स्य आहारामध्ये फिश मील आणि फिश ऑइल चा मोठ्या प्रमाणात वापर होतो. यामुळे मत्स्यसंपदावर ताण येऊ शकतो आणि काही प्रजातींची संख्या कमी होण्याची शक्यता असते.
- **किंमतीतील चढ-उतार:** फिश ऑइल आणि वनस्पती तेलाच्या किंमती बाजारात होणाऱ्या उतार-चढावानुसार बदलत राहतात. यामुळे मत्स्य आहाराची किंमत वाढू शकते आणि उत्पादकांना आर्थिक अडचणी येऊ शकतात.
- **पर्यावरणीय परिणाम:** फिश मील आणि सोयाबीनसारख्या काही घटकांच्या उत्पादनासाठी मोठ्या प्रमाणात पाणी आणि जमीन वापरली जाते. यामुळे पर्यावरणावर नकारात्मक परिणाम होऊ शकतो.

या समस्यांवर उपाय म्हणून जलकृषी क्षेत्रात कृषी, पशुधन आणि वनस्पतींच्या उद्योगांमधून निघणाऱ्या उपउत्पादांचा वापर करून आणि नवीन ऊर्जा स्रोतांचा शोध घेऊन माशांचे आहार तयार करण्याचे प्रयत्न सुरू आहेत. त्याविषई आपण खाली सविस्तर पाहणार आहोत.

२. **अपारंपरिक मत्स्य खाद्य स्रोत:** अपारंपरिक खाद्य स्रोत, जे पारंपरिकरीत्या प्राण्यांच्या आहारामध्ये वापरले जात नाहीत आणि व्यावसायिकरीत्या उत्पादित खाद्यामध्ये सामान्यतः आढळत नाहीत, परंतू ते पोषणदृष्ट्या खूप समृद्ध असू शकतात. हे घटक पदार्थ, उत्पादन आणि उपभोग प्रक्रियेतील उप-उत्पादने असतात, आणि त्यांचा अजूनपर्यंत फारसा उपयोग करण्यात आलेला नाही. अपारंपरिक मत्स्य खाद्य स्रोतांना तीन श्रेणींमध्ये वर्गीकृत केले जाऊ शकते.

अ) **कृषी आणि उद्योगांमधील दुय्यम उत्पादने:** कृषी आणि उद्योगांमध्ये अन्न बनवताना किंवा वस्तू तयार करताना काही भाग उरतात. या उरलेल्या भागांना कृषी-औद्योगिक दुय्यम उत्पादने म्हणतात. यात तांदूळ, मका यांसारख्या पिकांचे अवशेष, दारू बनवताना उरलेले पदार्थ इत्यादींचा समावेश होतो.

- **डिस्टिलर्स ड्राइड ग्रेन्स विथ सोल्युबल्स (DDGS):** DDGS हे एक प्रकारचे घटक पदार्थ आहे जे दारू बनवण्याच्या प्रक्रियेतून मिळते. जेव्हा तांदूळ, मका, गहू किंवा बार्लीसारख्या धान्यांपासून

दारू तयार केली जाते, तेव्हा त्यातील दारू काढून घेतल्यानंतर उरलेल्या पदार्थांनाच DDGS म्हणतात. या उरलेल्या पदार्थात प्रथिने, कार्बोहायड्रेट्स, चरबी आणि इतर पोषक घटक भरपूर प्रमाणात असतात, ज्यामुळे ते पशुधन आणि मत्स्यपालनासाठी एक उपयुक्त खाद्य घटक ठरते. DDGS हे उच्च प्रथिनयुक्त असते, ज्यामुळे प्राण्यांच्या आहारात याचा समावेश करणे अत्यंत फायदेशीर ठरते. तसेच, इतर प्रथिनांच्या स्रोतांपेक्षा DDGS किफायतशीर असल्यामुळे, मत्स्यपालकांसाठी हे एक किफायतशीर पर्याय ठरते. याच्या वापरामुळे उत्पादन खर्च कमी होतो, ज्यामुळे मत्स्यपालन करणाऱ्या लोकांना आर्थिकदृष्ट्या लाभ मिळतो. पोषणदृष्ट्या समृद्ध असलेल्या DDGS मध्ये प्रथिनांसह जीवनसत्त्वे आणि खनिजेही असतात, ज्यामुळे माशांचे आरोग्य सुधारते आणि त्यांची एकूण पोषण क्षमता वाढते.

पर्यावरणास अनुकूल असलेल्या DDGS मुळे कचऱ्याचे प्रमाण कमी होते, कारण हे दारू बनवण्याच्या प्रक्रियेचे उप-उत्पादन असतात. त्याचा योग्य प्रकारे वापर केल्याने, उत्पादन प्रक्रियेतून निर्माण होणारा कचरा कमी करता येतो आणि त्याचा पर्यावरणावर सकारात्मक प्रभाव पडतो. एकूणच, मत्स्यपालनात DDGS चा उपयोग करण्याचे अनेक फायदे आहेत. हे इतर प्रथिनांच्या स्रोतांपेक्षा स्वस्त असल्याने मत्स्यपालकांचा खाद्य खर्च कमी होतो. त्यातील प्रथिनांमुळे माशांची वाढ अधिक वेगाने होते, ज्यामुळे उत्पादन दरात वाढ होते. यातील पोषक घटकांमुळे माशांचे आरोग्य चांगले राहते आणि त्यांच्या पोषणाच्या गरजा पूर्ण होतात. तसेच, DDGS विविध प्रकारच्या माशांच्या आहारात समाविष्ट केले जाऊ शकते, ज्यामुळे विविध प्रजातींच्या माशांना आवश्यक पोषण मिळू शकते. तथापि, DDGS चा वापर करताना काही गोष्टींची काळजी घेणे आवश्यक असते. यामध्ये फॉस्फरसचे प्रमाण जास्त असल्यामुळे, ते आहारात योग्य प्रमाणात समाविष्ट करणे महत्त्वाचे आहे. तसेच, DDGS मध्ये काहीवेळा एंटी-न्यूट्रिशनल घटक असू शकतात, ज्यामुळे त्याची गुणवत्ता तपासूनच वापरणे आवश्यक आहे. या घटकांचा समतोल राखण्यासाठी तज्ज्ञांचा सल्ला घेऊनच DDGS चा आहारात समावेश करावा.

राईस DDGS      कॉर्न DDGS

- **बिअर निर्मितीतिल दुय्यम उत्पादन (Brewer's waste):** बिअर निर्मितीतिल दुय्यम उत्पादन (ब्रुअर्स वेस्ट) म्हणजे बिअर बनवण्याच्या प्रक्रियेतून उरलेले पदार्थ. बिअर बनवताना धान्य, पाणी, आणि यीस्ट यांचा वापर केला जातो. या प्रक्रियेतून मुख्य उत्पादन म्हणून बिअर तयार होते, परंतु काही अवशेष पदार्थ उरतात. या उरलेल्या पदार्थांनाच ब्रुअर्स वेस्ट असे म्हणतात. यामध्ये मुख्यतः दोन घटकांचा समावेश होतो: ब्रुअर्स ग्रेन्स आणि ब्रुअर्स यीस्ट. ब्रुअर्स ग्रेन्स म्हणजे दारू बनवण्यासाठी वापरलेले धान्य उकळवून गाळल्यानंतर उरलेले भाग, तर ब्रुअर्स यीस्ट हे दारूच्या प्रक्रियेत वापरलेले यीस्टच्या पेशी असतात. ब्रुअर्स वेस्टमध्ये प्रथिने, कार्बोहायड्रेट्स, जीवनसत्त्वे, आणि खनिजे यासारखे अनेक पोषक घटक असतात. म्हणूनच, माशांच्या आहारासाठी ते एक उत्कृष्ट आणि किफायतशीर पर्याय ठरते. प्रथिनांचा भरपूर पुरवठा हा त्याचा एक मोठा फायदा आहे. माशांच्या वाढीसाठी आणि शरीराच्या दुरुस्तीसाठी प्रथिनांची आवश्यकता असते, आणि ब्रुअर्स वेस्ट यामध्ये हा घटक मुबलक प्रमाणात उपलब्ध करून देते. याशिवाय, ब्रुअर्स ग्रेन्समध्ये असलेल्या तंतूंमुळे पचनप्रक्रियेत मदत होते, ज्यामुळे माशांचे पचनसंस्था निरोगी राहते.

कौर आणि सक्सेना (2004) यांच्या संशोधनानुसार, जेव्हा माशांच्या आहारात 30% ब्रुअर्स वेस्टचा समावेश केला जातो, तेव्हा माशांमध्ये अधिक वेगाने वाढ होते आणि त्यांचे वजनही वाढते. विशेषतः कटला आणि रोहू या प्रजातींमध्ये हे परिणाम अधिक स्पष्ट दिसून आले आहेत. ब्रुअर्स वेस्टच्या वापरामुळे माशांच्या आहाराचे पोषण मूल्य सुधारते, ज्यामुळे त्यांची वाढ अधिक चांगली होते. ब्रुअर्स ग्रेन्स आणि ब्रुअर्स यीस्ट हे दोन्ही पदार्थ पोषणदृष्ट्या समृद्ध असले तरी त्यांचे पोषक घटक वेगवेगळे असतात. ब्रुअर्स यीस्टमध्ये सुमारे 40-45% प्रथिनांचा समावेश असतो, तर ब्रुअर्स ग्रेन्समध्ये 20-25% प्रथिने असतात. ब्रुअर्स यीस्टमधील प्रथिनांची समृद्धी

हे माशांच्या आहारातील प्रथिनांचे प्रमाण वाढवण्यासाठी उपयुक्त ठरते, तर ब्रुअर्स ग्रेन्समधील तंतू पचन सुधारण्यासाठी मदत करतात. एकूणच, ब्रुअर्स वेस्ट हे मासेपालन उद्योगासाठी एक किफायतशीर आणि पोषणदृष्ट्या समृद्ध पर्याय आहे. त्याचा वापर करून माशांच्या आहारात पोषणमूल्य वाढवता येते, त्यांचे आरोग्य सुधारता येते आणि उत्पादनाचा खर्च कमी करता येतो. मात्र, ब्रुअर्स वेस्टचा वापर करताना त्याच्या गुणवत्तेची खात्री करणे आवश्यक आहे, जेणेकरून माशांना आवश्यक पोषण मिळू शकेल. यांचा वापर करताना तज्ञाचा सल्ला घेणे आवश्यक आहे.

ब्रुअर्स यीस्ट        ब्रुअर्स ग्रेन्स

- **स्टार्च उद्योगातून मिळणारी उप-उत्पादने:** मका ग्लूटेन आणि गहू ग्लूटेन हे स्टार्च उद्योगातून मिळणारी उप-उत्पादने आहेत, जे मका किंवा गहू यांपासून स्टार्च बनवताना उरतात. या दोन घटकांचे मत्स्यपालनात महत्त्व मोठे आहे, कारण त्यात प्रथिनांचे प्रमाण उच्च असते, जे माशांच्या वाढीस आणि दुरुस्तीस आवश्यक असते. मका ग्लूटेन आणि गहू ग्लूटेन इतर प्रथिनांच्या स्रोतांपेक्षा कमी किमतीत उपलब्ध असल्यामुळे, हे मत्स्यपालकांसाठी फायदेशीर ठरते. यामध्ये जीवनसत्त्वे आणि खनिजे यांसारखी इतर पोषक तत्वे देखील असतात, जी माशांच्या आरोग्यासाठी अत्यंत उपयुक्त आहेत. मका ग्लूटेन, गहू ग्लूटेनच्या तुलनेत अधिक प्रथिन समृद्ध आहे आणि माशांच्या आहारात अधिक प्रमाणात वापरला जातो. एकंदरीत, मका ग्लूटेन आणि गहू ग्लूटेन हे मत्स्यपालन उद्योगासाठी उत्कृष्ट आणि किफायतशीर पर्याय आहेत, जे माशांच्या वाढीस मदत करतात आणि उत्पादन खर्च कमी करतात, तरीही यांचा वापर करताना तज्ञाचा सल्ला घेणे आवश्यक आहे.

मका ग्लूटेन        गहू ग्लूटेन

- **साखर उद्योगातील दुय्यम उत्पादने:** साखरेच्या उद्योगातील उप-उत्पादने, म्हणजेच काकवी आणि मळी, माशांच्या आहारात एक नवीन पर्याय म्हणून उभ्या राहिल्या आहेत. साखर बनवण्याच्या प्रक्रियेत उरलेले हे पदार्थ अनेक पोषक तत्वांनी समृद्ध आहेत, जसे की कार्बोहायड्रेट्स, खनिजे आणि प्रथिने. काकवीमध्ये भरपूर प्रमाणात कार्बोहायड्रेट्स असल्याने ती माशांच्या शरीरासाठी ऊर्जा स्रोत म्हणून कार्य करते आणि खाद्याची चव वाढवून त्यांना अधिक आकर्षक बनवते. याशिवाय, काकवी आणि मळी इतर पारंपरिक खाद्यांच्या तुलनेत किफायतशीर असतात. मळीमध्ये प्रथिने आणि तंतू असतात, जे माशांच्या पचनास मदत करतात. तथापि, विविध माशांच्या प्रजातींसाठी पोषणाची गरज वेगवेगळी असते, त्यामुळे काकवी आणि मळीचे प्रमाण प्रत्येक प्रजातीसाठी वेगवेगळे असावे लागते. या उप-उत्पादनांचा वापर एक नवीन संशोधनाचा विषय असल्याने यासाठी अधिक अभ्यास आवश्यक आहे. शेतकऱ्यांनी मत्स्यपालन तज्ञ, पोषणतज्ञ किंवा संशोधन संस्थांकडून सल्ला घेणे महत्त्वाचे आहे, जेणेकरून काकवी आणि मळीचे प्रमाण योग्य आणि गुणकारी असेल याची काळजी घ्यावी. योग्य विचार आणि तज्ञांच्या मार्गदर्शनाने आपण या उप-उत्पादनांचा प्रभावीपणे फायदा घेऊ शकतो.

काकवी        मळी

**आ) प्राण्यांपासून मिळणारी उत्पादने व दुय्यम उत्पादने:** प्राण्यांपासून मिळणारी उत्पादने व दुय्यम उत्पादने म्हणजे प्राण्यांपासून मिळणारे पदार्थ जे पारंपरिक खाद्यात सामान्यतः वापरले जात नाहीत, जसे कुक्कुटपालन उद्योगातील पंख, हाडे, आणि कत्तलखान्यातील अवशेष. या पदार्थांमध्ये प्रथिने, चरबी, आणि खनिजे यासारख्या महत्त्वाच्या पोषक तत्वांचे प्रमाण असते, ज्यामुळे त्यांचा वापर मत्स्यपालन उद्योगात किफायतशीर ठरतो. कुक्कुटाच्या पंखांचा चुरा तसेच कुक्कुटाच्या दुय्यम उत्पादनाचा चुरा यामध्ये प्रथिनांचे उच्च प्रमाण असते, जे माशांच्या वाढीसाठी आवश्यक असते. परंतु कुक्कुटाच्या पंखांच्या चुरामध्ये काही आवश्यक आम्लांचे प्रमाण कमी असल्यामुळे याचा समावेश करताना काळजी घेणे आवश्यक आहे. एकूणच, प्राण्यांपासून मिळणारी उत्पादने व दुय्यम उत्पादने हे मत्स्यपालनासाठी टिकाऊ आणि किफायतशीर पर्याय आहेत, परंतु त्यांच्या वापरात काळजीपूर्वक विचार करणे आवश्यक आहे.

**इ) विविध पिकांची उत्पादने/ उप-उत्पादने:** पिकांची उत्पादने आणि उपउत्पादने ही पारंपरिक मत्स्य खाद्यांना वैकल्पिक, किफायतशीर आणि पोषक तत्वांनी भरपूर असलेले पर्याय आहेत. यामध्ये विविध प्रकारचे बीज आणि पाने समाविष्ट असतात, ज्यामध्ये प्रोटीन आणि आवश्यक अमीनो ॲसिड्स भरपूर प्रमाणात असतात. यामुळे ते मासळीच्या आहारात वापरण्यासाठी अत्यंत उपयुक्त ठरतात. तथापि, यामध्ये असलेल्या अँटिन्यूट्रिएंट्स आणि चर पचनक्षमतेमुळे याचा मत्स्य आहारात समावेश करण्यापूर्वी त्याचे योग्य मूल्यांकन आणि प्रक्रिया करणे आवश्यक आहे. खाली, आम्ही काही उल्लेखनीय वनस्पती-आधारित खाद्य घटकांची वैशिष्ट्ये, फायदे आणि आव्हाने देत आहोत.

- **सूर्यफूल बीज मील:** यामध्ये 41-46% कच्चा प्रोटीन, सल्फर-युक्त अमीनो ॲसिड्स असते. हे तिलापिया आहारात एकूण प्रोटीनपैकी 25-50% बदलण्यासाठी योग्य आहे.
- **करडई बीज मील:** यामध्ये 20-42% कच्चा प्रोटीन, 1-7% लिपिड्स आणि 25% कच्चा फायबर असते. हे उर्जा स्त्रोत असूनही मत्स्य खाद्यामध्ये प्रोटीन स्त्रोत म्हणून वापरले जाऊ शकते यासाठी अधिक संशोधन आवश्यक आहे.
- **तिळ बीज मील:** यामध्ये 42% कच्चा प्रोटीन, 7% लिपिड्स, 27% नॉन-फायबर कार्बोहायड्रेट्स आणि 7% कच्चा फायबर असते. हे प्रोटीन पूरक प्रभावी आहे परंतु त्याची चव खूप तीव्र असू शकते. त्यामुळे, त्याचा वापर करताना सावधगिरी बाळगणे आवश्यक आहे.

- **मोहरी बीज मील:** यामध्ये 26% कच्चा प्रोटीन, 2.3% लिपिड्स, 46% नॉन-फायबर कार्बोहायड्रेट्स आणि 18% कच्चा फायबर असते. कार्प फ्राय मध्ये वापरताना जास्त प्रमाणात वापरू नये.

- **अलसी बीज मील:** यामध्ये 32-33% कच्चा प्रोटीन, 1-3% लिपिड्स, 10% कच्चा फायबर आणि 39% नॉन-फायबर कार्बोहायड्रेट्स असतात. हे प्रोटीन पूरक त्याच्या उच्च-गुणवत्तेच्या अमीनो ॲसिड्समुळे खूप उपयुक्त आहेत. विशेषतः जेव्हा ते किण्वन प्रक्रियेतून जाते तेव्हा त्यातील हानिकारक घटक कमी होतात.

- **मसूर बीज मील:** यामध्ये 24% कच्चा प्रोटीन, 1% लिपिड्स, 26% नॉन-फायबर कार्बोहायड्रेट्स आणि 31% कच्चा फायबर असते. या पदार्थाचा मत्स्य खाद्य म्हणून वापर करण्याबाबत अजून पुरेसे संशोधन झालेले नाही. विशेषतः यामध्ये सल्फरयुक्त अमीनो ॲसिड्सची कमतरता दिसून येते जी मासळीच्या पोषणासाठी आवश्यक असतात.

- **लेयूकेना (Leucaena) लीफ मील:** यामध्ये 26-27% कच्चा प्रोटीन, 6% लिपिड्स आणि हे सल्फर अमीनो ॲसिड्समध्ये समृद्ध असते. यामधील मिमोसिनची पातळी कमी करण्यासाठी उष्णता उपचार आवश्यक आहेत. सामान्य कार्प फ्रायसाठी हे योग्य नाही कारण यामुळे इतर समस्या उद्भवू शकतात.

वनस्पतींच्या बिया आणि पाने जलचरांसाठी एक अद्वितीय पोषण स्रोत म्हणून महत्त्वाची भूमिका बजावतात. कारण प्रत्येक वनस्पतीची बियाणे आणि पाने विशिष्ट पोषण गुणधर्मांनी युक्त असतात, जे जलचरांच्या वाढीसाठी आणि आरोग्यासाठी उपयुक्त असतात. यामध्ये प्रोटीन, लिपिड्स, फायबर, आणि अमीनो ॲसिड्स यांचा समावेश असतो, जे मासळीच्या विकासासाठी आणि ऊर्जा स्रोत म्हणून आवश्यक असतात. तथापि, विविध मासळी प्रजातींची पोषण आवश्यकता वेगवेगळी असते, त्यामुळे योग्य वनस्पतींची निवड करणे आवश्यक आहे. या वनस्पतींच्या संपूर्ण क्षमतेचा वापर करण्यासाठी आणि त्यांच्याशी संबंधित समस्यांचे निराकरण करण्यासाठी अधिक संशोधन आवश्यक आहे. ज्यामुळे या वनस्पतींची पोषण मूल्ये, त्यांच्या प्रभावी वापराची सुरक्षितता आणि मासळीच्या वाढीवर होणारा प्रभाव समजता येईल. शेतकऱ्यांनी जलकृषि पोषण तज्ञांचा सल्ला घेऊन, वनस्पतींच्या बिया आणि पानांना त्यांच्या मासळीच्या आहारात समाविष्ट करून त्यांच्या उत्पादनात वाढ करण्याची शिफारस केली जाते. यामुळे मासळीच्या आरोग्यात सुधारणा करता येईल आणि संभाव्य धोके कमी करता येतील. अंततः, कोणत्या प्रकारच्या वनस्पतींच्या बिया आणि पाने उपयुक्त आहेत, यांचा

आहारात कसा समावेश करावा, मासळीच्या चवी आणि गुणवत्तेवर याचा काय परिणाम होतो, आणि पर्यावरणावर याचा प्रभाव काय आहे, या सर्व प्रश्नांची उत्तरे शोधून या क्षेत्रात अधिक चांगले कार्य केले जाऊ शकते.

**मत्स्य आहारात वनस्पतींच्या ऑइल केकचा वापर - आव्हाने आणि उपाय:** वनस्पतींच्या ऑइल केकचा जलचरांसाठी प्रथिनांचा एक महत्त्वाचा स्रोत म्हणून वापर केला जातो, परंतु यामध्ये काही आव्हाने देखील आहेत. या आव्हानांमध्ये अँटी-न्यूट्रिशनल घटकांचा समावेश आहे, जसे की गॉसिपोल, ग्लुकोसिनोलेट्स, ट्रिप्सिन इनहिबिटर्स आणि फाइटेट्स, जे पचनक्रियेत अडथळा आणतात आणि पोषक तत्त्वांचे शोषण कमी करतात, परिणामी मासळीच्या आरोग्यावर नकारात्मक प्रभाव पडतो. याशिवाय, लायसिन आणि मेथिओनिनसारखे आवश्यक अमीनो ऍसिड्स कमी प्रमाणात आढळतात, जे मासळीच्या वाढीसाठी आणि शरीराच्या विकासासाठी अत्यंत महत्त्वाचे आहेत. या आव्हानांमुळे पचन समस्या, वाढीची गती कमी होणे, प्रतिकारशक्ती कमी होणे आणि कमी वाढ सारखे परिणाम उद्भवतात.

यावर उपाय म्हणून, ऑइल केकला पाण्यात भिजवणे, गरम करणे आणि आवश्यक अमीनो ऍसिड्ससाठी पूरक आहार देणे आवश्यक आहे. भिजवण्यामुळे काही अँटी-न्यूट्रिशनल घटक पाण्यात विरघळतात आणि पचनशिलता वाढते. गरम करून काही अँटी-न्यूट्रिशनल घटक नष्ट केले जाऊ शकतात. याशिवाय, विशिष्ट प्रकारचे ऑइल केक निवडणे महत्त्वाचे आहे, कारण काही ऑइल केकमध्ये अँटी-न्यूट्रिशनल घटक कमी प्रमाणात असतात. या क्षेत्रात अधिक संशोधन करून नवीन आणि प्रभावी उपाय शोधण्याचा प्रयत्न केला जात आहे.

**मत्स्यखाद्य घटक पदार्थांमधील आवश्यक पोषण मूल्ये:** मत्स्य पालन करताना कोणत्या प्रकारचे खाद्य द्यावे, हे ठरवण्यासाठी त्या खाद्यात किती प्रथिने आहेत हे जाणून घेणे खूप महत्त्वाचे असते. खालील तक्त्यात काही सामान्य खाद्यांमध्ये किती प्रथिने आहेत हे दिलेले आहे. हे प्रमाण बदलू शकते, कारण खाद्य पदार्थ कसे बनवले जाते, कुठून आले आहे आणि कोणत्या कंपनीने ते बनवले आहे यावर अवलंबून असते.

**तक्ता: मत्स्य आहार घटक पदार्थांमधील आवश्यक पोषण मूल्ये** (Handbook of Fisheries and Aquaculture, 2017)

| घटक | कच्चा प्रोटीन (%) |
|---|---|
| सोयामील | 50-55 |
| शेंगदाणा पेंड | 40-43 |
| मोहरीची पेंड | 25-38 |
| सरकीची पेंड | 32-35 |
| तिळाची पेंड | 35-42 |
| सूर्यफूल पेंड | 30-32 |
| फिश मील | 45-65 |
| ब्लड मील | 85-90 |
| मीट अँड बोन मील | 50-70 |
| सिल्कवॉर्म पुपा मील | 40-45 |
| भाताचा कोंडा | 12-16 |
| मका | 5-6 |
| गव्हाचे पीठ | 8-11 |

**फीड फॉर्म्युलेशन:** फीड फॉर्म्युलेशन म्हणजे विविध प्रकारचे खाद्यपदार्थ निवडून विशिष्ट प्रमाणात एकत्र करून असा आहार तयार करणे, जो कोणत्याही प्राण्याला त्याच्या वाढीसाठी आणि आरोग्यासाठी आवश्यक असलेले सर्व पोषक तत्व देतो. माशांच्या बाबतीत पोषणाची गरज अत्यंत महत्त्वाची असते, कारण प्रत्येक प्रकारच्या माशांना वेगवेगळ्या प्रकारचे आणि प्रमाणात पोषण आवश्यक असते. त्यांचा आकार आणि वाढीचा टप्पा यानुसार त्यांच्या आहारात बदल करणे आवश्यक असते. माश्यांच्या आहारात प्रथिने, कार्बोहायड्रेट्स, चरबी, विटामिन आणि खनिजे यांचा समावेश असतो. फीड फॉर्म्युलेशनचा मुख्य उद्देश म्हणजे माश्यांना आवश्यक असलेले सर्व पोषक तत्व योग्य प्रमाणात देणे, जेणेकरून ते निरोगी राहतील आणि त्यांची चांगली वाढ होऊ शकेल. फीड फॉर्म्युलेशन करताना घटक पदार्थांची उपलब्धता, किंमत, पचनशिलता आणि स्वाद यांचा विचार केला जातो. प्रत्येक घटक पदार्थाचे प्रमाण ठरवताना माश्यांचे वय, आकार आणि त्यांच्या वाढीच्या

टप्प्याचा विचार करणे आवश्यक असते. योग्य फीडमुळे माश‍यांची चांगली वाढ होते, ते निरोगी राहतात, खाद्याचा अपव्यय कमी होतो आणि त्यामुळे शेतकऱ्याचा नफा वाढतो. फीड फॉर्म्युलेशन करताना मत्स्यपालन तज्ञांचा सल्ला घेणे, घटक पदार्थांची गुणवत्ता सुनिश्चित करणे आणि नियमितपणे फीडची गुणवत्ता तपासणे महत्त्वाचे असते. एकंदरीत, फीड फॉर्म्युलेशन ही एक जटिल प्रक्रिया आहे, परंतु योग्य फीड फॉर्म्युलेशनमुळे मत्स्यपालन व्यवसाय अधिक फायदेशीर बनवता येतो.

**फीड फॉर्म्युलेशन - पियर्सन स्क्वेअर पद्धत:** पियर्सन स्क्वेअर पद्धत ही एक साधी आणि प्रभावी पद्धत आहे, जी आपल्याला माश‍यांच्या आहारात कोणते आणि किती प्रमाणात घटक मिसळायचे हे ठरवण्यास मदत करते. ही पद्धत विशेषतः छोट्या प्रमाणात आहार तयार करताना किंवा जेव्हा आपल्याकडे मर्यादित प्रकारचे घटक असतात तेव्हा उपयोगी असते. पियर्सन स्क्वेअर पद्धती विषई क्रमवार माहिती खाली दिली आहे.

१. **आवश्यक पोषणांचे निश्चितीकरण:** सर्वप्रथम, आपल्याला कोणत्या प्रकारच्या माशांसाठी आहार तयार करायचा आहे आणि त्यांना कोणत्या पोषक तत्वांची गरज आहे हे ठरवावे लागते. उदाहरणार्थ, प्रथिने, कार्बोहायड्रेट्स आणि चरबी.

२. **घटक पदार्थांची निवड:** त्यानंतर आपल्याला असे दोन घटक निवडावे लागतात जे आपल्याला आवश्यक असलेले पोषक तत्व देतील. उदाहरणार्थ, फिश मील (प्रथिनचा चांगला स्रोत) आणि भाताचा कोंडा (कार्बोहायड्रेटचा चांगला स्रोत).

३. **इच्छित प्रमाण:** आपल्याला अंतिम आहारात प्रत्येक पोषक तत्वाचे किती प्रमाण असावे हे ठरवावे लागते. उदाहरणार्थ, आपल्याला 25% प्रथिन असलेला आहार तयार करायचा आहे.

४. **स्क्वेअर तयार करणे:** आता आपल्याला एक चौरस काढून त्याला चार भागात विभाजित करावे. या चौरसाच्या विरुद्ध कोनांमध्ये आपल्याला निवडलेल्या पोषक तत्वांचे इच्छित प्रमाण लिहायचे आहे.

५. **गणना:** यानंतर आपल्याला काही साध्या गणिताच्या सूत्रांचा वापर करून प्रत्येक घटकाचे प्रमाण काढावे लागते.

६. **सत्यापन:** शेवटी आपल्याला काढलेले प्रमाण बरोबर आहे की नाही हे तपासावे लागते आणि जर गरज असेल तर ते समायोजित करावे लागते.

पियर्सन स्क्वेअर पद्धत ही एक अशी पद्धत आहे जी आपल्याला माश्यांच्या आहारात कोणते आणि किती प्रमाणात घटक मिसळायचे हे ठरवण्यास मदत करते. विशेषतः जेव्हा आपल्याकडे मर्यादित प्रकारचे घटक पदार्थ असतात किंवा आपल्याला आहारात त्वरित बदल करायचे असते तेव्हा ही पद्धत खूप उपयोगी ठरते. ही पद्धत आपल्याला पोषण मूल्यांच्या आधारे प्रमाण काढण्याचा एक सोपा मार्ग प्रदान करते आणि आपल्याला खात्री देते की आपण तयार केलेला आहार माश्यांच्या वाढीसाठी आवश्यक सर्व पोषक तत्व देऊ शकेल.

समजा, आपल्याकडे दोन घटक पदार्थ आहेत, म्हणजेच, फिश मील (60% प्रथिने) आणि भाताचा कोंडा (14% प्रथिने). तर, 25% प्रथिने असलेले मत्स्य खाद्य कसे तयार कराल?

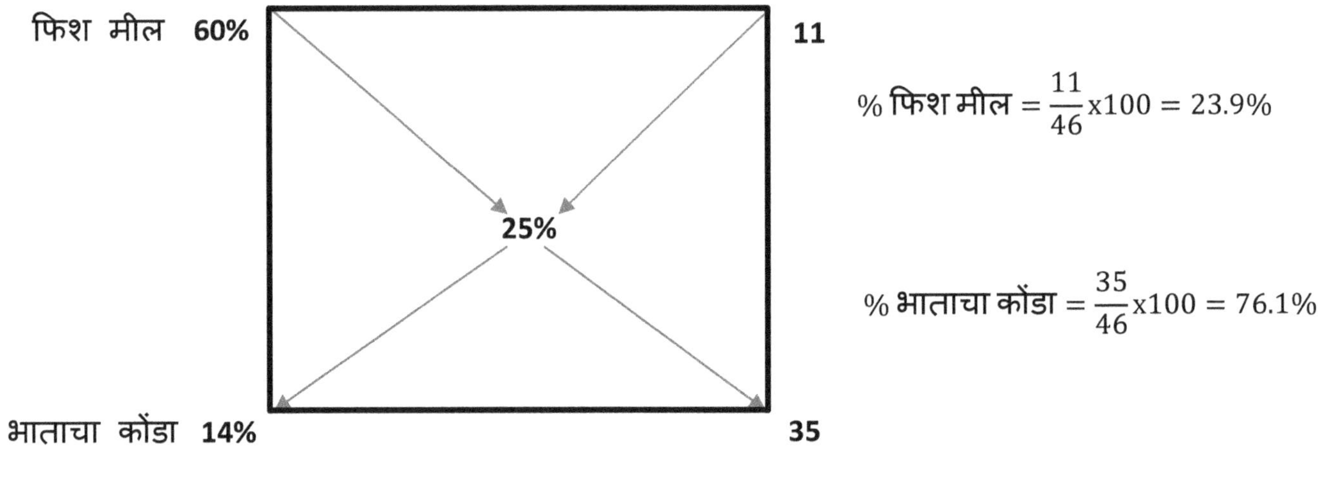


% फिश मील $= \dfrac{11}{46} \times 100 = 23.9\%$

% भाताचा कोंडा $= \dfrac{35}{46} \times 100 = 76.1\%$

म्हणून, उपलब्ध घटकांमधून 25% प्रथिनांचे फीड बनविण्यासाठी सुमारे 23.9% फिश मील आणि 76.1% भाताचा कोंडा वापरला पाहिजे.

**पियर्सन स्क्वेअर पद्धतीचे तोटे:** पियर्सन स्क्वेअर पद्धत ही मत्स्य आहार तयार करताना एक सोपी आणि उपयुक्त पद्धत असली तरी त्याच्या काही मर्यादा आहेत ज्याचा विचार करणे आवश्यक आहे.

- **मर्यादित घटक:** ही पद्धत मुख्यतः दोन घटकांच्या आधारेच आहार तयार करण्यासाठी वापरली जाते. जर आपल्याला तीन किंवा अधिक घटकांचा वापर करायचा असेल तर ही पद्धत थोडी क्लिष्ट होऊ शकते.

- **अचूकता:** या पद्धतीमध्ये आपल्याला घटकांचे प्रमाण अचूकपणे मोजावे लागते. जर आपण प्रमाण चुकीचे मोजले तर आपला आहार योग्य पोषण देत नाही.

- **किंमत आणि उपलब्धता:** ही पद्धत फक्त पोषण मूल्यांच्या आधारेच घटकांचे प्रमाण ठरवते. ती घटकांची किंमत किंवा उपलब्धता यांचा विचार करत नाही.

- **लवचिकता नाही:** जर आपल्याला आहारात काही बदल करायचे असतील तर आपल्याला सर्व गणित पुन्हा करावे लागते.

- **मोठ्या प्रमाणावर उत्पादन:** ही पद्धत छोट्या प्रमाणावर मत्स्य आहार तयार करण्यासाठी उपयुक्त आहे. परंतु मोठ्या प्रमाणावर मत्स्य आहार तयार करण्यासाठी ही पद्धत योग्य नाही.

- **अधिक जटिल पोषण:** जर माश्यांना विशिष्ट प्रकारचे पोषण आवश्यक असेल तर ही पद्धत त्यासाठी योग्य नसते.

व्यवसायाच्या सुरुवातीला पियर्सन स्क्वेअर पद्धत ही एक चांगली सुरुवात असू शकते, परंतु ती सर्व परिस्थितींसाठी सर्वोत्तम पद्धत नाही. जर आपल्याला अधिक जटिल आहार तयार करायचा असेल तर आपल्याला अधिक प्रगत पद्धतींचा वापर करावा लागेल जसे की तक्ते आणि चाचणी-त्रुटी पद्धत.

**फीड फॉर्म्युलेशन - तक्ते आणि चाचणी-त्रुटी पद्धत:** माशांसाठी योग्य आहार तयार करणे ही एक गुंतागुंतीची प्रक्रिया आहे. विशेषतः जेव्हा आपल्याला माशांना आवश्यक असलेले सर्व पोषक तत्वे त्यात असावेत आणि ते आर्थिकदृष्ट्या परवडणारेही असावे. यासाठी तक्ते आणि चाचणी-त्रुटी पद्धतीचा वापर करून आपण अधिक व्यापक आणि परिणामकारक मिश्रण तयार करू शकतो. चाचणी-त्रुटी पद्धतीसाठी खालील पायऱ्या आहेत:

१. **पोषणाच्या गरजा ओळखणे:** आपल्या पाळलेल्या मत्स्य प्रजातींच्या विशिष्ट पोषण गरजा काळजीपूर्वक समजून घ्या. त्यानंतर प्रथिने, चरबी, कार्बोहायड्रेट्स, जीवनसत्वे आणि खनिजे

यासारख्या मूलभूत पोषक तत्वांच्या आवश्यकतांची यादी तयार करा. प्रत्येक पोषक तत्व योग्य प्रमाणात माशांच्या आहारात असणे आवश्यक आहे.

२. **घटक पदार्थांचा शोध:** त्यानंतर आपल्या मिश्रणात वापरता येतील अशा विविध घटक पदार्थांची माहिती गोळा करा. प्रत्येक घटकाच्या पोषण सामग्रीचा तपशीलवार अभ्यास करा. यामध्ये प्रथिने, चरबी, फायबर आणि इतर पोषक तत्वांचे प्रमाण तसेच त्यांचा खर्च इत्यादि तपासून पहा. ही माहिती आपल्याला घटक पदार्थांची तुलना करण्यास आणि सर्वात योग्य पर्याय निवडण्यास मदत करेल. आपण आहार घटक डेटाबेस, शास्त्रीय संशोधन पेपर आणि इतर विश्वसनीय स्रोत यांचा वापर करून ही माहिती मिळवू शकता.

३. **आरंभिक मिश्रण तयार करणे:** पहिल्यांदा, आपल्या माशांच्या पोषण गरजा पूर्ण करण्यासाठी आवश्यक असलेले मुख्य घटक निवडा. या घटकांचे प्रमाण अंदाजे ठरवून एक आरंभिक मिश्रण तयार करा. हे मिश्रण आपले पहिले चाचणी मिश्रण असेल.

४. **पोषण सामग्रीची गणना:** आपल्या आरंभिक मिश्रणातील प्रत्येक घटकाच्या प्रमाणाला त्याच्या पोषण सामग्रीने गुणाकार करा. या सर्व मूल्यांची बेरीज करून आपल्याला मिश्रणातील एकूण पोषण सामग्री मिळेल. या माहितीची तुलना आपल्या माशांच्या पोषण गरजाशी करा.

५. **समायोजन:** जर आपले आरंभिक मिश्रण आपल्या माशांच्या पोषण गरजा पूर्ण करत नसेल तर आपल्याला मिश्रणात बदल करावे लागतील. जर काही पोषक तत्वांचे प्रमाण कमी असेल तर, आपल्याला त्या पोषक तत्वांचे प्रमाण वाढवणारे घटक जास्त जोडावे लागतील. जर काही पोषक तत्वांचे प्रमाण जास्त असेल तर, आपल्याला त्या पोषक तत्वांचे प्रमाण कमी करणाऱ्या घटकांचे प्रमाण कमी करावे लागेल.

६. **खर्चाचे विश्लेषण:** आपल्या आरंभिक आणि समायोजित मिश्रणांचा खर्चाची गणना करा. प्रत्येक घटकाच्या प्रमाणाला त्याच्या एकक वजनाच्या खर्चाने गुणाकार करा आणि या सर्व मूल्यांची बेरीज करा. यामुळे आपल्याला कोणते मिश्रण अधिक किफायतशीर आहे हे समजेल.

७. **चाचणी आणि त्रुटी:** आपल्या मिश्रणात आवश्यक बदल करून आणि त्याची पोषण सामग्री आणि खर्च याची पुनः मोजणी करून आपण चाचणी आणि त्रुटी पद्धतीने आपले मिश्रण सुधारत राहा. आपला उद्देश असा असला पाहिजे की आपण एक असे मिश्रण तयार कराल जे आपल्या माशांच्या पोषण गरजा पूर्ण करेल आणि ते किफायतशीरही असेल.

८. **चाचणी आणि मूल्यांकन:** एकदा आपण आपल्या मिश्रणाबद्दल समाधानी झाल्यावर, आपण ते थोड्या प्रमाणात माशांना खायला देऊन पहावे. यामुळे आपल्याला हे समजेल की हे मिश्रण आपल्या माशांची वाढ, आरोग्य आणि आहार रूपांतरण कार्यक्षमतेवर कसा परिणाम करते.

९. **या पद्धतीचे फायदे:**

- आपल्याला आपल्या माशांच्या विशिष्ट गरजेनुसार आहार तयार करण्याची अनुमती देते.
- आपल्याला खर्च प्रभावी मिश्रण तयार करण्यास मदत करते.
- आपल्याला आपल्या मिश्रणात बदल करून आणि सुधारणा करून ते अधिक प्रभावी बनवण्याची अनुमती देते.

१०. **या पद्धतीची मर्यादा:**

- ही प्रक्रिया काही प्रमाणात वेळ घेणारी असू शकते.
- यासाठी काही गणितीय कौशल्य आवश्यक असू शकतात.
- आपल्याला विविध आहार घटकांची माहिती मिळवण्यासाठी काही संशोधन करावे लागेल.

अंतता, मत्स्य आहाराचे मिश्रण तयार करणे ही एक जटिल प्रक्रिया असली तरी, तक्ते आणि चाचणी-त्रुटी पद्धतीचा वापर करून आपण आपल्या माशांसाठी सर्वोत्तम आहार तयार करू शकता.

**तक्ते आणि चाचणी-त्रुटी पद्धतीने फीड फॉर्म्युलेशन कसे करावे याचे उदाहरण:** तक्ते आणि चाचणी-त्रुटी पद्धतीने फीड फॉर्म्युलेशन कसे करावे याचे उत्तम उदाहरण खाली वर्णन केले आहे.

**तक्ता: घटक आणि पोषक तत्वांचे प्रमाण**

| घटक पदार्थ | प्रथिने (%) | फॅट (%) | फायबर (%) | किंमत (रु/कि.ग्रॅ) |
|---|---|---|---|---|
| फिश मील | 65 | 8 | 1 | 70 |
| सोयामील | 48 | 1 | 5 | 50 |
| कॉर्न मील | 8 | 4 | 2 | 45 |
| व्हीट ब्रान | 15 | 3 | 10 | 25 |
| फिश ऑइल | 0 | 100 | 0 | 140 |

प्रारंभिक फॉर्म्युलेशन (प्रायोगिक मिश्रण)

- फिश मील: 30%
- सोयामील: 40%
- कॉर्न मील: 20%
- व्हीट ब्रान: 5%
- फिश ऑइल: 5%

प्रारंभिक मिश्रणातून मिळणाऱ्या पोषक घटकांचे प्रमाण

- प्रथिने: (30% × 65) + (40% × 48) + (20% × 8) + (5% × 15) + (5% × 0) = 41.05%
- फॅट: (30% × 8) + (40% × 1) + (20% × 4) + (5% × 3) + (5% × 100) = 8.75%
- फायबर: (30% × 1) + (40% × 5) + (20% × 2) + (5% × 10) + (5% × 0) = 3.2%
- खर्च: (30% × 70) + (40% × 50) + (20% × 45) + (5% × 25) + (5% × 140) = रु. 58.25 प्रति किलोग्रॅम

समायोजन

- जर प्रथिने जास्त असतील, तर फिश मील कमी करा आणि सोयामील किंवा कॉर्न मील वाढवा.
- जर खर्च जास्त होत असेल, तर महागडे घटक जसे की फिश मील आणि फिश ऑइल कमी करा, आणि त्याऐवजी स्वस्त पर्यायांचा वापर करा, परंतू त्याचा पोषक संतुलनावर नकारात्मक परिणाम होणार नाही याची काळजी घ्या.

**मास्यांच्या वाढीच्या टप्प्यांनुसार खाद्याचे आकार आणि प्रकार:** जलकृषि मध्ये मास्यांच्या वेगवेगळ्या वाढीच्या टप्प्यांनुसार त्यांना दिले जाणारे खाद्याचे आकार आणि प्रकार हे अतिशय महत्त्वाचे घटक असतात. हे खाद्य फक्त मास्यांचे पोट भरत नाहीत, तर त्यांच्या शरीरातील विविध

जैविक प्रक्रियांना आवश्यक असलेले पोषक तत्वे पुरवतात. म्हणूनच, या खाद्याचा आकार, त्यांची रचना आणि त्यात असलेले पोषक तत्वे यांचा मास्यांच्या आरोग्य, वाढ आणि उत्पादकतेवर खूप मोठा परिणाम होतो. मास्यांच्या जीवनचक्रातील विविध टप्पे आणि त्यांच्या खाद्य गरजा अनेक टप्प्यांमध्ये विभागल्या जाऊ शकतात. प्रत्येक टप्प्यात मास्यांची शारीरिक रचना, चयापचय आणि पोषक तत्वांच्या गरजा वेगवेगळ्या असतात. त्यामुळे, प्रत्येक टप्प्यासाठी वेगवेगळ्या आकाराचे आणि प्रकारचे खाद्य आकार आणि प्रकार आवश्यक असतात.

**१. स्पॉन (भ्रूण / बाळ):** हा मास्यांच्या आयुष्यातील सर्वात नाजूक टप्पा असतो. या टप्प्यात मास्यांचे शरीर अत्यंत लहान असते आणि त्यांचे पचनतंत्र विकसित होत असते. त्यांमुळे, त्यांना खूपच लहान खाद्य कणांची आवश्यकता असते. हे कण सामान्यतः पाण्यात तरंगत असतात आणि मास्यांना सहजपणे पचवता येतात.

**२. फ्राय:** या टप्प्यात मासे थोडेसे वाढतात आणि त्यांचे पचनतंत्र अधिक विकसित होते. त्यामुळे, या टप्प्यात त्यांना थोडेसे मोठे खाद्य कण दिले जातात. हे कण सामान्यतः बारीक गोळ्या किंवा चुरडलेल्या स्वरूपात असते.

**३. बोट्रूकली:** या टप्प्यात मासे आकाराने मोठे असतात आणि त्यांच्या शरीरातील विविध अवयव विकसित झालेल असतात. त्यामुळे, या टप्प्यात त्यांना अधिक पोषक तत्वांची आवश्यकता असते. त्यामुळे, या टप्प्यात त्यांना थोडेसे मोठे आणि पोषक तत्वांनी भरपूर असलेले खाद्य कण दिले जातात.

**४. वाढणारे मास्य:** या टप्प्यात मासे पूर्णपणे विकसित होत असतात आणि त्यांच्या शरीराची वाढ होत असते. त्यामुळे, या टप्प्यात त्यांना मोठे आणि पोषक तत्वांनी भरपूर असलेले खाद्य कण दिले जातात.

खाद्य कणांचा आकार हा मास्यांच्या पचन प्रक्रियेवर मोठा प्रभाव पाडतो. जर खाद्य कण खूप मोठे असतील तर मास्यांना ते पचवणे कठीण होऊ शकते. यामुळे, मास्यांचे पोट भरून जाऊ शकते परंतू त्यांना इतर पोषक तत्वे मिळतीलच असे नाही. दुसरीकडे, जर खाद्य कण खूप लहान असतील तर ते पाण्यात विरघळून जाऊ शकतात आणि मास्यांना ते शोधणे आणि खाणे कठीण होऊ शकते. मास्यांच्या आहारात खाद्य कणांचा आकार आणि प्रकार निश्चित करताना मास्यांची प्रजाती, त्यांचा आकार, पाण्याचे तापमान आणि पाण्यातील ऑक्सिजनचे प्रमाण यासारखे घटक विचारात घेतले

जातात. मास्यांच्या आहारात नैसर्गिक आणि कृत्रिम असे दोन्ही प्रकारचे खाद्य कण दिले जाऊ शकतात. नैसर्गिक खाद्य कणांमध्ये लहान कीटक, प्लवक आणि वनस्पतींचे तुकडे यांचा समावेश होतो. कृत्रिम खाद्य कणांमध्ये प्रथिने, कार्बोहायड्रेट्स, लिपिड्स, विटामिन्स आणि खनिजे यासारखे विविध पोषक तत्वे असतात. मास्यांच्या आहारात खाद्य कणांचे प्रमाण त्यांच्या शरीराच्या वजनाच्या १-५% इतके असावे.

**ऑनफार्म आहार व्यवस्थापन:** मत्स्यशेतीत मास्यांची चांगली वाढ आणि आरोग्य यासाठी योग्य आहार देणे खूप महत्त्वाचे आहे. हे आहार व्यवस्थापन म्हणजे मास्यांना त्यांच्या गरजेनुसार पोषक तत्वे देणे, पाण्याची गुणवत्ता चांगली ठेवणे आणि उत्पादन वाढवणे.

१. **मास्यांच्या आहारातील प्रमाणबद्धता:** आहार प्रमाण किंवा खाद्य दर हा जलीय शेतीतील एक अत्यंत महत्त्वाचा घटक असतो, कारण मास्यांना त्यांच्या शरीराच्या वाढीसाठी आवश्यक असलेले पोषक तत्वे योग्य प्रमाणात देणे अत्यंत आवश्यक असते. योग्य आहार प्रमाणामुळे मास्यांची वाढ वेगाने होते, खर्च कमी होतो, पाण्याची गुणवत्ता बिघडत नाही, आणि रोगप्रतिकारक शक्ती वाढते. दुसरीकडे, अयोग्य आहार प्रमाणामुळे खाद्य अपव्यय, पाण्याची गुणवत्ता बिघडणे, व रोग होण्याची शक्यता वाढते. योग्य आहार प्रमाण निश्चित करण्यासाठी मास्यांची प्रजाती, वय, आकार, पाण्याचे तापमान, पाण्याची गुणवत्ता आणि ऋतू यांचा विचार केला जातो. अनुभव, वैज्ञानिक पद्धती, आणि आहार कंपन्यांचे मार्गदर्शन यांद्वारे योग्य प्रमाण निश्चित करता येते. यामुळे, जलीय शेतीतील यशस्वीतेसाठी योग्य आहार प्रमाण निश्चित करणे आवश्यक असते, ज्यामुळे मास्यांची वाढ, खर्च कमी होणे, आणि पाण्याची गुणवत्ता सुधारणे शक्य होते. आधुनिक तंत्रज्ञानाच्या साहाय्याने आहार प्रमाण स्वयंचलितपणे नियंत्रित करणे, मास्यांच्या आरोग्याची तपासणी करून आहार प्रमाणात बदल करणे, तसेच मास्यांच्या वर्तनाचे निरीक्षण करणे महत्त्वाचे असते. त्यामुळे, मास्यांच्या खाद्याचे योग्य प्रमाण निश्चित करण्यासाठी खालील पायऱ्या अनुसरा:

अ) **मास्यांची एकूण संख्या ओळखा:** तलाव किंवा टाक्यातील एकूण मास्यांची संख्या किती आहे ती सुरवातीला जाणून घ्या.

आ) **मास्यांचे एकूण बायोमास जाणून घ्या:** त्यानंतर एका मास्याचे सरासरी वजन व त्याचे एकूण मास्यांच्या संख्येशी गुणाकार करून एकूण बायोमास काढा.

**इ) खाद्य दर:** मास्यांच्या प्रजाती आणि आकारानुसार योग्य खाद्य दर ठरवा. हा सामान्यतः मास्यांच्या बायोमासच्या टक्केवारीत दिला जातो. उदाहरणार्थ, लहान मास्यांना त्यांच्या बायोमासचा 5% दररोज लागतो, तर प्रौढ मास्यांना फक्त 1-2% आवश्यक असते. मास्यांचा खाद्य दर विविध घटकांवर अवलंबून असतो, ज्यामध्ये प्रजाती, वय, आकार, पाण्याचे तापमान, आणि एकूण आरोग्य यांचा समावेश असतो. योग्य खाद्य दर निश्चित करणे यशस्वी वाढीसाठी आणि आरोग्यासाठी महत्त्वाचे असते. सामान्य मार्गदर्शक सूचना नुसार मास्यांना त्यांच्या शरीराच्या वजनाचा 1-5% दररोज खायला दिले जाते. मास्यांच्या स्थितीचा नियमित आढावा आणि खाद्य दरांचे मूल्यांकन संतुलित पोषण आणि टिकाऊ जलीय शेतीच्या पद्धतीला प्रोत्साहन देते.

**ई) दैनिक खाद्य प्रमाणाची गणना करा:** एकूण बायोमासला खाद्य दराने गुणाकार करून आपल्या दैनिक खाद्याची आवश्यकता ठरवा.

उदाहरणार्थ:

- तळ्यातील मास्यांची एकूण संख्या: 1,000
- एका मास्याचे सरासरी वजन: 200 ग्रॅम (0.2 किलोग्राम)
- एकूण बायोमास: 1,000 मासे × 0.2 किलोग्राम/मासे = 200 किलोग्राम
- खाद्य दर: बायोमासच्या 2% दररोज (साधारणतः)

**दैनिक खाद्याची आवश्यकता:**

दैनिक खाद्य प्रमाण = एकूण बायोमास × खाद्य दर = 200 किलोग्राम × 0.02 = 4 किलोग्राम/दिवस

अशा प्रकारे, दिलेल्या संख्येसाठी दैनिक मास्यांचे खाद्य प्रमाण 4 किलोग्राम लागेल. मास्यांच्या प्रजातीच्या विशिष्ट आवश्यकतांनुसार आणि वाढीच्या टप्प्यांनुसार खाद्य दरात समायोजन करा.

**प्रजातींनुसार पोषणाची आवश्यकता:** विविध प्रजातींसाठी पोषणाची आवश्यकता दर्शवणाऱ्या तक्त्यावरून शेतकरी मास्यांचे खाद्य तयार करू शकतात. ते प्रत्येक प्रजातीसाठी सूचीबद्ध विशिष्ट प्रथिन आणि लिपिड गरजांचा विचार करून संतुलित आणि किफायतशीर खाद्य तयार करू शकतात.

त्याचबरोबर उपलब्ध घटकांचे पोषण आणि खर्च यांचा विचार करणे पण आवश्यक आहे. या प्रक्रियेमध्ये योग्य घटकांची निवड करणे, त्यांच्या एकूण पोषण प्रोफाइलमध्ये योगदानाची गणना करणे आणि पोषण आणि खर्च यांचे समायोजन महत्त्वाचे आहे.

**तक्ता: प्रजातींनुसार पोषणाची आवश्यकता**

| मास्यांची प्रजाती | प्रथिने (%) | | लिपिड (%) | |
|---|---|---|---|---|
| | नर्सरी | वाढ | नर्सरी | वाढ |
| कटला / रोहू / मृगळ / सिल्वर कार्प / कॉमन कार्प / रूपचंद | 32.36 | 25-30 | 5-6 | 3-4 |
| पंगासिअस / तिलापिया / मागूर / सिंघी / पाबदा | 35-38 | 28-32 | 6-8 | 4-6 |
| मरळ | 45-50 | 42-45 | 10-12 | 8-10 |

२. **आहार देण्याची वारंवारता:** जलकृषित मास्यांना दिवसातून किती वेळा आहार द्यायचा हा एक महत्त्वाचा निर्णय असतो. जर आपण मास्यांना दिवसातून अनेक वेळा थोडा-थोडा आहार दिल्यास त्यांची पाचनशक्ती सुधारते आणि ते पोषक तत्वे अधिक चांगल्या प्रकारे शोषून घेतात. यामुळे मास्यांची वाढ चांगली होते आणि ते निरोगी राहतात. शिवाय, जेव्हा मास्यांना पुरेसा आहार मिळतो तेव्हा त्यांच्यामध्ये खाद्यासाठी झगडे कमी होतात.

**तक्ता: आहार देण्याची वारंवारता आणि वेळ**

| मास्यांचे आकार (ग्रॅम) | वारंवारता | आहार देण्याची वेळ |
|---|---|---|
| 5-50 | 2-3 | 8-9 AM; 12-1 PM; 4-5 PM |
| 50-300 | 2 | 8-9 AM आणि 4-5 PM |
| 350-750 | 1-2 | 8-9 AM |
| > 750 | 1 | 8-9 AM |

३. **आहार देण्याची वेळ:** जलीय शेतीत मास्यांना कधी आहार द्यायचा हा एक महत्त्वाचा निर्णय असतो. मास्यांच्या प्रत्येक प्रजातीची आहार घेण्याची वेगवेगळी सवय असते. त्याचबरोबर, पाण्यातील ऑक्सिजनचे प्रमाण, तापमान इ. गोष्टींचाही विचार करून आहार देण्याचा वेळ

ठरवायला हवा. जर आपण या गोष्टींचा विचार करून आहार दिल्यास, मासे आहार चांगल्या प्रकारे घेतात आणि त्यांची वाढ चांगली होते. आपल्यासाठी वरच्या टेबलमध्ये माशांना दिवसातून किती वेळा आणि कधी आहार द्यावा याची माहिती दिली आहे.

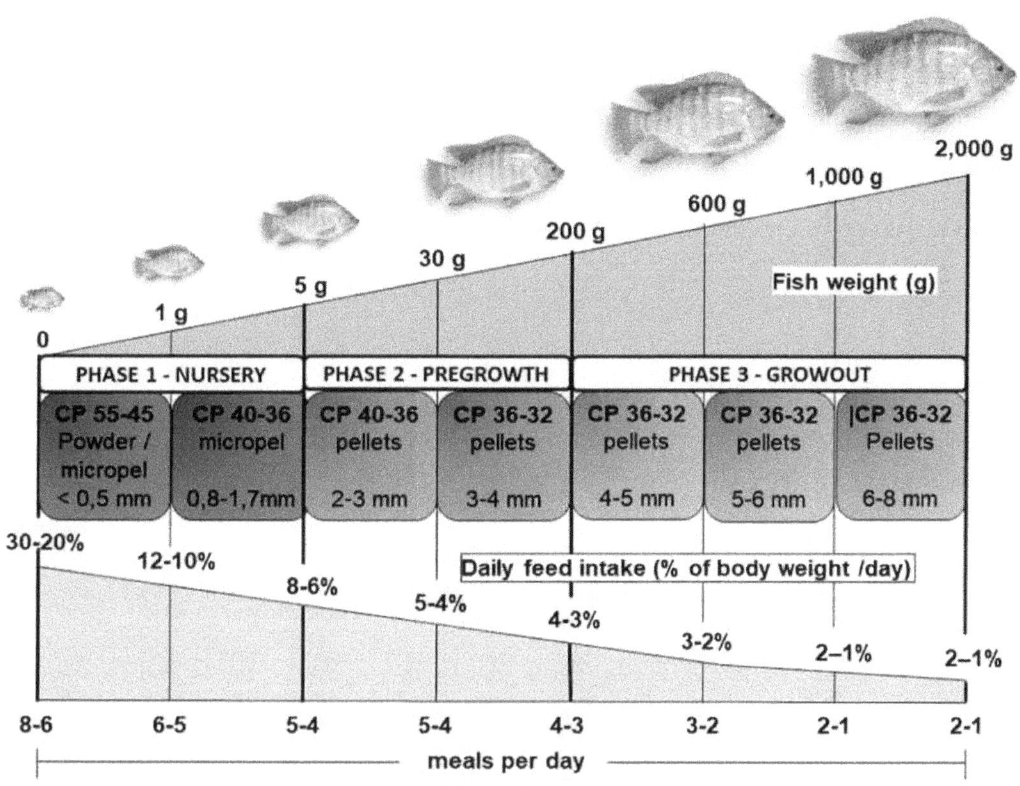


**तीलापिया साठी आहार कार्यक्रम: एक उदाहरण (Kubitza, 2023)**

४. **आहार देण्याच्या पद्धती:** जलकृषि मध्ये मास्यांना योग्य प्रकारे आणि योग्य वेळी आहार देणे हे त्यांच्या आरोग्य आणि वाढीसाठी अत्यंत महत्त्वाचे असते. पारंपरिक आणि आधुनिक मत्स्यपालन पद्धतींमध्ये आहार देण्याच्या पद्धतीत काही फरक असतात. या लेखात आधुनिक प्लास्टिकचे अस्तरीकरण असलेल्या तलावांमध्ये मास्यांना कसा आहार दिला जातो याबद्दल सविस्तर माहिती दिली आहे.

अ) **पाण्यात बुडणारे खाद्य:** पारंपरिक मत्स्यशेतीत, माश्यांना खायला द्यायला घरगुती पद्धतीने बनवलेले खाद्य वापरले जाते. हे खाद्य पिशव्यांमध्ये भरून तळ्यात बांधले जाते. या पिशव्यांना छोटे छिद्र असतात ज्यातून खाद्य थोडं थोडं बाहेर पडत राहते. मात्र, प्लास्टिकचे अस्तरीकरण असलेल्या शेततलावामद्धे ही पद्धत वापरता येत नाही. कारण, या तलावांची

खोली जास्त असते आणि प्लास्टिकच्या आवरणामुळे पारंपरिक पद्धतीने पिशव्या बांधणे शक्य होत नाही. यामुळे, महाराष्ट्रातल्या प्लास्टिकचे अस्तरीकरण असलेल्या शेततलावामद्धे माशांना खायला देण्याची पारंपरिक पद्धत वापरण्यास अडथळे येतात. म्हणून, या तलावांसाठी विशेष प्रकारच्या पद्धतींचा वापर करावा लागतो. या विशेष प्रकारच्या पद्धतीचे उत्तम वर्णन आधीच्या प्रकरणामध्ये केले गेले आहे. शेतकरी या याविषयी अधिक माहिती उत्तम व्यवस्थापन पद्धतीच्या प्रकरणातून घेऊ शकतात.

**आ) तरंगणारे खाद्य:** प्लास्टिक-आवरण असलेल्या आधुनिक मत्स्यपालन तलावांमध्ये माशांना आहार देण्यासाठी तरंगणारे आहार एक प्रभावी पद्धत आहे. या पद्धतीमध्ये, विशेष प्रकारचे आहार तयार केले जातात जे पाण्यात तरंगतात. हे आहार मास्यांच्या पोषणाच्या गरजेनुसार तयार केले जातात आणि त्यांचे आकार, वजन आणि पोषक तत्वांचे प्रमाण वेगवेगळे असू शकते. तरंगणारे आहार वापरण्याचे फायदे अनेक आहेत. प्रथम, शेतकऱ्यांना मास्यांना किती आहार दिला जातो हे सहजपणे निरीक्षण करता येते, ज्यामुळे मास्यांना आवश्यकतेपेक्षा जास्त किंवा कमी आहार देण्याची शक्यता कमी होते. हे आहार पाण्यात दीर्घकाळ तरंगतात आणि मंद गतीने विरघळतात, त्यामुळे पाण्यात पडून खराब होऊन पाणी प्रदूषित होण्याची शक्यता कमी होते. तसेच, योग्य प्रमाणात आहार मिळाल्याने मास्यांचे आरोग्य चांगले राहते आणि त्यांची वाढ वेगवान होते. तरंगणारे आहार देण्यासाठी कमी श्रम लागते, कारण शेतकऱ्यांना फक्त आहार पाण्यात टाकायचा असतो. याबरोबरच, मास्यांच्या संख्येनुसार आणि त्यांच्या वयानुसार आवश्यक असलेले आहारचे प्रमाण ठरवले जाते आणि आहार तलावाच्या विविध भागात समान प्रमाणात पसरवला जातो. तथापि, तरंगणारे आहार तयार करणे आणि खरेदी करणे हे पारंपरिक पद्धतींपेक्षा थोडे खर्चिक असू शकते, तसेच वापरण्यासाठी काही तंत्रज्ञानाची आवश्यकता असते. तरीही, तरंगणारे आहार प्लास्टिक-आवरण असलेल्या मत्स्यपालन तलावांमध्ये मास्यांना आहार देण्याची एक प्रभावी आणि पर्यावरणपूरक पद्धत आहे, जी मास्यांच्या आरोग्यासाठी फायदेशीर असून शेतकऱ्यांचे कामही सोपे करते.

**माश्यांचा आहार कधी थांबवायचा किंवा कमी करायचा:** माशांना दिलेला आहार हा त्यांच्या आरोग्यासाठी खूप महत्त्वाचा असतो. मात्र, काही विशिष्ट परिस्थितींमध्ये आहार देण्याची पद्धत बदलणे आवश्यक असते. याचे मुख्य कारण म्हणजे माशांच्या आरोग्याची काळजी घेणे आणि

पाण्याची गुणवत्ता राखणे हे होय. खालील निर्देशानुसार मत्स्यांना आहार देण्याची प्रक्रिया काही काळासाठी स्थगित करावी किंवा कमी करावी.

- **संसर्ग:** जर माशांना कोणताही संसर्ग झाला असेल तर आहार देणे तात्काळ थांबवावे. संसर्ग झालेल्या माशांची भूक कमी होते आणि ते आहार घेत नाहीत. अशा स्थितीत आहार देणे हे पाण्याची गुणवत्ता खराब करण्याचे कारण बनते.
- **हवामान:** ढगाळ आणि पावसाळ्याच्या दिवसात पाण्यातील ऑक्सिजनचे प्रमाण कमी होते. अशा वेळी माशांची चयापचय क्रिया मंदावते आणि त्यांची भूक कमी होते. म्हणून, अशा वेळी आहार 20-30% कमी करणे उचित असते.
- **आरोग्य तपासणी:** माशांचे नियमित आरोग्य तपासणी करण्यापूर्वी एक दिवस आहार बंद करणे आवश्यक असते. यामुळे माशांचे पोट रिकामे राहते आणि डॉक्टर त्यांच्या शरीराची चांगली तपासणी करू शकतात.

सारांशतः मत्स्यपालन व्यवसाय यशस्वी होण्यासाठी माशांच्या आरोग्याची काळजी घेणे अतिशय महत्त्वाचे आहे. यासाठी आहार देण्याची पद्धत बदलणे गरजेचे असते. उदाहरणार्थ, जर माशांना आजार झाला असेल तर त्यांना आहार देणे बंद करावे. तसेच, ढगाळ किंवा पावसाळ्याच्या दिवसात माशांची भूक कमी होते, म्हणून त्यांना कमी आहार द्यावा. तसेच, माशांची तपासणी करण्यापूर्वी एक दिवस त्यांना आहार द्यावा. या सर्व गोष्टींमुळे माशांचे आरोग्य चांगले राहते आणि मत्स्यपालन व्यवसाय यशस्वी होतो.

**कार्यात्मक आहार / आहारातील ॲडिटिव्हज:** मत्स्यपालन उद्योगात माशांची वाढ, आरोग्य, आणि उत्पादकता वाढवण्यासाठी ॲडिटिव्हजचा वापर वाढत आहे. हे ॲडिटिव्हज पारंपरिक आहारांपेक्षा अधिक पोषक असतात, कारण त्यात काही विशेष घटक असतात जे माशांच्या शरीरातील विविध प्रक्रियांना उद्युक्त करतात. कार्यात्मक आहारामुळे माशांच्या शारीरिक कार्यक्षमतेत सुधारणा होते, आणि त्यांच्या आरोग्याची काळजी घेण्यात महत्त्वाची भूमिका बजावतात. यामध्ये प्रोबायोटिक्स, प्रीबायोटिक्स, आणि प्रतिकारक उत्तेजक यांसारख्या ॲडिटिव्हजचा समावेश होतो. कार्यात्मक आहार / ॲडिटिव्हजचे प्रकार आणि त्यांचे फायदे यामध्ये प्रमुख ॲडिटिव्हज म्हणजे प्रोबायोटिक्स, प्रीबायोटिक्स, आणि प्रतिकारक उत्तेजक असतात.

**१. प्रोबायोटिक्स:** प्रोबायोटिक्स म्हणजे जिवंत सूक्ष्मजीव जे आतड्यातील चांगल्या बॅक्टेरियांची संख्या वाढवतात. यामुळे पचन प्रक्रिया सुधारते, रोगप्रतिकारक शक्ती वाढते, आणि मासे रोगांपासून संरक्षित राहतात.

**२. प्रीबायोटिक्स:** प्रीबायोटिक्स असे पदार्थ असतात जे आतड्यातील चांगल्या बॅक्टेरियांच्या वाढीस मदत करतात. उदाहरणार्थ, इन्युलिन, फ्रुक्टूलिगोसायक्राईड्स (FOS) यांसारख्या प्रीबायोटिक्स आंतड्यातील बॅक्टेरियाला खाद्य म्हणून काम करतात आणि त्यामुळे चांगल्या बॅक्टेरियांची संख्या वाढते.

**३. प्रतिकारक उत्तेजक:** प्रतिकारक उत्तेजक म्हणजे असे पदार्थ जे माशांच्या रोगप्रतिकारक शक्तीला वाढवतात, ज्यामुळे मासे रोगांपासून संरक्षित राहतात आणि त्यांचा मृत्यूदर कमी होते.

**४. बाह्य एंझाईम्स:** बाह्य एंझाईम्स हे जैविक उत्प्रेरक आहेत जे आहारात जोडले जातात, ज्यांचे मुख्य कार्य जटिल अन्न घटकांना सोप्या आणि शोषण्यायोग्य स्वरूपात बदलणे आहे. हे एंझाईम्स सामान्यतः जीवांच्या शरीराबाहेर उत्पादित केले जातात आणि नंतर आहारात मिसळले जातात. बाह्य एंझाईम्स जटिल कार्बोहायड्रेट्स, प्रथिनं, आणि लिपिड्स यांना त्यांच्या घटक एककांमध्ये मोडतात, ज्यामुळे पोषण शोषण सुधारते, पाचन प्रक्रियेचे सुलभीकरण होते, आणि परिणामतः जीवांची वाढ वेगवान होते. यामुळे आहार रूपांतरण कार्यक्षमता वाढते, पचन समस्या कमी होतात, रोगप्रतिकारक शक्ती सुधारते, आणि माशांची उत्पादकता वाढते, जे मत्स्यपालन व्यवसायाची आर्थिक स्थिती सुधारण्यात महत्त्वाचे ठरते. बाह्य एंझाईम्सचा वापर मुख्यत्वे मासेपालन, पशुपालन, कुक्कुटपालन, पाणी शुद्धीकरण, आणि जैव इंधन उत्पादनात केला जातो. या साधनामुळे जीवांचे आरोग्य, वाढ, आणि उत्पादकता सुधारते, तसेच पर्यावरणावर होणारा दुष्परिणाम कमी होतो.

| एंझाइम | लक्ष्य पदार्थ | कार्य | फायदे |
|---|---|---|---|
| ऑमिलाज | स्टार्च, पॉलीसॅकॅराइड्स | सोप्या साखरांमध्ये रूपांतर | पचन सुलभ, शोषण वाढ |
| अराबिनेज, पेक्टिनेज | अराबिनॉक्सिलन, पेक्टिन | अँटी-न्यूट्रिशनल घटकांचे विघटन | पोषण उपलब्धता वाढ |
| मॅननाज | मॅनन (NSP) | मॅननचे विघटन | पोषण उपलब्धता वाढ |

| सेल्युलाज | सेल्युलोज | सेल्युलोजचे सोप्या साखरांमध्ये रूपांतर | वनस्पतींच्या पोषक तत्वांचा उपयोग |
|---|---|---|---|
| केराटिनेज | केराटिन (पंखांमधील प्रोटीन) | केराटिनचे विघटन | पंखांचे पचन सुलभ |
| लिपेज | तेल, चरबी | इमल्सिफिकेशन | पोषण शोषण वाढ |
| फायटेज | फॉस्फरस, खनिजे, प्रोटीन | फॉस्फरसची जैवउपलब्धता वाढ | पोषण उपलब्धता वाढ |
| प्रोटीज | प्रोटीन | पेप्टाइड्स, अमीनो आम्लांमध्ये विघटन | प्रोटीन शोषण वाढ |
| टॅननेज | टॅनिन | टॅनिनचे विघटन | प्रोटीनचा उपयोग वाढ |
| झाइलेनेज | झाइलान (NSP) | झाइलानचे विघटन | पचनक्षमता वाढ |
| गॅलेक्टोसिडेज | गॅलेक्टोसाईड्स | गॅलेक्टोसाईड्सचे विघटन | पोषण उपलब्धता वाढ |
| ग्लुकोसिडेज | बीटा-ग्लूकन्स (NSP) | बीटा-ग्लूकन्सचे विघटन | पोषण उपलब्धता वाढ |

**५. कार्बनिक आम्ल:** कार्बनिक आम्ले हे सेंद्रिय संयुगे आहेत जे मत्स्यपालन उद्योगात विविध कारणांसाठी वापरले जातात. आहारात कार्बनिक आम्ले जोडल्याने आतड्यातील पीएच पातळी योग्य राहते, ज्यामुळे पचन प्रक्रियेस मदत होते. हे आम्ले हानिकारक बॅक्टेरियांच्या वाढीस अडथळा आणतात, त्यामुळे माशांमध्ये संक्रमण होण्याचा धोका कमी होतो. याशिवाय, कार्बनिक आम्ले आंतड्याचे आरोग्य सुधारतात आणि पोषक तत्वांचे शोषण वाढवतात. काही सामान्य कार्बनिक आम्ले म्हणजे एसीटिक, बुटिरिक, सिट्रिक, आणि लॅक्टिक आम्ले, जे विविध पौष्टिक घटकांमध्ये आढळतात आणि माशांच्या आरोग्याला फायदेशीर ठरतात. मत्स्यपालन उद्योगात कार्बनिक आम्ले 1% ते 3% पर्यंतच्या प्रमाणात वापरले जातात, आणि त्यांच्या प्रभावीतेच्या वाढीसाठी तज्ञांचा सल्ला घेणे आवश्यक आहे.

**६. बांधणीचे घटक:** मासेपालन उद्योगात वापरल्या जाणाऱ्या आहाराची गुणवत्ता सुधारण्यासाठी बांधणीचे घटक एक महत्त्वाचा घटक आहे. हे घटक आहाराला एक विशिष्ट आकार आणि स्थिरता देतात, ज्यामुळे ते पाण्यात विरघळत नाहीत. यासाठी नैसर्गिक आणि कृत्रिम दोन्ही प्रकारचे बांधणीचे घटक वापरले जातात. नैसर्गिक घटकांमध्ये टॅपिओका, ग्वार गम, गव्हाचे ग्लूटेन, प्रीगेलाटिनाइज्ड स्टार्च आणि मोलासेस इत्यादींचा समावेश होतो. तर कृत्रिम घटकांमध्ये कार्बॉक्सिमिथाइल सेल्युलोज आणि सोडियम आल्जिनेटचा समावेश होतो.

**७. आहार आकर्षक घटक:** मत्स्यपालन उद्योगात वापरल्या जाणाऱ्या आहारांची स्वादिष्टता वाढवण्यासाठी काही विशिष्ट घटक मिसळले जातात. या घटकांमुळे माशांना आहाराची चव अधिक आवडते आणि त्यामुळे ते अधिक प्रमाणात आहार खातात. यामुळे माशांची वाढ वेगवान होते. यासाठी नैसर्गिक आणि कृत्रिम दोन्ही प्रकारचे घटक वापरले जातात. नैसर्गिक घटकांमध्ये स्क्विड मील, प्रोटीन हायड्रोलिसेट, माशांचा सॉल्युबल इत्यादींचा समावेश होतो, तर कृत्रिम घटकांमध्ये L-अमिनो आम्ल, बायटीन आणि कोलीन इत्यादींचा समावेश होतो.

थोडक्यात, कार्यात्मक आहार माशांच्या आरोग्यासाठी अत्यंत फायदेशीर आहेत. हे आहार माशांच्या पचन प्रक्रियेला उत्तेजन देतात, रोगप्रतिकारक शक्ती वाढवतात आणि वाढीस प्रोत्साहन देतात. यामुळे मासे अधिक स्वस्थ आणि मजबूत होतात. याशिवाय, कार्यात्मक आहार पाण्याची गुणवत्ताही सुधारतात. यामुळे मत्स्यपालन प्रणाली अधिक कार्यक्षम बनते आणि मासेपालन उद्योगाला चालना मिळते.

# ८. प्लास्टिकचे अस्तरीकरण असलेल्या शेततळ्यातील जबाबदार तिलापिया शेती

तिलापिया महाराष्ट्रातील प्लास्टिकचे अस्तरीकरण असलेल्या शेततळ्यांमध्ये दिवसेंदिवस लोकप्रिय होत चालली आहे. कारण ही माशांची जात विविध वातावरणात जुळवून घेण्यास अनुकूल आहे. तसेच तिच्या आर्थिक फायद्यामुळे पण ती ओळखली जाते. ही मासळी विविध प्रकारच्या मत्स्य शेतीच्या पद्धतींशी जुळवून घेऊ शकते आणि ती विविध प्रकारचे खाद्य सहजपणे पचवू शकते. त्याचबरोबर, खाणारे अन्न ती शरीरातील मांसात बदलण्यात खूप प्रभावी आहे. तिलापिया मासे पाण्यातील गुणवत्तेतील चढ-उतार, प्रतिकूल वातावरण, खारटपणा आणि रोगराईमध्ये बन्याच प्रमाणात तग धरू शकतात. या माशांचा जलद वाढ दर, उच्च घनता संचयन आणि लवकर काढणीचा कालावधी यामुळे कमी वेळातच या माशांची काढणी करून बाजारात विकली जाऊ शकते. तिलापिया माशाचे पांढरे मांस गुणवत्तेच्या बाबतीत उत्तम असते आणि त्यापासून विविध प्रकारचे मूल्यवर्धित उत्पादने बनवता येतात. बाजारपेठेतील मजबूत मागणी आणि ग्राहकांची स्वीकृती या घटकांमुळे तिलापिया महाराष्ट्रातील प्लास्टिकचे अस्तरीकरण असलेल्या शेततळ्यांमध्ये मत्स्यपालनासाठी एक आकर्षक पर्याय बनला आहे.

**तिलापिया माश्यांचा उदय:** तिलापिया हे सिच्लिड कुटुंबातील माशांचे एक समूह आहे. हे मासे मूळचे आफ्रिका आणि जॉर्डन नदीच्या खोऱ्यातले आहेत. उथळ पाण्यातील तलाव, नद्या, कालवे, धरणे आणि काही प्रमाणात खारट पाण्यातही ते आढळतात. आजकाल तिलापिया जगभरातील उष्णकटिबंधीय आणि उपोष्णकटिबंधीय प्रदेशांमध्ये आढळतात आणि मत्स्यपालनात त्यांचे महत्त्व खूप आहे. तिलापिया माशांच्या अनेक जाती आहेत. पण त्यापैकी नाइल तिलापिया (Oreochromis niloticus), मोझांबिक तिलापिया (Oreochromis mossambicus) आणि निळा तिलापिया (Oreochromis aureus) या तीन जातींची शेती जगभरात सर्वात जास्त केली जाते.

**भारतामध्ये तिलापिया शेतीसाठी परवानगी का आवश्यक आहे:** भारतात आणि जगभरातील अनेक देशांमध्ये तिलापिया सारख्या माशांची शेती करताना पर्यावरणाचे संतुलन बिघडू नये, जैवविविधता टिकून राहावी आणि स्थानिक प्रजातींना धोका पोहोचू नये यासाठी काही नियम आणि नियंत्रणे आहेत. तिलापिया हा भारतातला मूळचा मासा नाही. म्हणून, तिलापियाची शेती करण्यासाठी सरकारची परवानगी घेणे गरजेचे आहे. कारण तिलापिया इथल्या माशांसोबत अन्न आणि जागा

मिळण्यासाठी स्पर्धा करू शकतो आणि त्यामुळे इथल्या माशांची संख्या कमी होऊ शकते. यामुळे स्थानिक जैवविविधतेसाठी धोका निर्माण होऊ शकतो आणि पारिस्थितिक संतुलन बिघडू शकते. तसेच तिलापिया मत्स्यपालन संभाव्य रोगजनकांच्या प्रसारास कारणीभूत ठरू शकते, ज्यामुळे मत्स्य उत्पादन आणि जैवविविधता धोक्यात येऊ शकते. त्यामुळे, भारतात तिलापिया पालनासाठी कायदेशीर परवानगी आवश्यक आहे.

म्हणून, तिलापियाची शेती (हॅचरी/प्रजनन/नर्सरी/वाढवणे) करायचा विचार करणाऱ्या शेतकऱ्यांनी किंवा उद्योजकांनी संबंधित राज्य सरकारच्या मत्स्य विभागात नोंदणी करावी. ही नोंदणी एनएफडीबी च्या २०१५ च्या नियमानुसार करायची आहे.

**भारतात तिलापियाची शेती करण्यासाठी आवश्यक असलेले सर्व नियम आणि सूचना**

i. **नोंदणी:** तिलापियाची शेती सुरू करण्यापूर्वी शेतकऱ्यांनी संबंधित राज्याच्या मत्स्य विभागात दिलेल्या परिशिष्ट-१ या फॉर्ममध्ये माहिती भरून देऊन परवानगीसाठी अर्ज करावा.

ii. **स्थान:** तिलापियाची शेती अशा ठिकाणी करावी जिथे पूर येण्याची शक्यता नसते. तसेच, अभयारण्य, जैवसंरक्षण क्षेत्र किंवा इतर नाजूक परिसरांपासून दूर असलेल्या जागेत ही शेती करावी. यामुळे तिलापिया इतर पाण्याच्या स्रोतांमध्ये पसरू शकणार नाही याची काळजी घ्यावी.

iii. **बिजाचा प्रकार:** केवळ नर तिलापिया किंवा अंडी देऊ शकत नसलेले तिलापियाच वाढवण्याची परवानगी आहे. हे तिलापिया हार्मोन्सच्या वापरातून किंवा वेगवेगळ्या जातींच्या मिश्रणातून तयार केले जातात.

iv. **मत्स्य पालनाचे क्षेत्र:** तिलापिया मत्स्यपालन प्रकल्पांमधील प्रत्येक तळ्याचे क्षेत्रफळ एक ते दहा एकराच्या आकारमानाचे असावे. एक पेक्षा कमी किंवा दहा पेक्षा जास्त असू नये.

v. **प्रजाती:** सिफारिश केलेली प्रजाती म्हणजे नाईल तिलापिया किंवा तिलापियाच्या सुधारित जाती/हायब्रीड्स ची शेती करावी.

vi. **स्टॉकिंग साठी बीजाचा आकार:** मत्स्यपालनासाठी वापरल्या जाणाऱ्या तळ्यांमध्ये 10 ग्रॅमपेक्षा जास्त वजनाच्या सेक्स रिव्हर्स्ड तिलापिया (SRT) बीजांचा उपयोग करावा. ही सेक्स रिव्हर्स्ड तिलापियाची बीजे आपल्याच शेतात किंवा नोंदणीकृत बीज उत्पादन केंद्रात तयार करावीत आणि ती तयार होण्यासाठी कमीतकमी 30 दिवस द्यावेत.

vii. **स्टॉकिंगची घनता:** एका चौरस मीटरमध्ये जास्तीत जास्त पाच मासे स्टॉक करावेत.

**viii.** **जैवसुरक्षा:** तिलापिया पालनासाठी परवानगी फक्त त्या तळ्यांना/शेतांना दिली जाते ज्यात परिसराची जैवसुरक्षा राखली जाते. तिलापियाची शेती अशा ठिकाणीच करण्याची परवानगी आहे जिथे पर्यावरणाला कोणताही धोका उद्भवणार नाही. म्हणजेच, मत्स्य तळ्यातील पाणी इतर पाण्याच्या स्रोतांमध्ये मिसळू नये यासाठी विशेस काळजी घेणे आवश्यक आहे, विशेषतः पुराच्या वेळी. यासाठी तळ्याभोवती पुरेश्या उंचीचा बांध असावा. तसेच, तळ्यातून बाहेर पडणारे पाणी फिल्टर करूनच सोडावे. पक्षी तळ्यात येऊ नयेत म्हणून जाळी किंवा इतर कुंपण लावले पाहिजेत. तळ्यातील पाणी बाहेर काढण्यासाठी वापरल्या जाणाऱ्या दरवाज्यातही जाळी लावली पाहिजे जेणेकरून मासे, अंडी किंवा लार्वा बाहेर पडणार नाहीत.

**ix.** **जलाशयांमध्ये तिलापियाची पिंजरा शेती:** तिलापियाची पिंजरा शेती फक्त त्या जलाशयांमध्येच करावी जिथे आधीपासून तिलापिया मासे आढळतात. याची खात्री करण्यासाठी संबंधित राज्य सरकारच्या मत्स्य विभागाकडून तलाव जलाशय तपासून घेतला पाहिजे. एका जलाशयात केवळ 1% भागातच पिंजरे लावण्याची परवानगी आहे. पिंज्यात कमीतकमी 50 ग्रॅम वजनाचे मासे सोडावेत. त्यानुसार पिंज्यांची जाळीही बारीक असावी. पिंज्यातील माशांना 25% प्रथिन असलेला खाद्यपदार्थ द्यावे.

**x.** **तिलापियाची घनशेती:** अशा शेतात प्रति घनमीटर पाण्यात 150 पेक्षा जास्त मासे ठेवू नयेत. या शेतात फ्लोटिंग फीड्स वापरावेत.

भारत सरकारच्या कृषी मंत्रालयाने तयार केलेल्या "भारतामध्ये तिलापियाचे जबाबदार पालन" या मार्गदर्शक तत्त्वांमध्ये तिलापियाच्या शेतीशी संबंधित सर्व महत्त्वाच्या मुद्यांचा समावेश आहे. यात तिलापियाची बीजे कशी तयार करायची, त्यांची काळजी कशी घ्यावी, माशांचे आरोग्य कसे राखावे, नोंदवही कशी ठेवावी, मासे कधी आणि कसे काढावेत, काढणीनंतरची प्रक्रिया कशी असावी, शेतकऱ्यांना कसे प्रशिक्षण द्यावे आणि या प्रक्रियेचे मूल्यांकन कसे करावे यासंबंधी सविस्तर मार्गदर्शन दिले आहे. या मार्गदर्शक तत्त्वांमध्ये हॅचरीची स्थापना, बीज नर्सरी, बीज उत्पादन, काढणी, वाहतूक, प्रशिक्षण, जनजागृती, मूल्यांकन आणि भविष्यातील संशोधनासाठी आवश्यक सूचना या सर्व गोष्टींचा समावेश आहे. शेतकऱ्यांनी अधिक माहितीसाठी "भारतामध्ये तिलापियाचे जबाबदार पालन" हे माहिती पुस्तक वाचावे.

## अर्जाचा नमूना

| क्र. | तपशील | टिप्पणी |
|---|---|---|
| 1. | अर्जदाराचे/ नोंदणीकृत कंपनीचे/ आस्थापनाचे नाव आणि संपूर्ण पत्ता | |
| 2. | शेताची स्थिती: वैयक्तिक/ संस्था/ खाजगी/ स्वमालकी/ भागीदारी | |
| 3. | संवादासाठीचा पत्ता | |
| | रस्ता: | |
| | शहर: | |
| | जिल्हा: | |
| | राज्य: | |
| 4. | शेताचे स्थान | |
| | राज्य: जिल्हा: तालुका/ मंडल महसूल गाव: सर्वेक्षण क्रमांक: | |
| 5. | मालकी (स्वत:ची जमीन किंवा भाडेपट्ट्यावर) | |
| 6. | भाडेपट्ट्यावर असल्यास, भाडेपट्ट्याचा कालावधी आणि भाडेपट्ट्याच्या दस्तऐवजाची प्रत संलग्न करा | |
| 7. | शेताचे नोंदणी DoF किंवा इतर CAA संस्थांकडे केलेली आहे का? (प्रमाणपत्राची प्रत संलग्न करा) | |
| 8. | DoF/ MPEDA/ चार्टर्ड इंजिनीअर यांनी मंजूर केलेल्या शेताच्या आराखड्याची प्रमाणित प्रत | |
| 9. | शेतात वाढवल्या जाणाऱ्या मत्स्य प्रजातींची यादी | |
| 10. | पाण्याचा स्रोत | |
| 11. | तलावाचा इतिहास | |
| | अ) तलावांचे बांधकाम झालेला महिना आणि वर्ष आणि आर्थिक मदत मिळाल्यास त्या विषई सविस्तर माहिती | |
| | ब) शेत तलाव बांधकामाच्या वर्षापासून मासे/कोळंबी उत्पादनाचा तपशील | |
| | क) मत्स्य शेतीसाठी कोणत्याही केंद्रीय/राज्य सरकारच्या योजनेअंतर्गत मदत मिळाली असल्यास, कृपया तपशील द्या | |
| | ड) अस्तित्वात असलेल्या तलावांची वर्तमान स्थिती | |
| 12. | प्रस्तावित तलाव बांधकाम/नूतनीकरण/दुरुस्तीचे तपशील | |
| 13. | शेताची प्रस्तावित कार्यरत तारीख आणि उपक्रमांचे अंदाजे वेळापत्रक | |

| 14. | शेतात उपलब्ध यंत्रसामग्री आणि सुविधांची यादी (Appendix-1 मध्ये दिल्याप्रमाणे) | |
|---|---|---|
| 15. | तलाव आणि पिंजऱ्यांमध्ये तिलापियाचे पालन करण्यासाठी लागणारा अंदाजित खर्च आणि त्याचे अर्थशास्त्र | |

<br>

स्थान:                                                           अर्जदाराची सही:

दिनांक:                                                          नाव:

                                                           पत्ता:

<br>

**टिप: या फॉर्म सोबत, संलग्नक-१ (शेतातील पायाभूत सुविधांची तपशीलवार माहिती) आणि संलग्नक-२ (अर्जदाराचे घोषणापत्र) जोडावे.**

## शेतावर उपलब्ध असलेल्या पायाभूत सुविधांचा तपशील सादर करण्यासाठीचा नमुना

| | | |
|---|---|---|
| मालकाचे/भाडेपट्टेदाराचे नाव | : | स्थान |
| **भौतिक सुविधा** | : | |
| शेताचे क्षेत्रफळ | : | |
| तलावांची संख्या | : | |
| प्रत्येक तलावाचे क्षेत्रफळ | : | |
| प्रत्येक तलावाच्या बंधाऱ्याची उंची | : | |
| पाण्याचा बाहेर जाण्याचा मार्ग (ह्यूम पाइप्स/ गेट्स) | : | |
| गाळ साचवणारी टाकी | : | |
| **इमारती** | : | |
| अ) कार्यालय/ प्रशासन | : | |
| ब) राहण्याचे क्वार्टर्स | : | |
| क) गोदामे | : | |
| ड) मूलभूत चाचण्या करण्यासाठी प्रयोगशाळा | : | |
| **यंत्रसामग्री** | : | |
| पंप | : | |
| एरेटर (हवा पुरवठा करणारे यंत्र) | : | |
| जनरेटर संच | : | |
| यंत्रगृह | : | |

### शेताच्या मालकाकडून अर्जासोबत सादर करावयाचे घोषणापत्र
### (हे रु. 100/- च्या बिगर न्यायिक स्टँप पेपरवर स्वाक्षरी करावे)

1. मी/आम्ही ...................................वय.............., ...........................................चा/ची/चे पुत्र आणि शेताचे मालक ..........................येथे घोषित करतो/करतो की मी/आम्ही तिलापिया पालनासाठी लागू असलेल्या नियमावलीचे वाचन केले आहे आणि त्या नियमांचे पालन करण्यास सहमत आहे/आहोत.

2. मी/आम्ही असे जाहीर करतो की मी/आम्ही भारत सरकारद्वारे जारी करण्यात आलेल्या तिलापिया पालनासाठीच्या मार्गदर्शक सूचनांचे पालन करीन/करू.

3. मी/आम्ही यास देखील सहमत आहे/आहोत की संबंधित संस्थेद्वारे वेळोवेळी दिल्या जाणाऱ्या तिलापिया पालनाच्या संदर्भातील कोणत्याही सूचनांचे पालन करू/करेन, अन्यथा मला/आम्हाला हे माहित आहे की नोंदणी रद्द केली जाऊ शकते.

4. मी/आम्ही या गोष्टीला देखील सहमत आहे/आहोत की संबंधित संस्थेच्या कोणत्याही अधिकृत अधिकारी/अधिकाऱ्यांना शेताची तपासणी करण्यास परवानगी असेल, याबद्दल आगाऊ सूचना दिली जाणार नाही.

5. मी/आम्ही तपासणी टीमला बीजाच्या स्त्रोताची माहिती, उत्पादन नोंद, प्रयोगशाळेतील विश्लेषण पत्रके प्रदान करण्यास सहमत आहे/आहोत आणि नियमित अहवाल सादर करीन/करू.

6. मी/आम्ही तिलापिया पालनाच्या मार्गदर्शक सूचनांमध्ये नमूद केलेल्या विशिष्टता आणि दंडाच्या तरतुदींचे पालन करण्यास देखील सहमत आहे/आहोत, अन्यथा मला/आम्हाला जारी केलेली मान्यता रद्द केली जाऊ शकते, तसेच मत्स्य साठा आणि तलाव नष्ट केला जाऊ शकतो.

7. आम्ही हे देखील मान्य करतो की माझ्या आस्थापनातून पाठवलेल्या माशांच्या खेपेसोबत रसायन/ प्रतिजैविकाच्या अवशेष स्थितीबद्दल स्वयंप्रमाणनासह एक गुणवत्ता प्रमाणपत्र देखील असेल.

<br>

स्थान:                    स्वाक्षरी

दिनांक:                   पत्ता:

## माहिती पत्रक

## खाद्य आणि पाणी गुणवत्ता व्यवस्थापनाच्या दैनंदिन नोंदी

| तलाव क्रमांक: | क्षेत्रफळ: | संचयन संख्या: | आकार: | घनता: |
|---|---|---|---|---|
| संचयन तारीख: | वेळ: | बिजाचा स्रोत: | स्थिती: | सरासरी वजन: |

| तारीख | DOC | ABW | जीवितता टक्केवारी | खत | | पाण्याच्या गुणवत्तेचे पॅरामीटर्स | | | | | |
|---|---|---|---|---|---|---|---|---|---|---|---|
| | | | | जैविक | अजैविक | pH | तापमान | ट्रांस' | DO | S% | $NO_2 - NO_3$ |
| | | | | | | | | | | | |
| | | | | | | | | | | | |
| | | | | | | | | | | | |

| खाद्य | | | आरोग्य निरीक्षणे | उपचार (मंजूर रसायने) | टिप्पणी |
|---|---|---|---|---|---|
| प्रकार | प्रमाण | खुराकांची संख्या | | | |
| | | | | | |
| | | | | | |
| | | | | | |
| | | | | | |

नियमांनुसार, तिलापिया मत्स्य व्यवसायामद्धे फक्त **मोनोसेक्स नर** तिलापियाची शेती करण्याची परवानगी आहे. ही नर तिलापिया कृत्रिम पद्धतीने (हार्मोन्स किंवा वेगवेगळ्या जातींच्या मिश्रणाद्वारे) तयार केली जातात, जेणेकरून ती प्रजनन करू शकत नाहीत.

**मोनोसेक्स नर / वंध्य तिलापिया:** मोनोसेक्स नर किंवा वंध्य तिलापिया म्हणजे अशी तिलापिया जी फक्त नर असते किंवा जी प्रजनन करू शकत नाही. ही स्थिती हार्मोनल मॅनिप्युलेशन किंवा क्रॉसब्रीडिंगसारख्या तंत्रांच्या वापरातून प्राप्त होते. या पद्धतींचा उपयोग तिलापिया शेतीत पुनरुत्पादनाचे नियंत्रण करण्यासाठी, वाढीच्या दरात सुधारणा करण्यासाठी आणि एकूण उत्पादनक्षमता वाढवण्यासाठी केला जातो. यामुळे मासळीची वाढ वेगवान होते आणि मत्स्य शेतीचे उत्पादन वाढते तसेच या पद्धतीमध्ये माश्यांचे आकार एकसारखे असतात. प्रत्येक पद्धतीचे संक्षिप्त वर्णन खाली दिले आहे.

- **हार्मोनल मॅनिप्युलेशन:** हार्मोनल मॅनिप्युलेशन हे एक तंत्र आहे ज्यामध्ये तिलापिया मासळीला लहान असतानाच विशिष्ट प्रकारचे हार्मोन दिले जाते. यामुळे मादी तिलापिया नर तिलापियामध्ये बदलतात. सर्व मासे नरच राहतात त्यामुळे प्रजनन होत नाही. नर तिलापिया सामान्यतः मादी तिलापियापेक्षा अधिक वेगाने आणि जोरात वाढतात.

- **क्रॉसब्रीडिंग:** मोनोसेक्स नर किंवा वंध्य तिलापिया उत्पादनाची एक दुसरी पद्धत म्हणजे निवडक प्रजनन किंवा क्रॉसब्रीडिंग तंत्रांचा वापर. तिलापिया मासळीच्या वेगवेगळ्या जातींची क्रॉस करून अशी मासळी तयार केली जाते जी फक्त नर असते किंवा जी प्रजनन करू शकत नाही. या पद्धतीला क्रॉसब्रीडिंग म्हणतात. या पद्धतीत, अशा मासळीची निवड केली जाते ज्यांच्यात आपल्याला हवे असलेले गुणधर्म असतात. यामुळे आपल्याला अशी मासळी मिळते जी फक्त नर असते किंवा जी प्रजनन करू शकत नाही. या पद्धतीमुळे माश्यांची वाढ वेगवान होते आणि शेतीचे उत्पादन वाढते.

मोनोसेक्स नर किंवा वंध्य तिलापिया मासळीची शेती करणे अधिक फायद्याचे आहे. कारण या मासळींची वाढ खूप वेगवान असते, त्यांना कमी खाद्य लागते आणि सर्व मासे एकसारख्या आकाराचे असतात. यामुळे मासळी उत्पादकाला अधिक नफा होतो. याशिवाय, हे मासे इतर ठिकाणी जाऊन नवी प्रजाती निर्माण करू शकत नाहीत. त्यामुळे पर्यावरणालाही नुकसान होत नाही.

भारतात अनेक प्रकारचे मोनोसेक्स तिलापिया मासे पाळले जातात ते खालील प्रमाणे:

1. **नाईल तिलापिया (Oreochromis niloticus):** नाईल तिलापिया ही एक मासळी आहे जी जगभरात, विशेषतः भारतात, सर्वात जास्त पाळली जाते. ही मासळी खूप वेगाने वाढते,

कठीण वातावरणात राहू शकते आणि याचे मांस खूप चवदार असते. म्हणूनच ही मासळी सर्वात जास्त पाळली जाते.

2. **जेनेटिकली इम्प्रूव्हड फार्मड तिलापिया (GIFT):** GIFT तिलापिया ही निवडक प्रजननाद्वारे विकसित केलेली एक प्रजाती आहे. या मासळी खूप लवकर मोठ्या होतात, त्यांची रोग प्रतिकारशक्ती जास्त असते आणि यांच्यापासून अधिक उत्पादन मिळते. भारतातील मासळी उत्पादक या मासळीला खूप पसंत करतात कारण यांच्यापासून चांगला नफा होतो.

3. **रेड तिलापिया:** रेड तिलापिया ही विविध तिलापिया प्रजातींचे किंवा जातींचे क्रॉसिंग करून तयार केलेली हायब्रीड जाती आहे. ही एक खास प्रकारची तिलापिया मासळी आहे जी वेगवेगळ्या तिलापिया मासळींना एकत्र करून तयार केली गेली आहे. या मासळी खूप लवकर मोठ्या होतात, त्यांचा रंग खूप सुंदर असतो आणि त्यांचे मांस खूप चांगले असते. भारतात या मासळीची शेती करून देशांतर्गत तसेच परदेशातील बाजारपेठेत  पाठवली जाते.

4. **जिनेटिकली मेल तिलापिया (GMT):** GMT तिलापिया हार्मोनल लिंग बदल पद्धतींच्या माध्यमातून तयार केल्या जातात ज्यामुळे मोनोसेक्स पुरुष पॉप्युलेशन सुनिश्चित केले जाते. या मासळी खूप लवकर मोठ्या होतात, त्यांना कमी खाद्य लागते आणि या मासळींचा आकार मोठा असतो. म्हणूनच भारतीय शेतकरी या मासळीला खूप पसंत करतात.

भारतातील अनेक राज्यांमध्ये, जसे की आंध्र प्रदेश, पश्चिम बंगाल, केरळ आणि तमिळनाडूत, मोठ्या प्रमाणात तिलापिया माश्यांची शेती केली जाते. या माश्यांना तलाव, पिंजरे किंवा टाक्यांमध्ये वाढवले जाते. भारतात कोणती तिलापिया मासळी जास्त पाळली जाते, हे त्या ठिकाणच्या लोकांच्या पसंतीवर, शेतीच्या पद्धतींवर आणि बाजारात मागणी असलेल्या मासळीवर अवलंबून असते.

**मोनोसेक्स तिलापियाची बीज उपलब्धता:** भारतात सध्या फक्त 11 ठिकाणीच अधिकृत प्रमाणित मोनोसेक्स तिलापिया हॅचरी आहेत. यापैकी 7 ठिकाणी GIFT तिलापियाचे उत्पादन होते. काही हॅचरी रेड तिलापिया आणि चितराळदाचे उत्पादन करतात. पण, भारतात 25 पेक्षा जास्त अशी ठिकाणे आहेत जिथे सरकारच्या परवानगीशिवाय तिलापिया मासळीची बीज बनवली जातात. अशा ठिकाणांवरून बीज घेतल्यास, मासळीची गुणवत्ता चांगली नसण्याची शक्यता असते. म्हणून शेतकऱ्यांनी फक्त सरकारने मान्यता दिलेल्या ठिकाणांवरूनच तिलापिया मासळीची बीज घ्यावीत.

*तक्ता: भारतातील तिलापिया हॅचरी*

| क्र. | हॅचरीचे नाव | परवान्याची स्थिती | जात |
|---|---|---|---|
| 1. | MPEDA-RGCA तिलापिया हॅचरी, मोनोसेक्स बीज उत्पादन सुविधा, विजयवाडा | प्रमाणित | GIFT |
| 2. | कृषी विश्वविद्यालय, बंगलोर, कर्नाटक | प्रमाणित | GIFT |
| 3. | DoF, तमिळनाडू | प्रमाणित | GIFT |
| 4. | Arsen Bio-Tech and Farms (India) Pvt. Ltd. (C/O Growel Feeds), विजयवाडा, आंध्र प्रदेश | प्रमाणित | चितराळदा, रेड तिलापिया |
| 5. | Svara Biotechnovations, मदुराई, तमिळ नाडू | प्रमाणित | GIFT, चितराळदा, रेड तिलापिया |
| 6. | MM हॅचरी, रायपूर, छत्तीसगड | प्रमाणित | चितराळदा |
| 7. | Indepesca Pvt. Ltd., मुंबई, महाराष्ट्र | प्रमाणित | चितराळदा आणि GIFT |
| 8. | West Coast Group, महाराष्ट्र | प्रमाणित | GIFT |
| 9. | Ananda Seafoods Group, भीमव्राम, आंध्र प्रदेश | प्रमाणित | उत्पादन करत नाही |
| 10. | CP Aqua (India) Pvt. Ltd., चेन्नई | प्रमाणित | उत्पादन करत नाही |
| 11. | DoF, सरकारी मच्छी बीज फार्म, कौसल्यगंगा, भुवनेश्वर, ओडिशा | प्रमाणित | GIFT |
| 12. | 25 पेक्षा अधिक अनधिकृत तिलापिया हॅचरी/बीज पालन केंद्र (अधिकांशतः बांगलादेशमधून प्रारंभिक फ्राय प्राप्त करतात) | अनधिकृत | अज्ञात |

तिलापिया मासळीचे बीज घेण्यासाठी शेतकऱ्यांना सर्वात आधी आपल्या जवळच्या मत्स्य विभागात जाऊन परवानगी घ्यावी लागते. यासाठी त्यांना एक अर्ज भरून द्यावा लागतो. ही परवानगी मिळाल्यावर त्यांना तिलापियाचे बीज मिळणाऱ्या ठिकाणी फोन करून किंवा पत्र लिहून बीज बुक करावे लागतात. असे केल्याने त्यांना तिलापियाचे बीज मिळवण्यात कोणतीही अडचण येत नाही.

**महाराष्ट्रातील प्लास्टिकचे अस्तरीकरण असलेल्या शेततलावांमध्ये तिलापिया शेतीसाठी परवानगी प्राप्त करणे:** येथे आपण तिलापिया शेतीसाठी जबाबदार मार्गदर्शक तत्त्वे आणि त्याची महाराष्ट्रातील प्लास्टिक-लाइन शेततलावांमध्ये व्यवहार्यता तपासणार आहोत. ज्यामध्ये तलावाचे स्थान, प्रकार आणि मत्स्य शेतीची घनता, क्षेत्र, जातीची निवड, स्टॉकिंगसाठी बीजाचा आकार, जैव सुरक्षा उपाय, आणि केज कल्चर यासारख्या पद्धतींचा समावेश आहे. ही मार्गदर्शक तत्त्वे प्लास्टिक-लाइन शेत तलावांमध्ये यशस्वी तिलापिया पालणासाठी अत्यंत आवश्यक आहेत.

- **स्थान:** महाराष्ट्रातील शेतकरी प्लास्टिक लाइन तलाव बांधून पिकांना वर्षभर पाणी पुरवठा करण्याची व्यवस्था करतात. हे तलाव विविध पाण्याच्या स्रोतांमधून मिळणाऱ्या पाण्याचा संचय करतात. विशेषत: पाणीटंचाईग्रस्त क्षेत्रांमध्ये या तलावांची संख्या जास्त आहे. त्यांचे स्थान आणि संरचना अशी असते की त्यांना पुराचा धोका नसतो. त्यामुळे या तलावानमधून नैसर्गिक जलाशयांमध्ये अनियोजित निर्वहनाचा धोका कमी असतो किंवा नसतोच.

- **बिजाचा प्रकार:** महाराष्ट्रातील प्लास्टिक-लाइन शेत तलाव तिलापिया शेतीसाठी उपयुक्त आहेत, आणि मोनोसेक्स नर किंवा वंध्य तिलापिया (हार्मोनल मॅनिप्युलेशन किंवा क्रॉस-ब्रीडिंगद्वारे प्राप्त केलेले) चे पालन करणे व्यवहार्य आणि शिफारसीय आहे, ज्यामुळे उच्च उत्पन्न मिळवता येऊ शकते.

- **क्षेत्र:** सध्याची मार्गदर्शक तत्त्वे तिलापिया शेतीसाठी एका तलावाचा आकार 1 ते 10 एकर असावा असे सांगतात. मात्र, महाराष्ट्रात प्लास्टिक लाइन तलावांचा सरासरी आकार 0.51 एकर आहे आणि बहुतेक तलाव 1 एकरपेक्षा लहान आहेत. जर हे तलाव इतर सर्व निकष पूर्ण करत असतील तर तलावाच्या किमान आकाराबाबतचे नियम थोडेसे शिथिल करून शेतकऱ्यांना तिलापिया शेतीसाठी अनुकूल वातावरण निर्माण केले पाहिजे. ज्यामुळे विद्यमान प्लास्टिक-लाइन शेत तलावात तिलापियाची शेती करणे सोपे होईल.

- **जाती:** जबाबदार तिलापिया शेतीसाठी शिफारसीय असलेल्या नाईल तिलापिया किंवा सुधारित जातीच्या तिलापिया माशांची शेती, प्लास्टिक लाइन तलाव असलेले शेतकरी सहजपणे स्वीकारू शकतात. या जातींची लागवड या तलावांमध्ये अधिक उत्पादन देते आणि शेतकऱ्यांना आर्थिक फायदा होतो.

- **बीजाचा आकार:** जबाबदार तिलापिया शेतीसाठी 10 ग्रॅमपेक्षा जास्त वजनाच्या लिंग-बदललेल्या तिलापिया (SRT) बीजांचा वापर करण्याची शिफारस केली जाते. यासाठी आवश्यक असलेले बीज 30 दिवसांपर्यंत ऑन-फार्म नर्सरी किंवा नोंदणीकृत बीज फार्ममध्ये

10 ग्रॅम आकारापर्यंत वाढवले पाहिजे. ही पद्धत महाराष्ट्रातील प्लास्टिक लाइन तलावांमध्ये यशस्वीरीत्या लागू केली जाऊ शकते.

- **स्टॉकिंग घनता:** महाराष्ट्रातील प्लास्टिक लाइन तलावांमध्ये प्रति चौरस मीटर 5 माशांची अधिकतम घनता राखणे व्यवहार्य आहे.

- **जैव सुरक्षा:** तिलापिया शेतीसाठी शेत तळ्यांचे बंधारे उंच असणे, पाणी व्यवस्थापन प्रणाली चांगली असणे आणि पाणी इतर जल स्रोतांमद्धे न सोडणे यासारखे कठोर जैव सुरक्षा उपाय आवश्यक असतात. महाराष्ट्रातील प्लास्टिक लाइन तलाव या सर्व निकषांचे पालन करतात. या तळ्यांच्या बांधाची उंची माशांना पळून जाण्यास रोखण्यासाठी पुरेशी असते. तसेच या तलावांमधून पाणी सिंचनासाठी वापरले जाते त्यामुळे ते नैसर्गिक जलाशयांमध्ये सोडले जात नाही. त्याचबरोबर पाणी फिल्टर करून सूक्ष्म सिंचन प्रणाली मार्फत शेताला दिले जाते. याशिवाय, बहुतेक तलावांमध्ये पक्षी रोधक कुंपण असतात. परिणामी, हे तलाव महाराष्ट्रातील जबाबदार तिलापिया शेतीसाठी जैव सुरक्षा आवश्यकतांचे पालन करतात.

- **जलाशयांमध्ये तिलापियाची पिंजरा शेती:** जलाशयांमध्ये पिंजरा शेतीसाठी 1% क्षेत्रफळ राखण्याचे नियम आहेत. मात्र, महाराष्ट्रातील प्लास्टिक लाइन तलाव लहान असल्याने, त्यात 1% भाग वेगळा करणे शक्य नाही. त्यामुळे, या तलावांमध्ये पिंजरा शेती करणे शेतकऱ्यांसाठी व्यवहार्य पर्याय नाही.

- **घन मत्स्यपालन:** घन तिलापिया शेतीसाठी मार्गदर्शक तत्वे सांगतात की, अशा तळ्यात प्रति घनमीटर पाण्यात 150 पेक्षा जास्त मासे ठेवू नयेत. तसेच रीसर्क्युलेटरी शेती पद्धतीचा अवलंब करावा. परंतु, प्लास्टिक-लाइन शेत तलावांमध्ये रीसर्क्युलेटरी शेती पद्धत व्यवहार्य नाही, कारण हे तलाव मुख्यतः पाणी संचय आणि सिंचनासाठी तयार केलेले आहेत.

थोडक्यात, महाराष्ट्रातील प्लास्टिक लाइन तलावात तिलापिया शेतीसाठी सर्वोत्तम पद्धतींचे पालन केले जाऊ शकते. यामध्ये तलावाचे स्थान, जातीची निवड, बीजांचा आकार, घनता आणि जैवसुरक्षा या सर्व घटकांचा समावेश आहे. पण एक एकर क्षेत्रफळ असणे हा नियम या लहान तलावांसाठी आव्हान आहे. म्हणून, या तलावांसाठी क्षेत्रफळाच्या नियमात लवचिकता असावी. तिलापिया शेतीसाठी शेतकऱ्यांनी मत्स्य विभागाचे सर्व नियम पाळणे आवश्यक आहे. तिलापिया शेती सुरू करण्यापूर्वी त्यांनी मत्स्य विभागाकडून परवानगी घ्यावी.

# ९. शेतकऱ्यांचे सामान्य प्रश्न

फील्ड व्हिजिट दरम्यान, महाराष्ट्रातील शेतकऱ्यांनी प्लास्टिक-लाइन तलावातील मत्स्यपालनाच्या विविध पैलूंविषयी अनेक प्रश्न उपस्थित केले. भेटीदरम्यान त्यांनी विचारलेल्या प्रश्नांची उत्तरे आणि आमच्या निरीक्षणांवर आधारित काही महत्त्वपूर्ण मुद्दे या लेखात मांडले आहेत.

## 1. महाराष्ट्रातील प्लास्टिकचे अस्तरीकरण असलेल्या शेततळ्यात पिंजरा पद्धतीने मत्स्यपालन होऊ शकते का?

पिंजऱ्यातील मत्स्यशेती ही एक आधुनिक मत्स्यपालन पद्धत आहे. यामध्ये गोलाकार, चौकोनी किंवा आयताकृती आकाराचे पिंजरे वापरले जातात. हे पिंजरे पाण्यात स्थिर आणि तरंगत ठेवली जातात. या पिंजऱ्यांमध्ये मत्स्यबीज सोडून त्यांना वाढवले जाते. या पद्धतीचा मुख्य फायदा म्हणजे कमी जागेत जास्त उत्पादन घेता येणे. या पद्धतीचे अनेक फायदे आहेत. यामध्ये विविध पाण्याच्या स्रोतांचा जसा की नदी, तलाव, धरणे, इ. चा प्रभावी वापर, कमी प्रारंभिक गुंतवणूक, आणि सहजपणे उचलण्याची आणि निरीक्षणाची सोय यांचा समावेश होतो. मात्र, पिंजऱ्यातील मत्स्यशेती ही पद्धत काही अडचणींशिवाय नाही. माशांना पुरेसे खाद्य मिळवून देणे, कमी घोललेले ऑक्सिजन सिंड्रोम (LODOS) या समस्यावर नियंत्रण ठेवणे, पिंजऱ्यात कचरा साचणे, रोगराईचा प्रादुर्भाव, स्थानिकांकडून तोडफोड, माशांची चोरी आणि स्थानिक समुदायाशी संघर्ष यासारख्या अनेक आव्हानांना सामोरे जावे लागते.

प्लास्टिक अस्तर असलेल्या शेततळ्यात पिंजऱ्यात मासळी वाढवणे योग्य आहे का, याचा विचार करताना काही महत्त्वाच्या बाबी लक्षात घ्याव्या लागतील. प्लास्टिक अस्तर असलेल्या कृत्रिम जलस्रोतांमध्ये पिंजऱ्यातील मत्स्यशेतीची संकल्पना थोडी विरोधाभासी आहे. कारण, या शेततळ्यांचा आकार खूप छोटा असल्याने ते स्वतःच एक प्रकारचे पिंजरे असतात. तसेच, पिंजऱ्यातील मत्स्यशेतीसाठी वर्षभर ४ मीटर खोल पाणी आवश्यक असते. तथापि, प्लास्टिकचे अस्तरीकरण असलेल्या शेततळ्यांमध्ये अनेकदा पाणी कमी होते आणि काही वेळा तळी कोरडी पण पडतात, ज्यामुळे पिंजऱ्यातील मत्स्यशेती करणे कठीण होते. मानक नियमांनुसार, जलाशयातील क्षेत्राच्या १% भागातच पिंजऱ्यातील मत्स्यशेती करणे आवश्यक असते. परंतु, प्लास्टिकचे अस्तरीकरण असलेली शेततळी आकाराने लहान असल्यामुळे, पिंजऱ्यातील मत्स्यशेतीसाठी त्यांचा एक मोठा भाग व्यापला जातो.

याशिवाय, प्लास्टिक अस्तर असलेल्या तलावांमध्ये पिंजऱ्यातील मत्स्यशेती करताना, त्या तलावाच्या प्लास्टिकला धोका होण्याची शक्यता असते. पिंजरे बसवताना आणि काढताना तलावाच्या तळाशी आणि बाजूंना असलेली प्लास्टिक शीट्स फाटण्याची शक्यता असते, ज्यामुळे त्याच्या दुरुस्ती खर्चात वाढ होते. तसेच, पिंजऱ्यातील मत्स्यशेती ही स्वतः एक महागडी प्रक्रिया आहे. अत्यंत खर्चिक असल्यामुळे, सामान्य शेतकऱ्यांना हे परवडू शकत नाही. त्यामुळे, या तलावांमध्ये पिंजऱ्यातील मत्स्यशेतीचा स्वीकार अधिक मर्यादित झाला आहे. PVC पाईप्स चा उपयोग करून, स्वस्त आणि सहजपणे तयार केलेले पिंजरे वापरून, छोट्या प्रमाणात मत्स्यपालन करणे किंवा त्याचा उपयोग मत्स्यबीज वाढवण्यासाठी करणे, ही एक पर्यायी पद्धत म्हणून शेतकऱ्यांनी विचार करण्यास हरकत नाही. ही पद्धत स्वस्त तसेच पिंजरे टाकणे किंवा काढणे यामध्ये सोपे असते.

## 2. महाराष्ट्रातील प्लास्टिकचे अस्तरीकरण असलेल्या शेततळ्यांचा वापर मनोरंजनात्मक मत्स्यशेती (sport fisheries) साठी केला जाऊ शकतो का?

प्लास्टिक अस्तर असलेल्या शेततळ्यांमध्ये मनोरंजनात्मक मत्स्यपालन ही पर्यटकांना आकर्षित करण्याची आणि शेतकऱ्यांची आर्थिक स्थिती सुधारण्याची एक नवीन संकल्पना आहे. यासाठी या शेततळ्यांजवळ एक रेस्टॉरंट उभारून, पर्यटक स्वतः मासे पकडण्याचा आनंद घेऊ शकतील, तसेच तेथेच त्यांना मासे शिजवून दिले जाऊ शकते. महामार्ग आणि शहरांच्या जवळील शेततळ्यांना मनोरंजनात्मक मत्स्यपालन केंद्रांमध्ये रूपांतरित करून पर्यटकांना मासेमारीचा अनुभव घेण्यासाठी आकर्षित केले जाऊ शकते. अशा तलावांमध्ये पंगासियस, तिलापिया आणि कॉमन कार्प यांसारख्या लोकप्रिय गोड्या पाण्यातील माशांचे संगोपन केले जाऊ शकते, ज्यामुळे पर्यटकांसाठी एक आकर्षक पर्याय उपलब्ध होईल. मनोरंजनात्मक मत्स्यपालनाचे यशस्वी संचालन करण्यासाठी, वेळोवेळी माशांची संख्या नियंत्रित करणे, पाण्याची गुणवत्ता नियमितपणे तपासून सुधारणे आणि पकडून सोडण्याच्या नियमांचे कठोरपणे पालन करणे आवश्यक आहे. असे केल्याने मनोरंजनात्मक मत्स्यपालन दीर्घकाळ टिकून राहील आणि अधिक पर्यटकांना आकर्षित करत राहील.

या शेततळ्यांमध्ये मनोरंजनात्मक मत्स्यपालनाला चालना दिल्याने शेतकऱ्यांना आर्थिक आणि सामाजिक लाभ मिळू शकतात. यामुळे शेतकऱ्यांचे उत्पन्न वाढेल आणि ते पारंपरिक शेतीवर कमी अवलंबून होतील. त्यामुळे बाजारभावातील उतार-चढावचा त्यांच्यावर कमी परिणाम होईल. हे समाजात एकता निर्माण करून लोकांना एकत्र आणू शकते आणि बाहेर जाऊन मनोरंजन करण्यासाठी प्रोत्साहित करू शकते. यामुळे या प्रकारच्या पर्यटन उद्योगाला चालना मिळू शकते. मासेमारी

स्पर्धा, मत्स्यपालनविषयक कार्यशाळा आणि कुटुंबासह मासेमारीचा आनंद घेण्यासाठी दिवस आयोजित करून पर्यटकांना आकर्षित करता येईल आणि या ठिकाणाला एक लोकप्रिय मनोरंजनाचे केंद्र बनवता येईल. योग्य नियोजन आणि व्यवस्थापनाने शेततळ्यांमध्ये सुरू केलेले मनोरंजनात्मक मत्स्यपालन हे शेतकऱ्यांना आर्थिक लाभ देण्यासोबतच पर्यटकांना मनोरंजन देण्याचे काम करेल. यामुळे शाश्वत मत्स्यपालन आणि पर्यावरण संरक्षणाला चालना मिळेल.

## 3. पाण्याच्या नमुन्यांची तपासणी कशी करावी?

प्लास्टिकचे अस्तरीकरण असलेल्या शेततळ्यांमध्ये मासे पालन करण्यापूर्वी, वेगवेगळ्या स्रोतांमधून तलावाला येणाऱ्या पाण्याची तपासणी करणे महत्त्वाचे आहे. पाण्याचे नमुने गोळा करण्यासाठी खालीलप्रमाणे प्रक्रिया अनुसरा.

a) स्वच्छ, पारदर्शक बाटलीत एक लिटर पाण्याचा नमुना घ्या.

b) नमुना गोळा करण्यासाठी रिकामी पाण्याची बाटली वापरा. वापरलेली कोल्ड ड्रिंक किंवा तेलाची बाटली वापरू नका.

c) पाणी गोळा करण्यापूर्वी मोटार सुरू करा. पाईपमधील सुरुवातीचे पाणी बाहेर जाऊद्या आणि नंतर बाटली भरा.

d) पाणी भरताना बाटलीच्या तोंडाला हात लावू नका, पाण्याला स्पर्श होऊ देऊ नका.

e) कागदावर आपले नाव, मोबाईल नंबर, आणि गावाचे नाव (पूर्ण पत्ता) लिहा. कागद बाटलीवर चिकटवण्यासाठी ॲडहेसिव्ह टेप वापरा, जेणेकरून वाहतुकीदरम्यान तो सुटणार नाही याची काळजी घ्या.

f) आपल्या आधार कार्डची प्रत नमुन्यासोबत जोडा.

प्लास्टिकचे अस्तरीकरण असलेल्या मत्स्य शेततळ्यांमधून पाण्याचा नमुना घेण्यासाठी वर दिल्याप्रमाणे प्रक्रिया अनुसरा, फक्त (c) चरण वगळून. महाराष्ट्रातील प्लास्टिकचे अस्तरीकरण असलेल्या शेततळ्यांमध्ये मासे पालन करण्यापूर्वी खालील पाण्याचे घटक तपासले जाऊ शकतात.

| क्रं. | घटक |
| --- | --- |
| 1 | पीएच (pH) |
| 2 | विद्युत वाहकता (Electrical Conductivity) |
| 3 | गढूळपणा (Turbidity) |
| 4 | क्षारता (Salinity) |

| 5 | क्लोराइड्स (Chlorides) |
|---|---|
| 6 | अल्कलिनिटी - एकूण, कार्बोनेट, बायकार्बोनेट (Alkalinity - Total, Carbonate, Bicarbonate) |
| 7 | घन - एकूण, विरघळलेले, तरंगलेल (Solids - Total, Dissolved, Suspended) |
| 8 | एकूण काठिणपणा (Total Hardness) |
| 9 | एकूण अमोनिया-एन (Total Ammonia-N) |
| 10 | नायट्रेट-एन (Nitrate-N) |
| 11 | नायट्राइट-एन (Nitrite-N) |
| 12 | फॉस्फेट-पी (PO4-P) Phosphate-P (PO4-P) |
| 13 | लोह (Iron) |

## 4. महाराष्ट्रातील प्लास्टिकचे अस्तरीकरण असलेल्या शेततळ्यांमध्ये रिसर्कुलेटिंग ॲक्वाकल्चर सिस्टम (RAS) लागू करता येईल का?

रिसर्कुलेटिंग ॲक्वाकल्चर सिस्टम (RAS) ही एक बंद प्रणाली आहे जिथे पाणी सतत एकाच लूपमध्ये फिरत राहते. या प्रणालीत मासे वाढवले जातात. या बंद प्रणालीत अत्याधुनिक फिल्टर आणि उपचार प्रक्रियांचा वापर करून पाण्याची गुणवत्ता चांगली ठेवली जाते. हे पाणी पुनर्वापर केले जाते, त्यामुळे पाण्याचा अपव्यय होत नाही आणि माशांना उत्तम वातावरण मिळते. याउलट, प्लास्टिकच्या अस्तरीकरण असलेल्या शेततळ्यांमधील पाणी सिंचनासाठी वापरले जाते आणि ते पाणी परत तळ्यामद्धे येत नाही. या प्रणालीत पाण्याचा पुनर्वापर केला जात नाही.

RAS आणि प्लास्टिकच्या अस्तरीकरण असलेल्या शेततळ्यांमधील पाणी व्यवस्थापनातील फरक दिवस आणि रात्र जितका स्पष्ट आहे. RAS मध्ये पाणी एकाच लुपमध्ये फिरत राहते आणि त्याचे सतत शुद्धीकरण होते. यामुळे माशांना योग्य वातावरण मिळते आणि पाणी वाया जात नाही. मात्र, प्लास्टिकच्या अस्तरीकरण असलेल्या शेततळ्यांमधील पाणी एकदाच वापरून टाकले जाते. हे पाणी पिकांना पाणी देण्यासाठी वापरले जाते. म्हणून, या दोन्ही पद्धतींमध्ये पाण्याच्या वापराबाबत खूप मोठा फरक आहे.

प्लास्टिकचे अस्तरीकरण असलेल्या शेततळ्यांमध्ये RAS (रिसर्कुलेटिंग ॲक्वाकल्चर सिस्टम) ही प्रणाली लागू करण्यासाठी मोठ्या प्रमाणावर बदल करावे लागतील. सध्याच्या शेततळ्यांची रचना, पाणी व्यवस्थापन पद्धती या सर्व गोष्टींमध्ये बदल करावे लागतील. सतत पाणी पुनर्वापर

करण्यासाठी नवीन पायाभूत सुविधा उभाराव्या लागतील. यामध्ये नवीन पाइपलाइन, पंप, फिल्टर आणि इतर उपकरणे समाविष्ट असतील. सध्याच्या तलावांची रचना बदलून त्यांना RAS प्रणालीशी जुळवून घ्यावे लागेल. पाण्याचे प्रमाण, तापमान आणि इतर घटकांवर लक्ष ठेवण्यासाठी आधुनिक तंत्रज्ञानाचा वापर करावा लागेल. या सर्व बदलांसाठी मोठ्या प्रमाणात खर्च येईल. तसेच शेतीला लागणाऱ्या पाण्याला पण अडचण निर्माण होऊ शकते. त्यामुळे प्लास्टिकचे अस्तरीकरण असलेल्या शेततळ्यांमध्ये RAS (रिर्सकुलेटिंग ॲक्वाकल्चर सिस्टम) ही प्रणाली व्यवहार्य वाटत नाही.

## 5. महाराष्ट्रातील प्लास्टिकचे अस्तरीकरण असलेल्या शेततळ्यांमध्ये एक्वापोनिक्स यशस्वी होऊ शकते का?

महाराष्ट्रातील प्लास्टिकचे अस्तरीकरण असलेले शेततळे एक्वापोनिक्ससाठी अनुकूल पायाभूत सुविधा प्रदान करतात. या तळ्यांमध्ये मत्स्यपालन आणि पिकांच्या सिंचनासाठी आवश्यक पाणी साठवण आणि वितरण व्यवस्था आधीच उपलब्ध असते. प्लास्टिक-अस्तरित शेततळे एक्वापोनिक्ससाठी उत्कृष्ट ठरू शकतात कारण यामध्ये मासे पाळून त्यांच्या मलमूत्राचा वापर पिकांसाठी नैसर्गिक खत म्हणून करता येतो. यामुळे पाणी आणि पोषक तत्त्वांचा अधिक कार्यक्षम वापर करता येतो. माशांचे मलमूत्र हे पिकांच्या वाढीसाठी उत्तम नैसर्गिक खत ठरते. एक्वापोनिक्समध्ये माशांचे पालन आणि जलसिंचन एकत्रित केले जाते, ज्यामुळे माशांचे मलमूत्र पिकांच्या वाढीसाठी वापरले जाते. यामुळे पाणी आणि पोषक तत्त्वांचा पुनर्वापर होतो, तसेच पाण्याचा अपव्यय कमी होतो. शेतकरी माशांच्या पाण्याचा पुनर्वापर करून आपल्या मृदेला अधिक उपजाऊ बनवू शकतात आणि रासायनिक खतांचा वापर कमी करू शकतात, ज्यामुळे पर्यावरणपूरक शेती शक्य होऊ शकते.

एक्वापोनिक्स ही अशी शेती पद्धत आहे जिथे मासे आणि पिके एकमेकांना पूरक ठरतात. माशांचे मलमूत्र आणि अन्नकण हे पिकांसाठी नैसर्गिक खत म्हणून कार्य करतात, ज्यामुळे पिकांची वाढ आणि उत्पादन सुधारते. यामुळे पाण्याचा पुनर्वापर होतो आणि पाण्याचा अपव्यय कमी होतो. शिवाय, रासायनिक खतांची गरज कमी होते, ज्यामुळे पर्यावरण प्रदूषणाचा धोका कमी होतो. महाराष्ट्रातील प्लास्टिक-अस्तरित शेततळ्यांमध्ये एक्वापोनिक्सची पद्धत लागू करणे हे एक नवीन आणि प्रभावी कृषी तंत्र आहे. या पद्धतीद्वारे शेतकरी आपल्या शेततळ्यांचा अधिकतम उपयोग

करून मासे आणि पिके दोन्ही उत्पादन वाढवू शकतात. यामुळे पाणी आणि पोषक तत्त्वांची बचत होते, पर्यावरणपूरक शेतीला प्रोत्साहन मिळते आणि शास्त्रीयदृष्ट्या टिकाऊ कृषीला हातभार लागतो.

## 6. महाराष्ट्रातील प्लास्टिकचे अस्तरीकरण असलेली शेततळी खेकडा पालनासाठी योग्य आहेत का?

महाराष्ट्रातील प्लास्टिकचे अस्तरीकरण असलेल्या शेततळ्यांमध्ये खेकडा पालन करताना खेकड्यांच्या स्वतःच्या प्रजातीला खाण्याच्या प्रवृत्तीमुळे आणि त्यांच्या शारीरिक वैशिष्ट्यांमुळे अनेक अडचणी येतात. खेकड्यांच्या तीक्ष्ण नखांनी प्लास्टिकचे अस्तर सहजपणे फाडले जाऊ शकते, ज्यामुळे पाण्याची गळती होण्याची समस्या निर्माण होऊ शकते आणि तळ्यांची संरचना धोक्यात येऊ शकते. याशिवाय, खेकड्यांची नैसर्गिक रांगण्याची प्रवृत्ती असल्यामुळे, त्यांना पळून जाण्यापासून रोखण्यासाठी पिंजऱ्यात ठेवावे लागते. स्वतःच्या प्रजातीला खाण्याच्या प्रवृत्तीमुळे, प्रत्येक खेकड्याला स्वतंत्र पिंजऱ्यात ठेवणे आवश्यक असते, जे श्रमप्रधान आणि खर्चिक आहे. परिणामी, शेतकऱ्यांसाठी खेकडा पालन आर्थिकदृष्ट्या परवडणारे ठरत नाही.

याशिवाय, खेकडा पालन पाण्याच्या गुणवत्तेवर प्रतिकूल परिणाम करते. खेकडे मांसाहारी असल्याने त्यांना मांसाची गरज असते. खेकड्यांच्या अन्नाचे उरलेले अंश आणि त्यांच्या शरीरातून बाहेर पडलेली विष्ठा पाण्यात मिसळल्यामुळे पाण्याची गुणवत्ता कमी होते. खराब पाणी खेकड्यांच्या आरोग्यावर विपरीत परिणाम करू शकते आणि हे पाणी इतर उपयोगांसाठी, जसे की जनावरांना पाजणे किंवा घरगुती वापरासाठी, अनुपयुक्त ठरते. असे दूषित पाणी प्राणी आणि मानवांसाठी आरोग्याचा धोका निर्माण करते, ज्यामुळे पाण्याची पुढील प्रक्रिया करणे आवश्यक ठरते आणि यामुळे व्यवस्थापनाचा खर्च वाढतो. सिद्धांतानुसार हे शक्य असले तरी, प्लास्टिकचे अस्तरीकरण असलेल्या शेततळ्यांमध्ये खेकडा पालन करताना येणाऱ्या व्यावहारिक अडचणी आणि त्याचा खर्च पाहता, हे महाराष्ट्रातील शेतकऱ्यांसाठी कमी आकर्षक वाटते.

## 7. प्लास्टिकचे अस्तरीकरण असलेल्या शेततळ्यांमध्ये शोभिवंत मासे पालन करणे व्यवहार्य आहे का?

प्लास्टिकचे अस्तरीकरण असलेल्या शेततळ्यांमध्ये शोभिवंत माशांचे पालन शक्य आहे, कारण त्यांच्या मूलभूत गरजा व्यावसायिक खाद्य माशांच्या पालनासारख्याच असतात. प्लास्टिक अस्तरित तळ्यात योग्य पाण्याची गुणवत्ता, तापमान, आणि पुरेसा ऑक्सिजन ठेवणे साध्य केल्यास शोभिवंत मासे पालन शक्य होते. परंतु, शोभिवंत मासे स्थानिक वातावरणाशी, जसे की पाण्याची खोली आणि

प्लास्टिक अस्तराचा वापर, यांच्याशी कितपत जुळवून घेतात, हे शेतकऱ्याच्या कुशल व्यवस्थापनावर अवलंबून असेल. आर्थिक व्यवहार्यतेचे सखोल मूल्यांकन देखील आवश्यक आहे, कारण आदर्श परिस्थिती राखण्यासाठी येणारा खर्च आणि शोभिवंत माशांना मिळणारे बाजार मूल्य यावर शेतकऱ्यांचा नफा किंवा तोटा अवलंबून असेल. त्यामुळे, प्लास्टिकचे अस्तरीकरण असलेल्या शेततळ्यांमध्ये शोभिवंत माशांचे पालन शक्य असले, तरी त्यासाठी सखोल मूल्यांकन आणि नियोजन आवश्यक आहे.

## 8. प्लास्टिकचे अस्तरीकरण असलेली शेततळी कोळंबी पालनासाठी योग्य आहेत का?

मत्स्यतळ्यांमध्ये कोळंबी पालन हे भारत, थायलंड, व्हिएतनाम यांसारख्या देशांमध्ये खूपच सामान्य पद्धत बनली आहे. या पद्धतीत मत्स्यतळ्यांमध्ये कोळंबींच्या वाढीसाठी एक नियंत्रित वातावरण तयार केले जाते, ज्यामुळे त्यांचे उत्पादन अधिक होत आहे. मात्र, प्लास्टिक अस्तर असलेल्या शेततळ्यांमध्ये कोळंबी पालन करताना काही आव्हाने उभी राहतात. काढणीच्या वेळी पाण्याची खोली हे सर्वात मोठे आव्हान आहे, कारण तळ्यांचे प्राथमिक उद्देश सिंचनासाठी पाणी साठवणे असल्यामुळे, तळ्यातील पाणी काढून टाकणे पिकासाठी नुकसानदायक ठरू शकते. तसेच, रोगांचा प्रादुर्भाव झाल्यास जास्त खोली आणि जास्त पाणी असल्यामुळे, त्याला प्रतिसाद देणे देखील कठीण होऊ शकते. या आव्हानांवर मात करण्यासाठी योग्य नियोजन आणि व्यवस्थापन तंत्रांचा अवलंब करणे आवश्यक आहे. पाण्याची गुणवत्ता राखणे, स्टॉकिंगची योग्य घनता ठेवणे, पोषणाची काळजी घेणे आणि रोग नियंत्रण करणे हे सर्व कोळंबी पालनातील महत्त्वाचे घटक आहेत. या सर्व गोष्टींचा विचार करून प्लास्टिक अस्तर असलेल्या शेततळ्यांमध्येही कोळंबी पालन शक्य आहे आणि ते फायदेशीर ठरू शकते.

## 9. महाराष्ट्रात मत्स्यपालनासाठी उपलब्ध असलेल्या शासकीय योजना कोणत्या आहेत?

महाराष्ट्रात मत्स्यपालन क्षेत्राला चालना देण्यासाठी शासनाने विविध योजना कार्यान्वित केल्या आहेत. या योजनांमध्ये एकात्मिक मत्स्यपालन विकास योजना (Integrated Fisheries Development Scheme - IFDS), राष्ट्रीय मत्स्यपालन विकास मंडळ योजना (National Fisheries Development Board - NFDB), राष्ट्रीय कृषी विकास योजना (Rashtriya Krishi Vikas Yojana - RKVY), निळी क्रांती, मत्स्यपालनाचे एकात्मिक विकास आणि व्यवस्थापन (Integrated Development and Management of Fisheries - IDMF), प्रधानमंत्री मत्स्य

संपदा योजना (Pradhan Mantri Matsya Sampada Yojana - PMMSY) आणि प्रोटीन पूरक आहारासाठी राष्ट्रीय मिशन (National Mission for Protein Supplement - NMPS) यांचा समावेश होतो. या योजनांच्या माध्यमातून मच्छीमारांना तलाव बांधणे, मासे बियाणे तयार करणे, माशांच्या विक्रीसाठी बाजारपेठ व्यवस्थापन, नवीन तंत्रज्ञान शिकणे आणि विविध प्रकारची आर्थिक व तांत्रिक मदत मिळते. या योजनांमुळे मत्स्यपालन क्षेत्रात अनेक सुधारणा घडून आल्या आहेत. आधुनिक तंत्रज्ञानाच्या वापरामुळे मच्छीमारांना अधिक उत्पादन घेता येते. याशिवाय, मासे प्रक्रिया उद्योगांना प्रोत्साहन मिळाल्याने मत्स्य उत्पादनांची मूल्यवर्धन प्रक्रिया सुलभ होते. मच्छीमारांना प्रशिक्षण आणि कौशल्य विकासाच्या संधी उपलब्ध करून दिल्याने त्यांचे ज्ञान वाढते. बाजारपेठेची मजबूत व्यवस्था उपलब्ध करून दिल्याने मच्छीमारांना त्यांच्या उत्पादनासाठी योग्य दर मिळण्यास मदत होते.

तथापि, प्लास्टिक अस्तरीकरण असलेल्या शेततळ्यांसाठी काही योजना थेट लागू होत नाहीत, कारण त्यासाठी विशिष्ट पायाभूत सुविधांची आवश्यकता असते. परंतु, या तळ्यांसाठी मास्यांवरती प्रक्रिया, प्रशिक्षण आणि बाजारपेठ व्यवस्थापनासारख्या योजनांचा लाभ घेता येतो. शेतकऱ्यांनी या योजनांबद्दल संपूर्ण माहिती घेतली पाहिजे आणि आपल्या तळ्याच्या प्रकारानुसार योग्य योजना निवडून त्याचा लाभ घ्यावा. यासंदर्भात अधिक माहिती मिळवण्यासाठी सरकारी कार्यालयात जाऊन किंवा ऑनलाइन जाणून घेता येते.

## 10. शेततळ्यांमध्ये कोणत्या रंगाचे प्लास्टिक अस्तर सर्वोत्तम आहे जेणेकरून पाणी साठवणीबरोबर मत्स्य पालन पण सुलभ होऊ शकते?

मत्स्यपालनासाठी शेततळ्यांचे प्लास्टिक अस्तर निवडताना रंगाची योग्य निवड करणे अत्यंत महत्त्वाचे आहे, कारण रंग पाण्याच्या तापमानावर थेट परिणाम करतो. प्रत्येक रंगाच्या प्लास्टिक अस्तराची विशेषता विविध असते, जी स्थानिक हवामान आणि पाण्यातील तापमान नियंत्रित करण्यात मदत करते.

**काळा रंग:** काळ्या प्लास्टिक अस्तराचा वापर सामान्यतः थंड हवामानात केला जातो. हा रंग सूर्यप्रकाश शोषून घेतो आणि पाण्याचे तापमान वाढवतो. त्यामुळे थंड हवामानात पाणी उबदार ठेवता येते, जे मासे पाळण्यासाठी योग्य असू शकते. परंतु, उष्ण हवामानात काळा रंग पाणी अधिक

गरम करतो, ज्यामुळे मासे तणावग्रस्त होऊ शकतात आणि ऑक्सिजनच्या पातळीत घट होऊ शकते, हे लक्षात घेणे आवश्यक आहे.

**निळा रंग:** निळ्या रंगाचे प्लास्टिक अस्तर सूर्यप्रकाश परावर्तित करते आणि पाण्याचे तापमान थंड ठेवण्यास मदत करते. उष्ण हवामानात, निळा रंग पाणी गरम होण्यापासून वाचवतो आणि थंड ठेवतो, ज्यामुळे मासे आरामात वाढू शकतात. याशिवाय, निळ्या रंगाच्या प्लास्टिकला आकर्षक रूप असते आणि ते तळ्याचे सौंदर्य वाढवू शकते. परंतु, थंड हवामानात निळा रंग पाणी अधिक थंड करू शकतो, ज्यामुळे माशांच्या वाढीवर नकारात्मक परिणाम होऊ शकतो.

**पांढरा रंग:** पांढरा रंग सुद्धा सूर्यप्रकाश परावर्तित करतो आणि पाण्याचे तापमान थंड ठेवतो. उष्ण हवामानात हा रंग पाणी गरम होण्यापासून वाचवतो आणि माशांना सुखद वातावरण प्रदान करतो. याउलट, थंड हवामानात पांढरा रंग पाणी अधिक थंड करू शकतो, त्यामुळे पाण्याचे तापमान आवश्यक तेवढे उबदार राखणे कठीण होऊ शकते.

तळ्याच्या प्लास्टिक अस्तराचा रंग निवडताना, स्थानिक हवामान आणि मत्स्य प्रजातींच्या विशिष्ट गरजांचा विचार करणे महत्त्वाचे आहे. थंड हवामानात काळा रंग वापरून पाण्याचे तापमान उबदार ठेवले जाऊ शकते, तर उष्ण हवामानात निळा किंवा पांढरा रंग वापरून पाण्याचे तापमान थंड ठेवले जाऊ शकते. यामुळे मासे एक चांगल्या वातावरणात वाढू शकतात आणि त्यांच्या आरोग्यावर सकारात्मक परिणाम होऊ शकतो. सर्वसाधारणपणे, प्लास्टिक अस्तराचा रंग निवडताना स्थानिक हवामान, मासे पाळण्याची वेळ, आणि माशांच्या विशेष गरजांचा विचार करून रंगाची निवड करणे आवश्यक आहे. योग्य रंगाच्या प्लास्टिक अस्तराचा वापर करून, आपल्याला आपल्या तळ्यात एक आदर्श आणि आरोग्यदायक वातावरण निर्माण करता येऊ शकते.

# १०. ग्रंथसूची (Bibliography)

1. अनिल कुमार, जी. के.; पंवार, व्ही. एस.; यादव, के. आर.; सिहाग, एस. (2002-04-01). वाढत्या मेंढ्यांसाठी आहारातील प्रथिनांचा स्रोत म्हणून मोहरी पेंड. स्मॉल रुमिनंट रिसर्च. 44 (1): 47-51. doi:10.1016/S0921-4488(02)00034-2. ISSN 0921-4488.

2. भट्टाचार्य, आर., घोष, बी.एन., डोग्रा, पी., मिश्रा, पी.के., संत्रा, पी., कुमार, एस. आणि परमार, बी., 2016. भारतातील मृदा संवर्धनाचे मुद्दे. *सस्टेनेबिलिटी*, 8 (6), 565 [ऑनलाइन].

3. भेंडारकर, एम., ब्रह्मणे, एम., गायकवाड, बी., सिंह, एन. (२०२०). महाराष्ट्रातील मासेमरी आणि मत्स्यपालन स्थिती व संभाव्यता. इंडियन जर्नल ऑफ जिओ-मरिन सायन्स, ४९(०४): ५६७-५७५.

4. भेंडारकर, एम., ब्रह्मणे, एम. (२०२१अ). गिफ्ट फॉर अक्वाकल्चर: गिफ्ट तिलापिया. अक्वा स्टार, (१): ८४-८८.

5. भेंडारकर, एम.पी., & कालबंडे, एस.आर. (२०२२). गिफ्ट तिलापिया साठी क्लायमेट स्मार्ट अक्वाकल्चर. तांत्रिक पत्रक क्र. ३८. ICAR-राष्ट्रीय अजैविक ताण व्यवस्थापन संस्था, बारामती, पुणे, महाराष्ट्र, पृष्ठ २७.

6. डी सिल्वा, एस. एस., अमरसिंह, यू. एस., आणि न्युएन, टी. टी. टी. (संपादक). (२००६). आशियातील संस्कृति आधारित मत्स्यपालन विकासासाठी उत्तम-प्रवृत्त पद्धती. ACIAR मोनोग्राफ क्र. १२०, ९६ पृष्ठे.

7. महाराष्ट्र राज्य सरकार, मत्स्य विभाग. (२०२३). सरकारी कार्यालय आदेश क्र. मछीवारी-२०१६/प्र.कृ.९८/पदुम-१३, दिनांक १८/०१/२०२३.

8. कॉर्नमील आणि कॉर्न फ्लोअर मधील फरक. सारख्या अटींचा फरक तुलना करा. २९ एप्रिल २०१४. प्राप्त: २०२२-०५-०४. https://www.agourmetfoodblog.com/cornmeal-vs-corn-flour-vs-cornstarch-vs-maize-flour/

9. FAO आणि WHO. (२०१९). कोडेक्स अलीमेंटेरियस कमिशन - कार्यपद्धतीतील मॅन्युअल सव्वीसवा संस्करण. रोम. २५४ पृष्ठे.

10. FDA, U. (२०२४). दैनिक मूल्ये आहार व पूरक तथ्य लेबलवर - ऑगस्ट २०२३: १-४. US फूड अँड ड्रग अडमिनिस्ट्रेशन (FDA), वॉशिंग्टन, DC. उपलब्ध: https://www.fda.gov/food/nutrition-facts-label/daily-value-nutrition-and-supplement-facts-labels. प्राप्त: २९ मे.

11. फिशबेस. https://www.fishbase.se/summary/Labeo-catla

12. भारत सरकार, मत्स्य विभाग. (२०२३). प्राप्त: https://dof.gov.in/

13. अन्न व कृषि संघटन (FAO). प्राप्त: https://www.fao.org/fishery/static/FAO_Training/FAO_Training/General/x6709e/x6709e10.htm.

14. अन्न व औषध प्रशासन (जानेवारी २००७). फूड लेबलिंग; ग्लूटेन-फ्री लेबलिंग ऑफ फूड्स (PDF). अन्न व औषध प्रशासन. मूळ (PDF) वरून संग्रहित केलेले: २००७-०१-२६.

15. गायकवाड, ए., पडियार, ए., दत्ता, एस., शिकुकू, के.एम., मोहन, सी.व्ही., ट्रॉंग, टी., बेंज, जे., & फिलिप्स, एम. (२०२१). जेनेटिकली इम्प्रूव्हड फार्म्ड तिलापिया (GIFT) साठी प्रचार आणि स्केलिंग धोरण, २०२०-२०३०. पेणांग, मलेशिया: वर्ल्डफिश. रणनीती: २०२१-०९.

16. हँडबुक ऑफ फिशरीज अँड एक्वाकल्चर. (२०१७). भारतीय कृषी संशोधन परिषद. कृषी ज्ञान व्यवस्थापन संचालनालय.

17. हार्डी, आर.डब्ल्यू., & कौशिक, एस.जे. (संपादक). (२०२१). फिश न्यूट्रिशन. अकादमिक प्रेस.

18. हसन, एम.आर., & हालवर्ट, एम. (२००९). मत्स्यपालनासाठी मासे आणि आहार इनपुट्स-पद्धती, शाश्वतता आणि परिणाम. FAO मत्स्य आणि एक्वाकल्चर तांत्रिक कागद, ५१८.

19. हेउझे, वी., ट्रान, जी., सॉवन्ट, डी., रेनॉडेउ, डी., लेस्सीरे, एम., लेबास, एफ. (२०१५). कॉर्न ग्लूटेन मील. फीडीपिडिया, INRA, CIRAD, AFZ आणि FAO द्वारे एक कार्यक्रम. https://www.feedipedia.org/node/715 अखेर अपडेट: २९ ऑक्टोबर २०१५.

20. अन्न व कृषी संघटन (FAO). https://www.fao.org/fishery/docs/CDrom/FAO_Training/FAO_Training/General/x6709e/x6709e10.htm.

21. अनिल रमेश शिंदे (2019). गोड्या पाण्यातील मत्स्यशेती. कुणाल हरी चेतक बुक्स, 96 पाने.

22. जॉकसन, टी., & पार्कर, जे. (२०२४). प्लांकटन: अ वर्ल्डवाइड गाइड. प्रिन्स्टन युनिव्हर्सिटी प्रेस.

23. जगन्नाथ शिंदे (2023). सुधारित मत्स्यशेती. गोडावरी पब्लिकेशन, 120 पाने.

24. जॉब्लिंग, एम. (२०१२). नॅशनल रिसर्च काउन्सिल (NRC): फिश आणि श्रिंपचे न्यूट्रिशनल रेक्वायरमेंट्स". नॅशनल अॅकॅडमिज प्रेस, वॉशिंग्टन, DC, २०११, ३७६+ XVI पृष्ठे, £ १२८ (हार्डबॅक), ISBN: ९७८-०-३०९-१६३३८-५.

25. कौर, वी.आय., & सॅक्सेना, पी.के. (२००४). बिअरी वेस्टचा अन्नपूरक आहारात समावेश आणि काही कार्पमध्ये वाढीवर त्याचा प्रभाव. बायोरिसोर्स टेक्नॉलॉजी, ९१(१), १०१-१०४.

26. कौर, वी.आय., & सक्सेना, पी.के. (२००५). मका ग्लूटेनचा अन्नपूरक आहारात समावेश आणि काही कार्पच्या वाढीवर आणि मांसाच्या गुणवत्तेवर त्याचा प्रभाव. अक्वाकल्चर इंटरनॅशनल, १३, ५५५-५७३.

27. कुबिट्झा, एफ. (२०२३). तिलापिया न्यूट्रिशनमध्ये प्रगती, भाग २. रेसपॉन्सिबल सीफूड अॅडवोकेट. प्राप्त: https://www.globalseafood.org/advocate/advances-in-tilapia-nutrition-part-2/ ०४.०७.२०२४ रोजी.

28.कुमार, जी.ए., पनवार, वी.एस., यादव, के.आर. आणि सिहाग, एस. (२००२). लॅम्बसाठी आहारातील प्रथिनाचा स्रोत म्हणून मोहरीचा केक. स्मॉल रुमिनंट रिसर्च, ४४(१), ४७-५१.

29.कुमार, एस., मीणा, आर.एस., जिंजर, डी., जातव, एच.एस. आणि बंजारा, टी. (२०१७). कृषी उत्पादन व मातीचे आरोग्य सुधारण्यासाठी प्रेसमड कंपोस्टचा वापर. इंटरनॅशनल जर्नल ऑफ केमिकल स्टडीज, ५(२), ३८४-३८९.

30.लॅम्बो, एम.टी., मा, एच., झांग, एच., सॉग, पी., माओ, एच., कूई, जी., दाई, बी., ली, वाय. आणि झांग, वाय. (२०२३). फर्मेंटेड सोयाबीन मीलचा उपयोग करणारी क्रियावली, फायदे आणि संशोधनातील तुट. एनिमल न्यूट्रिशन.

31.मागेल त्याला शेततळे (MTS). (२०१९). मागेल त्याला शेततळे (फार्म पॉण्ड ऑन डिमांड) योजनेसाठी जिल्हानुसार माहिती. https://egs.mahaonline.gov.in/

32.माइल्स, आर.डी. आणि चॅपमॅन, एफ.ए. (२०१५). अक्वाकल्चर आहारामध्ये फिश मीलचे फायदे. फिशरीज अँड एक्वाटिक सायन्सेस.

33.कृषी व शेतकरी कल्याण मंत्रालय. (२०१७). MGNREGS तलावातील अक्वाकल्चर (मासे बीजपालन व वाढीचे सांस्कृतिक कार्य) स्वीकारण्यावर कार्यालय आदेश, दिनांक ९ नोव्हेंबर २०१७. विभाग: पशुपालन व डेयरी. कृषी भवन, नवी दिल्ली.

34.मोघदासियन, एम.एच. (२००८). n-3 फॅटी अॅसिडसह आहारात सुधारणा. क्रिटिकल रिव्ह्यूज इन फूड सायन्स अँड न्यूट्रिशन, ४८(५), ४०२-४१०.

35.मुसाट्टो, एस.आय. (२०१४). ब्रुइयर्स स्पेंट ग्रेन: औद्योगिक अनुप्रयोगांसाठी एक मूल्यवान फीडस्टॉक. जर्नल ऑफ द सायन्स ऑफ फूड अँड अॅग्रीकल्चर, ९४(७), १२६४-१२७५.

36.नॅशनल रिसर्च काउन्सिल, पृथ्वी, जीवन अभ्यास, मच्छली आणि श्रिंपच्या न्यूट्रिशनल रेक्वायरमेंट्सवर कमिटी. (२०११). मासे आणि श्रिंपच्या न्यूट्रिशनल रेक्वायरमेंट्स. नॅशनल अॅकॅडमिज प्रेस.

37.नरेश नागपुरे, मेघा बेडेकर, मनोज ब्राम्हणे, अरविंद सोनवणे, किरण रसाळ, कपिल सुखधाने, माधुरी पाठक, करण रामटेके, शिवाजी आरगडे, पाटेकर प्रकाश, प्राची असगोलकर आणि सियाग ढेरे. (२०२४). गोड्या पाण्यातील मत्स्यशेती. केंद्रीय मत्स्य शिक्षा संस्थान, मुंबई (भारतीय कृषी अनुसंधान परिषद). ISBN: 978-81-970702-8-0

38.NFDB. (२०१५). भारतातील गिफ्ट तिलापिया च्या उत्तरदायी पालनासाठी मार्गदर्शक तत्त्वे. पशुपालन विभाग, कृषी व शेतकरी कल्याण मंत्रालय, भारत सरकार.

39.ओको, जे.ओ., अब्रीबा, सी., ऑड्डू, जे.ए., कुटम, एन.ए. आणि ओकेह, क्यू. (२०१५). सामरु, जारिया-कडुना राज्यातील खुल्या बाजारात विकल्या जाणाऱ्या ग्राउंडनट केकचा बॅक्टेरिओलॉजिकल आणि न्यूट्रिशनल विश्लेषण. इंटरनॅशनल जर्नल ऑफ सायंटिफिक अँड टेक्नॉलॉजी रिसर्च, ४(५), २२४-२२८.

40.पिल्लाय, टी.व्ही.आर., & कुट्टी, एम.एन. (२००५). अक्वाकल्चर: सिद्धांत आणि पद्धती (२रा संस्करण). विली-ब्लॅकवेल. ISBN: ९७८-१-४०५-१०५३२-३.

41.आर. डी. मायल्स आणि एफ. ए. चॅपमन. FA122: मत्स्य आहारामध्ये फिश मीलचे फायदे. मत्स्यपालन व जलसंपदा विज्ञान विभाग, UF/IFAS विस्तार सेवा. मूळ प्रकाशन दिनांक: नोव्हेंबर 2005. पुनरावलोकन: जानेवारी 2015.

42. रेबर्न, ई. बी. (सप्टेंबर 2009). गोमांसासाठी गुरांच्या पोषण गरजा (PDF). वेस्ट व्हर्जिनिया विद्यापीठ. मूळ PDF मधून संग्रहित दिनांक: 07 सप्टेंबर 2012. पुनर्प्राप्ती दिनांक: 03 मे 2016.

43.रेड्डी, के.एस., मनोरणजन कुमार, राव, के.वी., मरुथी, वी., रेड्डी, बी.एम.के., उमेश, बी., गणेश बाबू, आर., श्रीनिवास रेड्डी, के., विजयलक्ष्मी, & वेंकटेश्वरलू, बी. (२०१२). फार्म पॉण्ड्स: कोरडवाहू कृषीसाठी एक क्लायमेट रेसिलियंट तंत्र; योजना, डिझाइन आणि बांधकाम. सेंट्रल रिसर्च इन्स्टिट्यूट फॉर ड्रायलँड एग्रीकल्चर, सांतोषनगर, हैदराबाद- ५०००५९, आंध्र प्रदेश, भारत. ६० पृष्ठे.

44.राईस ब्रन तेल. RITO पार्टनरशिप. पुनर्प्राप्ती दिनांक: २२ जानेवारी २०२१.

45. सार्डेट, सी. (२०२०). प्लांकटन: ड्रिफ्टिंग वर्ल्डची अद्भुतता. युनिव्हर्सिटी ऑफ शिकागो प्रेस.

46. सिलबर्गेल्ड, ई.के., ग्रॅहम, जे. आणि प्राइस, एल.बी. (२००८). औद्योगिक खाद्य प्राणि उत्पादन, एंटीमायक्रोबियल प्रतिकार, आणि मानव आरोग्य. एन्युअल रिव्ह्यू ऑफ पब्लिक हेल्थ, २९(१), १५१-१६९.

47. स्मिल, व्हॅक्लाव (२०१७). एनर्जी ट्रांझिशन्स: ग्लोबल अँड नॅशनल पर्स्पेक्टिव्हस. सांता बारबरा, कॅलिफोर्निया: प्रेगेर, एबीसी-सीएलआयओ, एलएलसी. पृष्ठ १६२. ISBN ९७८-१-४४०८-५३२४-१. OCLC ९५५७७८६०८.

48. सोयाबीन तेल, सलाड किंवा कुकिंग, फॅट कंपोजिशन, १०० ग्रॅम. US राष्ट्रीय पोषण डेटाबेस, रिलीज २८, युनायटेड स्टेट्स डिपार्टमेंट ऑफ अॅग्रीकल्चर. मे (२०१६). प्राप्त: ६ सप्टेंबर २०१७.

49. कोडेक्स अॅलिमेंटेरियस आयोग. (2009; 2010). कोडेक्स अॅलिमेंटेरियस - 212.1 व्याप्ती आणि वर्णन. संयुक्त राष्ट्रांची अन्न व कृषी संघटना (FAO).

50. फ्रेशवॉटर एक्वाकल्चरमध्ये तलावाच्या उत्पादकता व मासे उत्पादन वाढीवर प्रशिक्षण. फेब्रुवारी ०५-०७, (२०२४), भारतीय कृषी अनुसंधान परिषद - केंद्रीय गोड्या पाण्यातील जलचरसंवर्धन संस्था, क्षेत्रीय संशोधन केंद्र, विजयवाडा, आंध्र प्रदेश.

51. युनायटेड स्टेट्स फूड अॅन्ड ड्रग अॅडमिनिस्ट्रेशन (2024). पोषण व अन्नपूरक घटक लेबलवरील डेली व्हॅल्यू (Daily Value). FDA. मूळ स्त्रोतावरून संग्रहित दिनांक: २७ मार्च २०२४. पुनर्प्राप्ती दिनांक: २८ मार्च २०२४.

52. यूएस नॅशनल न्यूट्रिएंट डेटाबेस, रिलीज २८. *युनायटेड स्टेट्स डिपार्टमेंट ऑफ अॅग्रिकल्चर.* मे २०१६. chrome-extension://efaidnbmnnnibpcajpcglclefindmkaj/https://ods.od.nih.gov/pubs/usdandb/EPA-Content.pdf

53. यूएस नॅशनल न्यूट्रिएंट डेटाबेस, रिलीज २८. युनायटेड स्टेट्स डिपार्टमेंट ऑफ अॅग्रिकल्चर. मे २०१६. या तक्त्यामधील सर्व मूल्ये या डेटाबेसमधून घेतलेली आहेत, जोपर्यंत अन्य संदर्भ

दिलेला नाही किंवा इतर घटक स्तंभांच्या साध्या अंकगणितीय बेरीज म्हणून तिरपी अक्षरात दर्शवलेली नाहीत.

54. डब्ल्यू. रीड (१९६९). द व्हर्लपूल. इंटरनॅशनल ब्रुअर्स' जर्नल, १०५ (२): ४१.

55. वर्ल्ड फूड अँड ॲग्रीकल्चर - स्टॅटिस्टिकल इयरबुक (२०२१). रोम: FAO. २०२१. doi:10.4060/cb4477en. ISBN ९७८-९२-५-१३४३३२-६. S2CID २४०१६३०९१.

www.ingramcontent.com/pod-product-compliance
Lightning Source LLC
Chambersburg PA
CBHW040205110726
48005CB00019B/2900